வீர சிவாஜி

குன்றில்குமார்

சங்கர் பதிப்பகம்

15/21, டீச்சர்ஸ் கில்டு காலனி,

2வது தெரு, இராஜாஜி நகர் விரிவு,

வில்லிவாக்கம், சென்னை - 600 049

தொலைபேசி : 044 - 2650 2086 / 9444191256

email : shankar_pathippagam@yahoo.com

web : www.shankarpathippagam.in

www.bookthagam.com

வீர சிவாஜி / Veera Sivaji

குன்றில்குமார் / Kundril Kumar

பதிப்பு	:	**2022**
விலை	:	
மொத்த பக்கங்கள்	:	288
வெளியிட்டோர்	:	சங்கர் பதிப்பகம், 15/21, டீச்சர்ஸ் கில்டு காலனி, 2வது தெரு, இராஜாஜி நகர் விரிவு வில்லிவாக்கம், சென்னை-600 049 தொலைபேசி : 044 - 2650 2086 / 9444191256
ISBN No.	:	978-93-87655-80-5
ஒளி அச்சு	:	பாலா கிராஃபிக்ஸ்
முன் அட்டை	:	N. ரமேஷ்
அச்சிட்டோர்	:	எம்.கே.கிராபிக்ஸ், சென்னை - 600 021

என்னுரை

மராட்டிய சிங்கம் என்று போற்றப்படும் சத்ரபதி சிவாஜியைப் பற்றி நிறையவே அறிந்திருப்போம்.

அவர் தாய் மண்ணின் மீது கொண்டிருந்த வானளவு பாசம்தான் அவரை மிகப் பெரிய வீரனாக நிலைநிறுத்திற்று.

சொந்த மண்ணை ஆக்ரமித்து அதிகாரம் செலுத்திய வேற்று நாட்டவரிடம் இருந்து விடுதலையை வீரத்தோடும் விவேகத்தோடும் திரும்பக் கைப்பற்றிய பெருமைக்குரியவர்.

எதிரியை வீழ்த்துவதற்காக உச்சகட்ட தந்திரச் செயல்களைத் துணிச்சலோடு நிகழ்த்தி வெற்றி ஈட்டியவர்.

இந்து மதத்தின் மீது மிகுந்த ஈடுபாடும், கடவுளின் மீது நிறைய நம்பிக்கையும் கொண்டு செயல்பட்டவர்.

அவரது வாழ்க்கை வரலாறு முடிந்த வரையில் நிறைவாக இந்தப் புத்தகத்தில் தரப்பட்டுள்ளது.

குன்றில்குமார்

பதிப்புரை

வீரத்திற்கு இலக்கணமாகத் திகழ்ந்தவர் மராட்டிய மாமன்னர் சிவாஜி.

மராட்டியம், கர்நாடகம், தமிழகத்தின் செஞ்சி வரை தனது ஆட்சியை விரிவாக்கியவர்.

வீரம், விவேகம் மட்டுமல்லாமல் மனிதநேயமும் அதிகமாகக் கொண்டவர்.

தாய் மீதும், தாய் நாட்டின் மீதும் ஏராளமான அன்பையும், பாசத்தையும் செலுத்தியவர்.

மிகச் சிறிய படையை வைத்துக் கொண்டு முகலாய சாம்ராஜ்யத்தையே நடுங்கச் செய்த மாவீரர்.

பவானி தேவியின் அருள்வாக்கினைப் பெற்றே அவரது ஒவ்வொரு செயலும் நிகழ்ந்தன. வெற்றி மேல் வெற்றியை அவருக்கு அள்ளிக் கொடுத்தன.

வீர சிவாஜியைப் பற்றிக் குறைந்த அளவில் நிறைய செய்திகளை உங்களுக்குத் தருகிறது இந்தப் புத்தகம்

பதிப்பாசிரியர்

உள்ளே..

1 புறப்பாடு

பதினேழாம் நூற்றாண்டின் முற்பகுதியில் நம் பாரத நாட்டின் தக்காணப் பீடபூமியானது மூன்று சுல்தான்களின் ஆதிக்கத்தின் கீழ் இருந்தது.

அதாவது அகமது நகர், பீஜப்பூர், கோல்கொண்டா என்னும் அந்த மூன்று பகுதிகளையும் ஆட்சி செய்த சுல்தான்கள் தங்களுக்குள் சிறு குழந்தைகளைப் போல அடிக்கடி சண்டையிட்டுக் கொள்வதும், அப்புறம் கைகுலுக்கிக் கொண்டு சமாதானம் செய்து கொண்டும் ஒரு வேடிக்கையான நிஜ விளையாட்டை நிகழ்த்தி வந்தனர்.

இதில் அகமதுநகர் தற்போது மராட்டிய மாநிலத்திலும், கோல் கொண்டா தெலுங்கானா மாநிலத்தி லும், பீஜப்பூர் கர்நாடக மாநிலத்திலும் அங்கம் வகித்து வருகின்றன.

தக்காணம் மற்றும் மராட்டிய மலைப்பகுதிகளில் வாழ்ந்த மக்கள் மராட்டியர் என்று அழைக்கப்பட்டனர். அப்போது தக்காணத்தை ஆட்சி செய்த சுல்தான்களிடம் மராட்டியர்கள் ஊதியம் பெறும் பணியாளர்களாக இருந்தனர்.

முற்காலத்தில் தண்டகாரண்யம் என்று அழைக்கப்பட்டது, பிற்காலத்தில் மராட்டியம் என்றானது. தண்டகாரண்யம் என்றால் 'தண்டனை அளிக்கப்படும் நாடு' என்று பொருள்.

இராமாயண காலக்கட்டத்தில் இந்தக் காட்டுப் பகுதியில் பேய்களும், பிற கொடிய உயிரினங்களும் வாழ்ந்து வந்ததாகவும், எனவே தவம் செய்யும் முனிவர்கள் மட்டுமே இங்கு தங்கி இருந்ததாகவும் கூறப்படுகிறது.

ஆரியர்களின் வருகைக்குப் பிறகே இங்கு மனிதர்கள் வாழத் தொடங்கியதாகவும் தெரிகிறது. அதற்கு முன்பு சாதாரண மனிதர்கள் வாழ்ந்ததற்கான எந்தவொரு சான்றும் கிடையாது.

கி.பி. 8ஆம் நூற்றாண்டில் இராஷ்டிர கூடர்களின் ஆட்சி இங்கு நடைபெற்றதாகவும், அதன் பின்னர் யாதவர்கள் ஆட்சி செய்ததாகவும் அறியப்படுகிறது. அப்போதுதான் மராட்டிய மொழியை அவர்கள் ஆட்சி மொழியாக்கியதாகத் தெரிகிறது.

முற்காலத்திலேயே மராட்டியர்கள் இலக்கிய மரபைக் கொண்டிருந்ததாகக் கூறப்படுகிறது. தியானேஸ்வரர் என்னும் முனிவர் மராட்டிய இலக்கியத்தை மக்களிடம் நன்றாகப் பரவச் செய்தார். இவரது படைப்பான தியானேஸ்வரி மிகச் சிறந்த இலக்கியம் ஆகும். நாமதேவர் என்னும் முனிவருக்கும் மராட்டிய இலக்கியம் செழித்தோங்கச் செய்ததில் நிறைய பங்கு உண்டு.

மராட்டிய மொழியைத் தாய்மொழியாகக் கொண்டவர்களில் பெரும்பாலானோர் இந்துக்கள் ஆவர். விட்டலன் என்னும் பெயரில் வணங்கப்படும் கிருஷ்ணர்தான் இவர்களின் முக்கியக் கடவுள். எனினும் சிவன், பார்வதி, விநாயகர் உள்ளிட்ட பல்வேறு இந்துக் கடவுள்களையும் இவர்கள் வழிபடுகின்றனர்.

தெற்கு மற்றும் மத்திய இந்தியாவில் ஆட்சிபுரிந்த ஐந்து முஸ்லீம் பேரரசுகள், அன்றைய நாட்களில் தக்காணத்து சுல்தான்கள் என்று அழைக்கப்பட்டனர்.

பீஜப்பூர், கோல்கொண்டா,, அகமதுநகர் ஆகிய மூன்று சுல்தான்கள் என்று ஏற்கெனவே நாம் பார்த்தோம். கூடுதலாக

பிடார், பெரார் ஆகிய சுல்தான்களும் இணைந்து தக்காண சுல்தான்கள் என்று அழைக்கப்பட்டன.

கிருஷ்ணா நதி மற்றும் விந்திய மலைத் தொடருக்கு இடையே அமைந்திருந்த இந்தத் தக்காண சுல்தான்களில் பீஜப்பூர், அகமதுநகர் மற்றும் பெரார் ஆகியவை 1490ஆம் ஆண்டும், பிடார் 1492ஆம் ஆண்டும், கோல்கொண்டா 1512ஆம் ஆண்டும் விடுதலை பெற்ற தனி அரசுகளாக மாறின.

இவர்கள் அனைவரும் தமக்கிடையே ஒற்றுமையாக இருந்தது கிடையாது. எப்போதும் சண்டை சச்சரவுடன் இருந்த போதிலும் 1565ஆம் ஆண்டு விஜயநகரப் பேரரசுக்கு எதிராக நடந்த தலைக்கோட்டைப் போரில் ஓரணியில் நின்று போரிட்டு விஜயநகரப் பேரரசை நிரந்தரமாக வீழ்ச்சியடையச் செய்தனர்.

1574ஆம் ஆண்டு பெராரில் நடைபெற்ற புரட்சிக்குப் பிறகு அகமதுநகர் பெராரைக் கைப்பற்றியது. எனினும் 1596ஆம் ஆண்டு பெரார் அகமதுநகரில் இருந்து விடுவிக்கப்பட்டுவிட்டது.

1619ஆம் ஆண்டு பிடார் பீஜப்பூருடன் இணைக்கப்பட்டது.

தென்இந்தியாவின் வடமேற்கு தக்காணப் பீடபூமியில் குஜராத் சுல்தான் மற்றும் பீஜப்பூர் சுல்தான் ஆகியவற்றுக்கு இடைப்பட்ட நிலப்பரப்புகளை 1490 முதல் 1636ஆம் ஆண்டு முடிய அகமதுநகர் சுல்தான் ஆட்சி செய்தார்.

1490ஆம் ஆண்டு பாமினி சுல்தான் வீழ்ச்சி அடைந்த காலக் கட்டத்தில் மாலிக் அகமது என்பவரால் அகமதுநகர் சுல்தான் நிறுவப்பட்டது. இவர் தமது பெயரால் அகமதுநகரை உருவாக்கி னார்.

இதன் முதல் தலைநகராக விளங்கியது ஜுன்னார். பின்னர் இதன் பெயர் ஷிவ்னேரி என்று மாற்றப்பட்டது.

முகலாயப் பேரரசின் தக்காண ஆளுநர் அவுரங்கசீப், 1636ஆம் ஆண்டு அகமதுநகர் சுல்தானை வென்று முகலாயப் பேரரசில் இணைத்துக் கொண்டார்.

இது வரலாற்று உண்மை.

சுல்தான்களின் ஆட்சிக் காலத்தில் அப்பகுதியில் அவ்வப் போது உள்நாட்டுக் கலவரங்கள் வெடிப்பதும், அதை அடக்குவதற் காகப் போர் நடப்பதும் வழக்கம். சுல்தான்களே ஒருவர் மீது ஒருவர் கலவரங்களைத் தூண்டிவிடுவதும், அப்புறம் தோற்றவர்

குதிரை, யானை, செல்வம் என்று வெகுமதியாகக் கொடுத்து சமாதான உடன்படிக்கை செய்து கொள்வதும் என்று நகைப்புக்குரிய சம்பவங்கள் நிகழ்ந்த வண்ணம் இருந்தன.

தங்களைக் காப்பாற்றிக் கொள்வதற்காக இந்தச் சுல்தான்கள் முகலாயப் பேரரசின் உதவியை நாடுவதும், அவர்களின் படையும் தக்காணப் பீடபூமிக்குள் வந்து உதவிசெய்வதும்கூட நிகழ்வது உண்டு.

இப்படி அறிவு சூன்யமாகத்தான் சுல்தான்கள் ஆட்சி செய்து கொண்டிருந்தனர்.

அப்படிப்பட்ட ஒரு சூழலில் ஷிவ்னேரிக் கோட்டையை ஆட்சி செய்துகொண்டிருந்த ஸ்ரீனிவாசராவ் என்பவரைப் பற்றியும் நாம் இங்கே தெரிந்துகொள்வது நல்லது.

ஷிவ்னேரி என்பது மராட்டிய மாநிலம் பூனாவிற்கு அருகே சுமார் 56 மைல் தொலைவில் உள்ளது. இங்குள்ள வலிமையான மிகப் பெரிய கோட்டைக்குள் ஆயிரம் குடும்பங்கள் வரை அடைக்கலம் புகுந்துகொள்ள முடியும். தன்னாட்சி செய்து கொண்டிருந்த ஸ்ரீனிவாசராவ், செழிப்பான நிதி நிலைமையோடும் இருந்தது குறிப்பிடத்தக்கது.

அகமதுநகர் சுல்தானாக அப்போது பதவி வகித்தவர் முர்தசா இரண்டாம் நிஜாம் ஷா. அவரிடம் படைத் தளபதியாக இருந்தவர் ஷாஹாஜி போன்ஸ்லே. முகலாயப் பேரரசர் ஷாஜஹானின் பெரும்படை ஒன்று அகமதுநகர் மீது பெரும் போர் தொடுத்து, அங்குள்ள மஹுலிக் என்னும் கோட்டையை முற்றுகையிட்டிருந்தது.

கிட்டத்தட்ட ஆறு மாத காலமாக அந்தப் போர் நடந்து கொண்டிருந்தது. எனினும் முகலாயப் படைகளை எதிர்த்து அதற்கு மேலும் தாக்குப்பிடிக்க முடியாத நிலை. படைத் தளபதியான ஷாஹாஜி அங்கிருந்து தனது குடும்பத்துடனும், சிறிய படை வீரர்களுடன் தப்பிப்பது என்று தீர்மானித்தார்.

எங்கே செல்வது?

அவரது நீண்ட கால நண்பராக இருந்த ஸ்ரீனிவாசராவ் மட்டுமே அப்போதைக்குப் பாதுகாப்புத் தரும் சூழலில் இருப்பது நினைவிற்கு வந்தது. எனவே ஷிவ்னேரி கோட்டைக்குச் செல்வது என்று முடிவெடுத்தார்.

ஷிவ்னேரி கோட்டை

அவர் தப்பிச் செல்ல முடிவெடுத்ததற்கு முக்கியமான காரணம் ஒன்றும் இருந்தது. அதாவது அவரது மனைவி ஜீஜாபாய் நிறைமாதக் கர்ப்பிணியாக இருந்தாள். அந்த நிலையில் அவளைக் காப்பாற்றுவது மிகமுக்கியமாக இருந்தது.

எனவே வீரர்கள் சகிதம் மனைவி ஜீஜாபாய், நான்கு வயதே ஆன மகன் சாம்பாஜியுடன் ஷிவ்னேரி கோட்டையை நோக்கி எதிரிகள் அறிந்துகொள்ள முடியாதவாறு பயணப்பட்டார் ஷாஹாஜி.

தனது நிறைமாதக் கர்ப்பிணி மனைவியைக் கண்ணீர் மல்க ஸ்ரீனிவாசராவ் வசம் ஒப்படைத்துவிட்டு தனது நான்கு வயது மகன் மற்றும் படை வீரர்களோடு அங்கிருந்து புறப்பட்டார். அன்றைய காலக்கட்டத்தில் போர்ப் பணயக் கைதியாக குழந்தைகளைப் பிடித்து வைத்துக் கொண்டு மிரட்டும் போக்கு இருந்து வந்தது. அதனால்தான் தனது மகன் சாம்பாஜியைத் தன்னோடே அழைத்துச் சென்றார் ஷாஹாஜி. மட்டுமல்லாமல் மகன் மீது அளவற்ற பாசமும் அவருக்கு இருந்தது.

ஷாஹாஜி அங்கிருந்து தனது வீரர்களுடன் சென்ற சில மணித்துளிகள் கடந்ததும் அங்கு இன்னும் சில ஆயிரம் வீரர்கள் பரபரப்பாக வந்து சேர்ந்தனர். அந்த வீரர்களுக்குத் தலைவனாக இருந்தவர் லாக்கோஜி ஜாதவ்ராவ்.

யார் இவர்?

ஜீஜாபாயின் தந்தை.

இவர் சிந்துகேத் என்னும் பகுதிக்குத் தலைவர். சுமார் பத்தாயிரம் குதிரைகளைக் கொண்ட ஒரு படைப் பிரிவின் தலைவர். இவரது ஆதிக்கத்தின் கீழ் பல கிராமங்கள் இருந்தன. இவர் அகமது நகர் சுல்தான் படையில் ஒரு சிறு பிரிவின் தலைவராகவும் இருந்தார். ஆனாலும் ஷாஜஹானுக்கு ஆதரவுக்கரம் நீட்டிக் கொண்டிருந்தார்.

ஜீஜாபாய்

தற்போது ஷாஹாஜியைப் பிடித்து வருமாறு ஷாஜஹான் பிறப்பித்த உத்தரவை அங்குலம் அளவும் இசகுபிசகாமல் காப் பாற்றும் நோக்கில் அவரைத் தேடி படை வீரர்களோடு ஷிவ்னேரி கோட்டையை நோக்கி வந்தார். ஷாஹாஜி இங்கு வந்த விவரம் அதற்குள் ஒற்றர்கள் மூலமாக அவருக்குத் தெரிந்திருந்தது.

ஜீஜாபாய் தான் பெற்ற மகள்தான் என்ற போதிலும் சில அரசியல் காரணங்களால் அவளின் கணவர் ஷாஹாஜி மிகப் பெரிய எதிரியாக மாறிவிட்டார் லாக்கோஜிக்கு. எனவே மகளின் முகம் பார்த்தே பல ஆண்டுகள் ஆகிவிட்டன. அவர்களுக்குள் உறவுமுறைத் தொடர்பே இல்லாமல் போய்விட்டது.

தனது மாப்பிள்ளையாக இருந்தாலும் அரசியல் எதிரியான காரணத்தால் ஷாஹாஜியைக் கைது செய்வதற்காகத் துடிப்புடன் அங்கு புறப்பட்டு வந்துள்ளார் லாக்கோஜி.

இந்த விவரம் ஸ்ரீனிவாசராவ்விற்கு நன்றாகவே தெரியும் என்றாலும் இவ்வளவு விரைவாக லாக்கோஜி இங்கு வருவார் என்று அவர் நினைக்கவில்லை.

எனவே உடலும் உள்ளமும் சிறு பதற்றத்தில் அதிரத்தான் செய்தது.

கர்ப்பிணியான ஜீஜாபாயை பாதுகாப்பு கருதி இங்கே விட்டுவிட்டு நான்கு வயது மகன் மற்றும் வீரர்களுடன் எங்கோ ஷாஹாஜி சென்றுவிட்ட உண்மையைப் போட்டு உடைத்து விட்டார் ஸ்ரீனிவாசராவ்.

மருமகனைப் பிடிக்க வேண்டும் என்ற வேகம் ஒருபுறம் இருந்தாலும், கர்ப்பிணியான தனது மகள் அங்கிருப்பதை அறிந்து அவளை ஒருமுறை பார்க்க வேண்டும் என்ற தந்தைப் பாசம் உந்தித் தள்ளியது.

மகளைப் பார்க்க விரும்புவதை ராவ்விடம் தெரிவிக்கவே அவரும் அப்படியே ஜீஜாபாயிடம் அழைத்துச் சென்றார். மகளிடம் சற்று நேரம் அளவளாவிய லாக்கோஜி, பின்னர் அங்கிருந்து ஷாஹாஜியைத் தேடிப் புறப்பட்டுச் சென்றார். அப்போது மகளின் பாதுகாப்பிற்காக ஐநூறு படை வீரர்களையும் அங்கே நிறுத்திவிட்டுச் சென்றார்.

என்னதான் அரசியல் காழ்ப்புணர்ச்சிகள் ஒருபுறம் இருந்தாலும் பாசம் என்பது அதை எல்லாம் உடைத்துச் செல்லும் அன்புப் பெருக்கு ஆயிற்றே!

2 பிறப்பு

ஷிவ்னேரி கோட்டையில் பிரதானமாக விளங்கியது ஷிவாய் தேவி கோயில். எப்போது வேண்டுமானாலும் பிரசவம் நிகழலாம் என்ற நிலையில் அக் கோயிலுக்குச் சென்று தேவியை வணங்க விருப்பம் ஏற்பட்டது ஜீஜாபாய்க்கு.

நிறைமாதக் கர்ப்பிணி ஆசைப் பட்டால் அதை நிறைவேற்ற வேண்டியது மனிதாபிமானத்தின் கடமை அல்லவா!

அதற்கேற்ப தக்க பாதுகாப்புடன் ஜீஜாபாய் ஷிவாய் தேவி கோயிலுக்குச் சென்று பிரார்த்தனை செய்தாள். இது போன்ற தருணத்தில் அருகில் இருக்க வேண்டிய கணவன் இல்லை. முதல் குழந்தையும் அருகில் இல்லை. எங்கோ அடைக்கலம் புகுந்து குழந்தையைப் பெற இருக்கும் நிலை சோகத்தின் உச்சம்தான்.

என்ன செய்வது?

விதி வலியது!

ஆச்சரியங்கள் மனித வாழ்வில் பல நேரங்களில் ஏற்படுவது சகஜம்தான்.

அப்படித்தான் அது ஜீஜாபாய் வாழ்விலும் நிகழ்ந்தது.

கோயிலுக்குச் சென்று தேவியை மனமுருகிப் பிரார்த்தனை செய்த அடுத்த நாளே பிரசவம் நிகழ்ந்தது.

இரண்டாவதாகவும் ஆண் குழந்தையைப் பெற்றெடுத்தாள் ஜீஜாபாய்.

அது -

1627ஆம் ஆண்டு ஏப்ரல் மாதம் 6ஆம் நாள்.

ஆனால் பிறப்பு நாள் வேறொன்றாகவும் பதிவு செய்யப் பட்டுள்ளது.

அது -

1630ஆம் ஆண்டு பிப்ரவரி மாதம் 19ஆம் நாள்.

இவ்வாறு இரண்டு தேதிகள் கூறப்பட்டு குழப்பம் நிலவினாலும், ஆண்டுதோறும் பிப்ரவரி மாதம் 19ஆம் நாள்தான் 'மராட்டிய மாவீரர் சத்ரபதி சிவாஜி பிறந்த நாளாக மராட்டிய மாநில அரசு கொண்டாடி வருகிறது.

ஆம், ஜீஜாபாய்க்குப் பிறந்த இரண்டாவது ஆண் மகனின் பெயர் சிவாஜி என்று சூட்டப்பட்டது.

ஷிவாய் தேவியின் பெயர்தான் அக்குழந்தைக்கு சூட்டப்பட வேண்டும் என்று விரும்பித்தான் 'ஷிவா'ஜி என்று குழந்தை பிறந்த 12ஆம் நாள் பெயரிடப்பட்டது.

சிவாஜி பிறந்த நாளில் ஐந்து கிரகங்கள் ஒன்று கூடுகின்றன என்று ஜோதிடர்கள் அப்போதே கணித்தார்கள்.

குழந்தை பிறந்த விவரத்தை ஷாஹாஜியிடம் தெரிவிப்பதற் காக வீரர் ஒருவர் உடனடியாக அனுப்பி வைக்கப்பட்டார்.

பெயர் சூட்டுவிழா மிகவும் ஆடம்பரமாக நடத்தப்பட்டது. அப்போது ஜோதிடர் குழந்தையின் ஜாதகத்தைக் கணித்தார்.

'இக்குழந்தை ஈடிணையற்ற பெரும் புகழ் ஈட்டும்.

பகைவர்கள் அஞ்சி நடுங்கும் அளவிற்கு மாவீரனாய் விளங்கும். பாரத தேசம் மட்டுமல்லாமல் உலகம் முழுமையும் இக்குழந்தையின் புகழ் பரவும். இராமபிரான், யுதிஷ்ட்ரன், ஹரிச்சந்திர மகாராஜா போன்று மாபெரும் அரசனாய், அஞ்சா நெஞ்சம் கொண்டவனாய் விளங்கும். இக்குழந்தையால் இத்திருநாடு பெருமை அடையும்.'

ஜோதிடரின் கணிப்பு உண்மையானது என்பதை வரலாறு நிரூபித்தது. இன்றளவும் 'சத்ரபதி சிவாஜி' பெயர் நாடெங்கும் ஒலித்துக் கொண்டிருக்கிறது.

தன் மகனை வீரனாக வளர்க்க வேண்டும் என்பது அந்தத் தாயின் தீரா ஆசையாக இருந்தது. எனவே இராமாயணத்தையும், மகாபாரதத்தையும் உணர்ச்சிப்பூர்வகமாகக் குழந்தைக்குச் சொல்லி வந்தாள் ஜீஜாபாய்.

ராமன் காட்டுக்குப் போனதைச் சொல்கிறபோது கண்கள் கலங்கியும், அனுமன் இலங்கைக்குத் தீ வைத்ததைக் கேட்டதும் குதூகலம் அடைந்தும் போகும் அக்குழந்தை சிவாஜி.

இவ்வாறாக இராமாயணம், மகாபாரதம் கதைகளைக் கேட்டு வீரமும், பண்பும், ஒழுக்கமும், மதப்பற்றும், தெய்வ சிந்தனையும் உடையதாக வளர்ந்தது அக்குழந்தை.

எனினும் தனது கணவன் ஷாஹாஜியைப் பற்றியும், மகன் சாம்பாஜியைப் பற்றியும் நினைத்துக் கவலைப்பட்டுக் கொண்டிருந்தாள். இன்னும் தனது கணவன் குழந்தையைப் பார்க்க வராதது அவளுக்கு வருத்தமளித்தது.

ஆனாலும் சூழல் இன்னும் ஆபத்தானதாகவே இருந்ததை அவள் மனம் பதற்றத்துடன் ஏற்றுக்கொண்டது, வேறு வழியில்லாமல்.

இச்சமயத்தில் அகமதுநகர் சுல்தானைப் பற்றியும் நாம் தெரிந்து கொண்டே ஆக வேண்டும்.

அகமதுநகர் சுல்தான் முர்தசா இரண்டாம் நிஜாம் ஷா முட்டாள் மட்டுமல்ல சிறப்பாகச் சிந்திக்காமல் அவசர முடிவுகளை எடுப்பவனும்கூட.

ஜீஜாபாயின் தந்தை லாக்கோஜி ஜாதவ் ராவைக் கொன்று அங்கு அதிகளவில் இருந்த யாதவர்களின் பகையைச் சம்பாதித்துக் கொண்டான்.

அதேபோல அவனிடம் முதலமைச்சராக இருந்த பதேகான் மீது சந்தேகம் அடைந்து சிறையில் தள்ளினான். எனினும் பின்னர் விடுவித்து மீண்டும் முதலமைச்சர் பதவியை அளித்தான்.

ஆனால் பதேகானோ, தன்னை சுல்தான் சிறையில் தள்ளியதை மறப்பதாக இல்லை. பழிவாங்கத் துடித்தான்.

ஒரு கட்டத்தில் சுல்தானைப் பைத்தியம் என்று சித்தரிக்க ஆரம்பித்தான். அவனது நடவடிக்கைகளும் அப்படியே இருந்த காரணத்தால் அனைவரும் அதை ஏற்றுக் கொண்டனர்.

இதையே தனக்குக் கிடைத்த வாய்ப்பாகக் கருதி சுல்தான் முர்தசா இரண்டாம் நிஜாம் ஷாவைச் சிறையில் அடைத்தான்.

ஷாஹாஜி

சகாயத்ரி மலைத்தொடர்

ஒருநாள் சுல்தானின் கழுத்தை அவனே தனது கைகளால் இறுக்கிக் கொல்லவும் செய்தான் பதேகான்.

அப்புறம் பத்து வயதே நிரம்பிய பாலகனை இளவரசனாக அறிவித்து அரியணையில் அமரச் செய்தான். அவனைப் பொம்மையாக வைத்துக் கொண்டு அதிகாரம் செலுத்தவும் தொடங்கினான்.

இதனால் நாட்டில் குழப்ப நிலை உருவாயிற்று. பிரபுக்கள் பலர் கலகம் செய்ய ஆரம்பித்தனர்.

இந்த மாதிரியான குழப்ப நிலையைத் தனக்குச் சாதகமாகப் பயன்படுத்த முடிவு செய்தார் மறைந்திருந்த ஷாஹாஜி. கணிசமான படையைத் திரட்டினார். பீஜப்பூர் சுல்தானோடு நட்பு வைத்துக் கொண்டார். அகமதுநகருக்குச் சொந்தமான சில கோட்டைகளைக் கைப்பற்றவும் செய்தார்.

நிலைமை மோசமாவதை உணர்ந்த பதேகான் முகலாயப் பேரரசர் ஷாஜஹானிடம் இரகசியமாகப் பேச்சுவார்த்தைகளைத் துவங்கினான். பேரமும் படிந்தது.

ஆக, ஷாஜஹானின் பெரும் படை அகமதுநகரை நோக்கி முன்னேறிக் கொண்டிருந்தது. எந்த நேரத்திலும் அது அழிவது உறுதி என்ற நிலைமை ஏற்பட்டது.

இந்த விவரம் ஜீஜாபாய்க்கு ஒற்றர்கள் மூலம் தெரியவந்ததும் சுதாரிக்க ஆரம்பித்தாள். எந்த நேரத்திலும் முகலாயர்கள்

ஷிவ்னேரி கோட்டையைக் கைப்பற்றிவிடக்கூடும் என்பதை உணர்ந்தார். அப்போது தன்னையும், தன் மகன் சிவாஜியையும் அவர்கள் சிறைப்பிடித்து விடுவார்கள்.

இப்படியொரு மோசமான சம்பவம் ஒருபோதும் நடந்துவிடக் கூடாது என்று நினைத்தாள். அதற்கு சிவாஜியைப் பத்திரமாகவும், ரகசியமாகவும் பாதுகாப்பதற்கு ஒரு ஆளைக் கண்டுபிடிக்க வேண்டும் என்ற எண்ணம் ஓடிற்று.

அப்படியொரு ஆளையும் கண்டுபிடித்தாள்.

அவன் சத்யஜித்.

அமைதியான இளைஞன். ஆனால் முரட்டுத்தனமும், அளவற்ற வீரமும் உடையவன். சகாயத்ரி மலைத்தொடாில் பிறந்து வளர்ந்தவன்.

எனவே சத்யஜித் தனது மகனுக்கு சரியான பாதுகாவலன் என்று நினைத்து அவனை அப்படியே நியமித்தாள் ஜீஜாபாய்.

இப்படிப்பட்ட சூழலில் முகலாயர்கள் அகமதுநகருக்குள் நுழைந்துவிட்டனர். அரியணையில் இருந்த சிறுவனைக் கைது செய்து குவாலியர் கோட்டையில் தங்கள் கட்டுப்பாட்டில் சிறை வைத்தனர்.

இதனிடையே ஷாஹாஜியிடம் இருந்து இரகசியமாக ஓலை ஒன்று ஜீஜாபாய்க்குக் கிடைத்தது. அதில், ஷிவ்னேரியில் இருந்து உடனடியாகக் கிளம்பி பைசாப்பூர் கோட்டைக்குச் சென்று விடுமாறு அறிவுறுத்தப்பட்டிருந்தது.

எதிர்பார்த்தபடியே ஆபத்து நெருங்கிவிட்டதை அறிந்தாள். மூட்டை முடிச்சுகளைக் கட்டிக் கொண்டு மகன் சிவாஜியையும் அழைத்துக் கொண்டாள். ஷிவ்னேரியில் இருந்து கிளம்பும் முன் ஷிவாய் தேவி கோயிலுக்குச் சென்று மனமுருகப் பிரார்த்தித்தாள்.

பின்னர் தமது மகன் சிவாஜி, சத்யஜித் மற்றும் சில பாதுகாப்பு வீரர்களுடன் பைசாப்பூர் கோட்டையை அடைந்தார் ஜீஜாபாய்.

பைசாப்பூர் கோட்டை அவள் கணவன் ஷாஹாஜியின் கட்டுப்பாட்டில் இருந்து. பீஜாப்பூர் சுல்தானுடன் இணைந்து செயல்பட்டு அங்கொன்றும் இங்கொன்றுமாக அகமதுநகரின் சில பகுதிகளைக் கைப்பற்றிக் கொண்டிருந்தார்கள்.

இதனால் ஷாஜஹானின் முக்கிய எதிரியாக ஷாஹாஜி மாறி இருந்தார்.

தெற்கின் நுழைவாயிலாக இருந்தது அகமதுநகர். இந்த உண்மையைத் தெளிவாகப் புரிந்து வைத்திருந்தார் ஷாஜஹான். எனவே வீழ்ந்துவிட்ட அகமதுநகர் கோட்டையைக் கைப்பற்ற சுல்தானும், அவனது அத்தனை வாரிசுகளும் வெறிகொண்டு அலைவார்கள் என்பதையும் அவர் உணர்ந்திருந்தார். ஆகையால் சுல்தானின் அரசகுல அத்தனை வாரிசுகளையும் கொன்று விடுமாறு தமது வீரர்களுக்கு ஆணையிட்டார். மேலும் அரசகுலத்துக் கர்ப்பிணிப் பெண்களையும் தயவுதாட்சண்யம் பார்க்காமல் கொன்றுவிடுமாறும் கட்டளையிட்டார். எதிர்

காலத்தில் அந்தப் பகுதியின் அதிகாரத்திற்கு யாரும் உரிமை கோரி வரவே கூடாது என்று நினைத்தார்.

அவரது இத்தகைய நடவடிக்கைக்குத் தலைவலியாக இருந்தவர் ஷாஹாஜி. அகமதுநகர்ப் பகுதிகளைக் கொஞ்சம் கொஞ்சமாகத் தனது ஆதிக்கத்தின் கீழ் கொண்டு வந்தார் ஷாஹாஜி.

இந்நிலையில் டில்லியில் இருந்த தளபதி மொகபத்கான் என்பவனை தக்காண பீடபூமிக்கு அனுப்பி வைத்தார் ஷாஜஹான்.

டில்லியில் ஆடம்பரமான மாளிகைகள். சொகுசான வாழ்க்கை. ஆனால் தக்காணப் பீடபூமியில் இருந்த கோட்டை களோ மிகவும் வசதிக் குறைவாகவே இருந்தன. மேலும் போர்ச் சூழல் தற்போதைக்கு விலகுவது போலவும் தெரியவில்லை.

இது மொகபத்கானுக்கு எரிச்சலைத் தந்தது. அதிலும் போர் முடியாமல் தொடர்ந்து கொண்டே இருப்பதற்கு முழுக்காரண கர்த்தா ஷாஹாஜி என்பதை உணர்ந்ததும் அவர் மீது ஆத்திரம் ஆத்திரமாக வந்தது. ஷாஹாஜியின் கொரில்லாத் தாக்குதல்தான் அவரது வெற்றிக்கு முழுக்காரணமாக இருப்பதை அறிந்து இன்னும் அதிகக் கோபம் ஏற்பட்டது.

ஷாஹாஜியைச் சண்டையிட்டு வெல்வதைக் காட்டிலும் சில தந்திரங்களைப் பயன்படுத்தி வெல்வதுதான் சிறந்தது என்ற முடிவுக்கு வந்தான் மொகபத்கான்.

ஷாஹாஜியின் மனைவி ஜீஜாபாயும், குழந்தை சிவாஜியும் பைசாப்பூர் கோட்டையில் பாதுகாப்பாக இருக்கிற விவரம் தெரியவந்தது.

தௌலதாபாத் மற்றும் மஹுலிக் கோட்டைகளைப் போன்று பைசாப்பூர் கோட்டை அத்தனை வலிமையானது அல்ல. அவர்களைக் கைது செய்வது எளிதாகவே இருக்கும் என்று திட்டமிட்டான்.

என்றாலும் ஷாஹாஜியைப் பற்றிக் குறைவாக மதிப்பிட அவன் மனம் இடம் தரவில்லை. இந்த நிலைமையைப் புத்திசாலித் தனமாக அணுக வேண்டும் என்று நினைத்தான்.

இந்த விஷயத்தில் அவனுக்கு அதிர்ஷ்டம் கூடிவந்தது என்றுதான் சொல்ல வேண்டும்.

3 குழந்தை தலைமறைவு

அகமதுநகர் உட்பட அனைத்து சுல்தான் கோட்டைகளும் இனிமேல் முகலாயர்களின் சாம்ராஜ்யமாக மாறப் போவதை பலரும் உணர்ந்தார்கள். அதில் முக்கியமாக அயூப்கானைச் சொல்ல வேண்டும்.

இவன் அகமதுநகர் ராஜ்யத்தின் கோட்டைகளில் ஒன்றிற்குத் தலைவனாக இருந்தான். ஆனால் இவனது கோட்டை மிகச் சிறியது. எப்படியும் வெகு விரைவில் இந்தக் கோட்டையை முகலாயர்கள் வசப்படுத்தப் போவது உறுதி என்பதால் அதற்கு முன்பாக அவர்களிடம் போய் சரணாகதி அடைந்துவிட முடிவு செய்தான்.

எனவே ஒரு நல்ல நாளில் மொகபத்கானை நேரில் சென்று பார்த்தான் அயூப்கான். தன்னை அறிமுகம் செய்துகொண்ட பின், சரணடைய வந்திருப்பதாகக் கூறினான். தனது பொறுப்பில் இருக்கும் கோட்டையைத் தானமாகத் தந்து விடுவதாகவும் பேரம் பேசினான்.

ஆனால் மொகபத்கானுக்கு அப்போதைய பிரச்சனை கோட்டையைக் கைப்பற்றுவது அல்ல. மாறாக எப்படியாவது ஷாஹாஜியைத் தன் வழிக்குக் கொண்டுவர வேண்டும் என்பது தான் பிரச்சனை. அதற்காக அவரது மனைவி, மகனைச் சிறைப் பிடித்து ஷாஹாஜியை மிரட்ட வேண்டும்.

இதைத் தெரியப்படுத்தியதும் இன்னும் உஷாரானான் அயூப் கான். ஜீஜாபாயையும், குழந்தை சிவாஜியையும் கொண்டுவந்து ஒப்படைக்கும் பொறுப்பை ஏற்பதாகக் கூறினான். அப்படிச் செய்தால் தன்னை அவர்களது படைப்பிரிவுத் தலைவனாக ஏற்று அறிவிக்க வேண்டும் என்ற நிபந்தனையையும் தெரிவித்தான்.

மொகபத்கானும் அந்த நிபந்தனையை ஏற்றுக்கொண்டான்.

இதனையடுத்து வேகமாக இரகசியத் திட்டங்களைப் பற்றி யோசிக்க ஆரம்பித்தது அயூப்கானின் மூளை. முகலாயர்களின் இரகசிய ஆளாக மாறிவிட்டது இன்னும் யாருக்கும் தெரியாது என்பதால் அதை வைத்தே திட்டமிட ஆரம்பித்தான் அயூப்கான்.

பைசாப்பூர் கோட்டையை வந்தடைந்த அயூப்கான் அங்கு ஜீஜாபாயைச் சந்தித்தான். அவன் அகமது நகர் கோட்டை ஒன்றின் தலைவன் என்பது அவளுக்கு முன்பே தெரியும். ஆகவே அவன் மீது நம்பிக்கை வைத்திருந்தாள் ஜீஜாபாய்.

வெற்றி மேல் வெற்றியைக் குவித்துவரும் முகலாயர் படை பைசாப்பூரை நோக்கி முன்னேறிக் கொண்டிருப்பதாகவும், எனவே அங்கிருந்து குழந்தையுடன் ஜீஜாபாயை இரகசியமாக அழைத்துக் கொண்டு தனது இருப்பிடத்திற்கு வந்துவிடுமாறு ஷாஹாஜி பணித்திருப்பதாகக் கூறினான்.

இது மிகமிக இரகசியமாக இருக்க வேண்டும் என்பதால் தான் யாருக்கும் தெரியாமல் பைசாப்பூருக்கு அனுப்பி வைத்திருப்பதாகவும் உண்மையைப் போலவே பொய் மூட்டையை அவிழ்த்துவிட்டான்.

அறிவில் சிறந்தவளான ஜீஜாபாய், அயூப்கான் சொன்னதைக் கேட்டுக் கொண்டாலும் முழுவதும் நம்பாமல் யோசிக்க

ஆரம்பித்தாள். அவள் மூளையும் சுறுசுறுப்பாக யோசிக்க ஆரம்பித்தது.

பைசாப்பூர் கோட்டைக்கு எந்நேரத்திலும் ஆபத்து ஏற்படக் கூடும் என்பதை முன்னரே அறிந்திருந்த காரணத்தால் அயூப்கான் கூறியதை ஓரளவுக்கு நம்பினாள். அவனோடு இரகசியப் பயணம் செய்து கணவன் ஷாஹாஜியிடம் சேர்வது என்று தீர்மானித்தாள்.

ஆனால் அதிபுத்திசாலியானதால் மிகப் பெரிய தந்திரம் ஒன்றையும் அப்போது செய்தாள். வெளியே நிறுத்தி வைக்கப் பட்டிருந்த பல்லக்கில் ஏறும்போது தனது குழந்தை சிவாஜிக்குப் பதிலாக ஒரு தலையணையைக் குழந்தையைப் போல மறைத்து வைத்துக் கொண்டாள். அயூப்கானும் குழந்தையோடு ஜீஜாபாய் பல்லக்கில் ஏறியதாக நம்பிவிட்டான்.

ஆனால் உண்மையில் நம்பிக்கைக்குரிய சத்யஜித்திடம் குழந்தை சிவாஜியைப் பத்திரமாக ஒப்படைத்தாள் ஜீஜாபாய். வேறு யாருக்குமே தெரியாமல் இதை இரகசியமாகவும் செய்தாள். ஏற்கெனவே திட்டமிட்டபடி குழந்தையைப் பாதுகாப்பாக வளர்த்து ஆளாக்குவார் சத்யஜித் என்ற நம்பிக்கை நூற்றுக்கு நூறு சதவீதம் அவளுக்கு இருந்தது.

பல்லக்கு இரவில் காட்டு வழியில் சென்றபோது அயூப்கான் ஜீஜாபாயுடன் பேசுவதைத் தவிர்த்துக் கொண்டே இருந்தான். அவனது இந்த நடவடிக்கை பெருத்த சந்தேகத்தை அவளுக்குக் கொடுத்தது.

அதற்கேற்ப பல்லக்கும் மொகபத்கான் இருப்பிடத்திற்கு முன்பாக வந்து நின்றது. தன்னைத் திட்டமிட்டு அயூப்கான் ஏமாற்றிவிட்டதை அப்போதே உணர்ந்துகொண்டாள் ஜீஜாபாய்.

மாளிகைக்குள் சென்று ஜீஜாபாயையும், அவள் குழந்தையையும் தந்திரமாக அழைத்து வந்திருப்பதைப் பெருமை யுடன் மொகபத்கானிடம் கூறினான் அயூப்கான்.

முதலில் இதை நம்பாத மொகபத்கான், வெளியே வந்து பல்லக்கைப் பார்த்தபோது இன்ப அதிர்ச்சியில் மிதந்தான்.

ஆனால் புத்திசாலியான ஜீஜாபாய் அப்போது அழகிய, நம்புகிற மாதிரியான ஒரு நாடகத்தை அரங்கேற்றினாள்.

பைசாப்பூர் கோட்டையில் இருந்து கிளம்பும்போது தன்னிடம் இருந்த குழந்தை சிவாஜியைத் தற்போது காணவில்லை

என்று பதற்றத்துடன் கூறினான். வழியில் பானம் ஒன்றைக் குடிப்பதற்குக் கொடுத்ததாகவும், அதைப் பருகியதும் மயங்கி விட்டதாகவும், அந்த நேரத்தில் தனது குழந்தையைக் காணாமல் செய்துவிட்டதாகவும் அயூப்கான் மீது குற்றம் சாட்டினாள்.

மொகபத்கான்

இப்படியொரு புகாரைச் சற்றும் எதிர்பாராத அயூப்கான் திடுக்கிட்டான். ஜீஜாபாய் கூறுவதை மொகபத்கான் நம்பிவிட்டால் தனது உயிருக்கே அது ஆபத்தாய் முடிந்துவிடும் என்று பதறினான். அவள் கூறுவது முற்றிலும் பொய் என்று கத்தினான். தந்திரமாகக் குழந்தையை பைசாப்பூரிலேயே விட்டுவிட்டு வந்துவிட்டதாகக் கூறினான்.

ஆனால் ஜீஜாபாயோ, அயூப்கான் மீது சந்தேகம் அடைந்து குழந்தையை அங்கேயே விட்டிருந்தால், தான் மட்டும் எப்படித் தெரிந்தே இங்கே வந்திருக்க முடியும் என்று எதிர்க்கேள்வி எழுப்பினாள்.

இதற்குச் சரியான பதிலைக் கூறமுடியாமல் திணறினான் அயூப்பான்.

அணுஅளவு சந்தேகம் ஏற்பட்டிருந்தாலும் ஜீஜாபாய் மட்டும் எப்படி அயூப்கானுடன் வந்திருப்பாள் என்று யோசிக்க ஆரம்பித்தான் மொகபத்கான்.

ஆக, ஜீஜாபாயை மட்டுமல்லாமல் உண்மை தெரிகிற வரை அயூப்கானையும் சிறையில் அடைக்குமாறு கட்டளையிட்டான்.

எவ்வளவோ மறுத்துக் கூறியும், புலம்பி அழுதும் அயூப்கானை மொகபத்கான் நம்பத் தயாராக இல்லை.

இதனிடையே நயவஞ்சகமாகச் செயல்பட்டுத் தனது மனைவி ஜீஜாபாயை மொகபத்கானிடம் அயூப்கான் சிக்க வைத்துவிட்ட விவரம் தெரிந்து கோபத்தின் உச்சிக்கே சென்றார் ஷாஹாஜி.

எனினும் அவருக்கு ஒரு உண்மை மட்டும் விளங்கவில்லை. குழந்தை சிவாஜி என்ன ஆனான்? பைசாப்பூர் கோட்டையிலே அவனை விட்டுவிட்டு வந்திருப்பாளா ஜீஜாபாய்? அங்கே அவனைப் பத்திரமாகப் பார்த்துக் கொள்வது யார்?

சத்யஜித் என்பவனிடம்தான் குழந்தையை ஜீஜாபாய் ஒப்படைத்த தகவல் ஷாஹாஜிக்கு வந்து சேர்ந்தது.

யார் அந்த சத்யஜித்?

நம்பிக்கைக்குரியவனா?

அவனிடம் என்ன தைரியத்தில் குழந்தையைத் தனது மனைவி ஒப்படைத்தாள்?

பல்வேறு கேள்விகள் ஷாஹாஜியின் மனதைக் குடைந்து கொண்டிருந்தன.

எப்படியாவது சத்யஜித் எங்கிருக்கிறான் என்பதைத் தேடிக் கண்டுபிடித்து குழந்தை சிவாஜியை அவனிடம் இருந்து மீட்டு வந்துவிட வேண்டும் என்பதில் உறுதியாக இருந்தார். அதையே தனது வீரர்களுக்கு ஆணையாகவும் பிறப்பித்தார்.

சிவாஜியைத் தேடி ஷாஹாஜியின் படை வீரர்கள் நாலா புறமும் வலைவீசிக் கொண்டிருந்தார்கள்.

பைசாப்பூர் கோட்டைக்குள் துருவித்துருவி விசாரித்ததில் சத்யஜித் சகாயத்ரி மலைத் தொடரைச் சேர்ந்தவன் என்கிற தகவல் கிடைத்தது.

தொடர்ந்து அங்கே போய்த் தங்கள் விசாரிப்பைத் தொடங்கினார்கள் வீரர்கள்.

அவர்களுக்கு சத்யஜித்தைக் கண்டுபிடிப்பது அவ்வளவு கஷ்டமாக இருக்கவில்லை.

அவனிடம் சென்ற வீரர்கள், சிவாஜியை ஒப்படைக்குமாறு வற்புறுத்தினார்கள்.

ஷாஹாஜி தந்தையாக இருந்தாலும் குழந்தை சிவாஜியைப் பத்திரமாக ஜீஜாபாயிடம்தான் ஒப்படைக்கப் போவதாக உறுதியாகக் கூறினான் சத்யஜித். அவ்வாறு ஜீஜாபாயிடம் சத்தியம் செய்து கொடுத்திருப்பதாகவும் கூறிவிட்டான்.

மன்றாடிக் கேட்டுப் பார்த்தார்கள்.

மிரட்டிக் கேட்டுப் பார்த்தார்கள்.

அன்போடு கேட்டுப் பார்த்தார்கள்.

அதிகாரமாகக் கேட்டுப் பார்த்தார்கள்.

ஆனால் எதற்குமே சத்யஜித் மசியவில்லை. குழந்தையை எக்காரணம் கொண்டும் ஜீஜாபாய் அல்லாமல் மற்றொருவரிடம் கொடுக்கப் போவதில்லை என்பதில் பிடிவாதமாக இருந்தான்.

அதற்கு அவன் கூறிய இன்னொரு காரணம்தான் வீரர்களை அதிர்ச்சி அடையச் செய்தது.

'ஷாஹாஜிக்கு ஜீஜாபாய் மட்டுமல்லாமல் இன்னொரு மனைவியும் உண்டாம். அந்தப் பெண்ணோடுதான் அவர் வாழ்ந்து வருகிறாராம். அந்தப் பெண்ணுக்குப் பிறந்த குழந்தை சாம்பாஜியையும் அவர் வளர்த்து வருகிறாராம். ஆனால் எங்கள் ஜீஜாபாய்க்கு ஒரே ஆதரவு அவரது குழந்தை சிவாஜி மட்டுமே. அப்படிப்பட்ட குழந்தையை எப்படி ஷாஹாஜியிடம் ஒப்படைப்பது?' என்று திருப்பிக் கேட்டான் சத்யஜித்.

அந்த வீரர்களால் இதற்குப் பதில் அளிக்க முடியவில்லை. வாய் பேசாமல் அங்கிருந்து திரும்பிச் சென்றுவிட்டனர். நடந்தவற்றை அப்படியே வரி பிசகாமல் ஷாஹாஜியிடமும் ஒப்பித்தனர்.

அதிர்ந்து போனார் அவர்.

சிவாஜியை சிறப்பான, நம்பிக்கையான, நாணயமான, நேர்மையான ஒருவனிடம்தான் தன் மனைவி ஒப்படைத்திருப்ப தாக மகிழ்ச்சியுடன் கூறினார்.

4 கொண்டானா கோட்டை

ஜீஜாபாயின் சித்தப்பா போத்தாஜி ராவ். அதாவது அவரது தந்தை ஜாதவ்ராவ்வின் சகோதரர். இவர்கள் முகலாயப் பேரரசின் நம்பிக்கைக் குரியவர்களாக இருந்தார்கள்.

இந்நிலையில் ஜீஜாபாய் முகலாயத் தளபதி மொகபத்கானால் கைது செய்யப்பட்டு சிறையில் அடைத்துள் ளதைத் தங்களுக்கு ஏற்பட்ட கௌரவக் குறைச்சலாகவே நினைத்தார் போத்தாஜி ராவ்.

தங்கள் குடும்பத்துடனான தொடர்பை ஜீஜாபாய் துண்டித்து பல ஆண்டுகள் கடந்துவிட்டாலும், தங்கள் குலக் குடும்பத்துப் பெண் என்பதால், அவருக்கு அளிக்கப்பட்டுள்ள தண்டனை தங்களின் வம்சத்துக்கு நேரிட்ட அவமானமாகத் தான் போத்தாஜி ராவ் கருதினார்.

ஷாஹாஜியின் மனைவி என்ற ஒரே காரணத்திற்காகத்தான் ஜீஜாபாயை மொகபத்கான் கைது செய்து சிறையில் வைத்துள்ளார் என்பது ஊரறிந்த உண்மை.

ஆனாலும் ஜீஜாபாய் தங்கள் வீட்டுப் பெண் என்பதால் அவர் தொடர்ந்து சிறையில் இருப்பது மிகப் பெரிய கேவலத்தைத் தரும் என்பதாகத்தான் போத்தாஜி நினைத்தார். மேலும் தனது சகோதரர் ஜாதவ்ராவ் உயிரோடு இல்லாத நிலையில் தங்கள் வீட்டுப் பெண்ணுக்கு நேர்ந்த அவமானத்தைத் துடைத்தெறிய வேண்டியது தனது கடமை என்று நினைத்தார்.

அத்துடன் தங்களுடன் நல்ல நெருக்கமான நட்பைத் தொடர்ந்துவரும் முகலாயப் பேரரசர் ஷாஜஹானின் தளபதி மொகபத்கானிடம் பேசி ஜீஜாபாயை விடுவிக்க வேண்டியது கட்டாய அவசியம் என்பதை உணர்ந்தார்.

எனவே நேராக மொகபத்கானைத் தேடி விரைந்தார்.

போத்தாஜி ராவ் வந்திருப்பதாகக் காவலர் வசம் சொல்லி அனுப்பிய அடுத்த நொடிப் பொழுதே உள்ளே வருமாறு அழைப்பு வந்தது.

போத்தாஜி ராவுக்கு உரிய மரியாதை அளிக்கப்பட்டது. பருக பானம் வழங்கப்பட்டது. தங்கள் சக்ரவர்த்தியின் உண்மையான தோழன் என்பதால் மொகபத்கானின் கவனிப்பு சற்று அதிகமாகவே இருந்தது.

ஜீஜாபாய் சிறையில் அடைக்கப்பட்டது குறித்து பேச்சை எழுப்பினார் போத்தாஜி ராவ். அவள் ஷாஹாஜியின் மனைவி என்ற போதிலும், தங்கள் வீட்டுப் பெண் என்பதை சற்று அழுத்தமாகவே விளக்கினார்.

அப்புறம் மற்றொரு உண்மையையும் தெளிவாகவே மொகபத்கானிடம் விவரித்தார்.

ஜீஜாபாய் கர்ப்பம் தரித்த நிலையில் அவளை ஷிவ்னேரி கோட்டையில் விட்டுவிட்டு, தனது மற்றொரு மகன் சாம்பாஜியை மட்டும் அழைத்துக் கொண்டு ஷாஹாஜி எங்கோ சென்றுவிட்டதாகக் கூறினார். அதன்பிறகு தனது அண்ணன் மகள் என்ன ஆனாள், அவள் பெற்றெடுத்த குழந்தை என்ன ஆனது என்பதைப் பற்றி அறிந்து கொள்ளும் அக்கறை இல்லாதவராகவே ஷாஹாஜி இருந்ததையும் விளக்கினார். இவ்வாறாகத் தனது மகள் ஜீஜாபாயை முற்றிலுமாகக் கைவிட்ட ஷாஹாஜி,

தங்களிடம் இருந்து அவளை மீட்க எப்படி வருவார் என்று எதிர்கேள்வியும் கேட்டார்.

போத்தாஜியின் பேச்சை மூளைக்குள் போட்டுப் பலவாறாக சிந்தித்தார் மொகபத்கான்.

போத்தாஜி சொல்வதில் நிறைய உண்மை இருப்பது அவருக்குத் தெரிந்தது. மட்டுமல்லாமல் தமது சக்ரவர்த்தியின் உண்மைக்கு உகந்தவர் என்னும் அதி உன்னத முக்கியத்துவமும் அவருக்கு உள்ளது.

அத்துடன் மற்றொன்றையும் கூறி மொகபத்கானின் மனதை அசைய வைத்தார் போத்தாஜி.

"வேண்டுமென்றால் எனது அண்ணியும், ஜீஜாபாயின் அன்னையுமான மால்சாபாயிடம் இருந்து அவரது விடுதலை தொடர்பாக மாமன்னர் ஷாஜஹானுக்குக் கைப்பட கடிதம் எழுதி வாங்கி வருகிறேன்" என்றார்.

ஜாத்வராவ் மற்றும் அவரது மனைவி மால்சாபாய் ஆகியோர் மீது மன்னர் ஷாஜஹான் தீவிர அன்பு கொண்டவர் என்கிற உண்மை மொகபத்கானுக்கு நன்றாகவே தெரியும்.

எனவே அதற்கு மேலும் போத்தாஜியின் வேண்டுகோளை உதறித்தள்ள அவரால் முடியவில்லை. என்றாலும் அவர் மனதிலும் ஒரேயொரு சந்தேகம் முளைவிடத்தான் செய்தது.

ஜாதவ்ராவ் குடும்ப உறவு ஜீஜாபாய். ஆனாலும் ஜீஜாபாய் அத்தனை நம்பிக்கைக்கு உரியவராக அவருக்குத் தெரியவில்லை. எனவே வேறொரு திட்டம் வகுத்தார்.

அதாவது ஜீஜாபாயைத் தமது இருப்பிடத்தில் இருந்து விடுவிப்பது. அதே நேரத்தில் அவளது குழந்தை சிவாஜி கிடைக்கிறவரை அவளைத் தனது பாதுகாப்பில் வைத்துக் கொள்வது என்பதுதான் அந்தத் திட்டம்.

அதாவது கொண்டானா கோட்டையில் ஒரு அரசியாரைப் போல ஜீஜாபாய் தங்கியிருக்க அனுமதிப்பது. அவளுக்குப் பணிவிடை செய்வதற்கு பணியாட்களையும் அமர்த்துவது. அவள் அங்கு மகிழ்ச்சியாகக் காலம் தள்ளலாம். ஆனாலும் தனது கட்டுப்பாட்டு வளையத்திற்குள் மட்டுமே இருக்க வேண்டும்.

இந்தத் திட்டத்தைக் கேட்டவுடன் நிறைவாக எழுந்து நின்று நன்றி கூறினார் போத்தாஜி. ஓர் சிறைக் கைதியாக இல்லாமல்

இருந்தாலே போதும் என்பதுதான் அவரது எண்ணமாக இருந்தது. ஜீஜாபாயைப் பற்றி இல்லாமல் தங்கள் அவமானம் மட்டுமே அவருக்கு முக்கியமாக இருந்தது.

அதாவது சிந்துகேத் அரச குடும்பத்தின் மானம் காக்கப்பட வேண்டும். ஜீஜாபாய் கைதியாக இல்லாமல் விடுவிக்கப்பட்டு விட்டாள் என்று ஊர் உலகம் அனைத்தும் தகவல் பரவ வேண்டும். அப்புறம் கொண்டானா கோட்டையில் ஜீஜாபாய் வசித்து வருகிறாள் என்று செய்தி பரவினாலே போதுமானது. தங்களது குடும்ப மானம் காப்பாற்றப்பட்டு விட்டதாகவே அர்த்தமாகிவிடும்.

இந்த அளவிற்கு ஜீஜாபாயின் விடுதலை மீது அக்கறை கொண்டிருந்த போத்தாஜி, சிறையில் இருந்த ஜீஜாபாயைச் சந்திக்க விரும்பவில்லை. மொகபத்கான் வலிய அனுமதி தந்தும் சிறையில் அவளைச் சந்திக்க மறுத்துவிட்டார். அத்துடன் அங்கிருந்து கிளம்பிப் போயும் விட்டார்.

ஆனாலும் கொடுத்த வாக்குக்கேற்ப ஜீஜாபாயை கொண்டானா கோட்டைக்கு அனுப்பி வைத்தார் மொகபத்கான்.

கொண்டானா கோட்டை

அந்தக் கோட்டை ஜீஜாபாய்க்கு மிகவும் பிடித்திருந்தது. மிகப் பிரம்மாண்டமாக இருந்தது. இயற்கைச் சூழல் மிக்க அந்தக் கோட்டை மாளிகையில் அவளால் சுதந்திரமாக நடமாட முடிந்தது.

ஒரு கைதி என்ற நிலைமாறி அரசி என்கிற நிலைக்கு மாறி இருப்பதை அவளால் உணர முடிந்தது. இதற்கு முக்கியக் காரணம் தனது அன்னையும், சித்தப்பா போத்தாஜியும் மட்டுமே என்பதையும் அவள் நன்கே உணர்ந்திருந்தாள்.

ஆனால் இந்த வகையான உதவியின் பின்னால் இருப்பது பாசம் கிடையாது என்ற உண்மையையும் ஜீஜாபாய் உணரத் தவறவில்லை. அவர்களின் கௌரவம் பாதிக்கப்படக்கூடாது என்பது மட்டுமே இதற்கு முக்கியக் காரணம் என்பதை அவள் மிக நன்றாகவே புரிந்து கொண்டிருந்தாள்.

இவை எல்லாம் ஒருபுறம் இருக்க அந்தப் புதிய சூழலை சந்தோஷமாக அனுபவித்தாள் ஜீஜாபாய். அவளுக்கு அங்கே மற்றொரு சாதகமான அம்சமும் இருந்தது.

அதாவது அக்கோட்டையைக் காவல் காத்த வீரர்களில் சிலர் அவளது தந்தை ஜாதவ்ராவ் படையைச் சேர்ந்தவர்கள். அந்த வீரர்கள் அனைவரும் தங்கள் மன்னரின் மகள் என்று நிறைய மரியாதை மற்றும் அன்பையும் அவளிடம் செலுத்தினார்கள். மேலும் நாட்டு நடப்பைப் பற்றியும் சில உண்மைகளை அவ்வப்போது அவள் காதில் போட்டுக் கொண்டே இருந்தார்கள்.

அகமதுநகர் மன்னராக முதலாம் நிஜாம் ஷாவின் வம்சத்தைச் சேர்ந்த குழந்தை ஒன்றை அரியணையில் ஷாஹாஜி அமர்த்திய தகவலை அந்த வீரர்கள்தான் ஜீஜாபாய்க்குக் கூறினார்கள்.

அந்தக் குழந்தைக்குப் பாதுகாவலான நின்று ஆட்சி செய்யத் தீர்மானித்தே இவ்வாறு ஷாஹாஜி நடந்து கொண்டிருப்பதாகவும் அவர்கள் சொன்னார்கள்.

இந்த அதிரடியான சமயோசித நடவடிக்கைக்கு பீஜாப்பூர் சுல்தானின் ஆதரவையும் அவர் பெற்றுவிட்டார் என்பதும் கூடுதல் தகவல்.

இதுபோன்ற நிலைப்பாட்டில் அரசியல் நடவடிக்கைகள் மிகச் சாதுர்யமாக ஷாஹாஜியால் திட்டமிட்டு நகர்த்தப்பட்டு வந்தது.

சில நாட்கள் கழித்து பரெண்டா என்னும் இடத்தில் முகலாயப் படைகளுடன் ஷாஹாஜி படைகள் கடுமையாக மோதியதாகவும், அந்தச் சண்டையில் ஷாஹாஜி சிறப்பான வெற்றியைப் பெற்றதாகவும் வீரர்கள் தகவல் அளித்தார்கள்.

இது மகிழ்ச்சியான செய்திதான். ஆனாலும் ஜீஜாபாயால் முழுமையான மகிழ்ச்சியாக அதை ஏற்றுக்கொள்ள முடியவில்லை. ஏனென்றால் தோல்வியை ஒப்புக்கொண்டு ஓய்ந்து போகிறவர்கள் கிடையாது முகலாயர்கள். அவர்கள் அடிபட்ட புலி. மீண்டும் பதுங்கிப் பாய்வார்கள் இன்னும் அசுர சக்தியுடன்.

இந்த விளையாட்டு எப்படிப் போய் முடியப்போகிறதோ என்னும் கவலை அவளுள் நெருப்பாய் பற்றி எரிந்தது. இதுபோன்ற செயல்பாடுகளால் தனது குழந்தை சிவாஜியை நேரில் சந்திக்கும் தருணம் தள்ளிப் போய்க் கொண்டே இருப்பதாகவும் அவள் கவலை அடைந்தாள்.

இதற்கு என்ன செய்வது?

சில நாட்களில் மற்றொரு எதிர்பாராத சேதி அவளுக்கு வந்து சேர்ந்தது. அதாவது ஏதோ ஒரு கொடிய நோய் தாக்கி மொகபத்கான் இறந்து போனார் என்ற தகவல்தான் அது.

அதனைத் தொடர்ந்து மொகபத்கானின் மகன் தலைமையில் முகலாயப் படை ஷாஹாஜிப் படையை எதிர்த்து சண்டையிட்டுக் கொண்டிருப்பதாகவும் தகவல் வந்தது. ஆனாலும் முகலாயப் படையினரால் வெற்றி அடைய முடியவில்லை.

அவர்கள் தோல்வியைத் தழுவிக் கொண்டே இருந்தது ஷாஜஹானுக்குக் கடுமையான கோபத்தை வரவழைத்தது. மிகப் பெரிய படைபலம் இருந்தும் ஷாஹாஜியை வெல்வதற்கு முகலாயப் படையால் முடியவில்லை என்பது அவருக்கு மேலும் ஆத்திரத்தை வரவழைத்தது.

போரை வேறு மாதிரியாக மாற்றி அமைக்கத் திட்டம் வகுத்தார் ஷாஜஹான்.

அது மும்முனைத் தாக்குதல்.

அதாவது முகலாயப் படையை மூன்று பிரிவாக மாற்றி அமைத்தார்.

முதல் பிரிவு ஷாஹாஜி இருந்த கோட்டையைச் சுற்றி வளைத்து சண்டையிடுவது. அப்போது ஷாஹாஜியைக் கைது செய்ய முடியாவிட்டாலும் பரவாயில்லை அவரை அங்கிருந்து தப்பிக்க விடக்கூடாது என்பது அழுத்தமான ஆணை.

இரண்டாவது பிரிவு, அதுவரை ஷாஹாஜி வென்றிருந்த இதர கோட்டைகள் மீது கடுமையான தாக்குதலை நடத்த வேண்டும். ஷாஹாஜியை அவரது கோட்டைக்குள்ளேயே முடக்கி விட்ட காரணத்தால் அவரால் தமது வீரர்களுக்கு எந்தவிதமான கட்டளையும், திட்டமிடலும் செய்துகொடுக்க முடியாது. எனவே உரிய வழிகாட்டுதல் இல்லாமல் அவரது படை வீரர்களால் நீண்ட நாட்கள் தாக்குப்பிடிக்க முடியாது. எனவே வேறு வழியின்றி அங்குள்ள வீரர்கள் சரணடைந்தே தீர வேண்டும்.

மூன்றாம் படைப்பிரிவு பீஜாப்பூர் மீது படையெடுக்க வேண்டும். பீஜாப்பூர் சுல்தானின் ஏகோபித்த ஆதரவுடன்தான் ஷாஹாஜியால் வெற்றி மேல் வெற்றியாகக் குவிக்க முடிகிறது. பீஜாப்பூர் சுல்தானை அடக்கி வைப்பதன்மூலம் ஷாஹாஜியை செயல் இழக்கச் செய்துவிட முடியும்.

இப்படித்தான் மும்முனைத் தாக்குதல் நடத்தத் திட்டமிட்டார் ஷாஜஹான்.

அவரது திட்டம் அநேகமாக வெற்றியாகத்தான் அமைந்தது.

ஷாஹாஜியை வெல்ல முடியவில்லை என்றபோதிலும் அவரைக் கோட்டையை விட்டு நகரமுடியாதபடி செய்ததே மிகப் பெரிய தந்திர வெற்றிதான்.

இதனால் அவர் ஆக்ரமிப்பில் இருந்த கோட்டை பாதுகாப்பு வீரர்கள் அனைவரும் தங்கள் பலத்தை இழக்க ஆரம்பித்தார்கள். தலைவனின் திட்டமிடல், ஆலோசனை, கட்டளை என்று எதுவும் இல்லாமல் நின்று போனதால் ஷாஹாஜிப் படையினர் சோர்ந்து போயினர்.

இதுபோன்ற தருணத்திற்காகக் காத்திருந்த முகலாயர்கள் அந்தக் கோட்டைகளை எல்லாம் தங்கள் வசமாக்கினர். தங்கள் வசம் சிக்கியவர்களை அடிமைகளாக்கி விற்கவும் செய்தார்கள்.

ஷாஹாஜியை கோட்டையை விட்டு நகர முடியாதபடி செய்துவிட்டதோடு பீஜாப்பூர் சுல்தான் கோட்டை மீது தாக்குதல் நடத்த ஆயத்தமானார்கள் முகலாயர்கள்.

இப்படியொரு அதிரடி திருப்பத்தை சற்றும் எதிர்பாராத சுல்தான் நடுங்கிப் போனார். முகலாயப் படையிடம் தமது தோல்வியை ஒப்புக்கொண்டு என்ன மாதிரியான ஒப்பந்தம் செய்து கொள்வதற்கும் தயாராக இருப்பதாக இருகரம் கூப்பித் தெரிவித்தார் பீஜாப்பூர் சுல்தான் ஆதில்ஷா.

இந்தச் செய்தி கொண்டானா கோட்டையையும் வந்தடைந்தது.

இதைக் கேட்ட ஜீஜாபாய் இடிந்து போனாள்.

எது நடந்துவிடக் கூடாது என்று பயந்தாளோ, அது நடந்தே விட்டது.

எக்காரணம் கொண்டு ஷாஹாஜியால் முகலாயர்களை எதிர்த்துப் போரிடவே முடியாது.

அப்படியானால் ஷாஹாஜியின் கதி?

ஷாஜகான் அவரைக் கைது செய்து சிறையில் அடைப்பாரா? அல்லது கொன்றொழித்து விடுவாரா?

கவலையின் உச்சத்திற்குச் சென்றாள் ஜீஜாபாய்.

5 ஷாஹாஜி

முகலாயப் படையினரின் முப்படைத் தாக்குதலை சற்றும் எதிர்பார்த்திருக்கவில்லை ஷாஹாஜி. மேலும் பெரும் படைபலம் அவர்களுக்கு இருந்த காரணத்தால் புத்திசாதுர்யமாகச் செயல்பட்டு பீஜாப்பூர் சுல்தான் ஆதில்ஷாவை முழுமையாகச் சரணாகதி அடைய வைத்துவிட்ட நிலைப்பாடு பெரும் அதிர்ச்சியையும் ஏற்படுத்தியது. சரணடைவதைத் தவிர சுல்தானுக்கும் வேறுவழி இருக்கவில்லை.

முகலாய மன்னருக்கு மிகப் பெரிய அளவில் கப்பம் கட்டியதுடன், ஷாஹாஜியைச் சிறைப்பிடிக்கவும் அவர் உதவ வேண்டிய கட்டாய நிலை ஏற்பட்டது. இதனையடுத்து முகலாயப் படையுடன் பீஜாப்பூர் படையும்

சேர்ந்து ஷாஹாஜியைக் கைது செய்யப் புறப்பட்டு வந்து கொண்டிருந்தன.

இந்தத் திடுக்கிடும் தகவல் கிடைத்ததும் உஷாரானார் ஷாஹாஜி போஸ்லே. இதற்கு மேலும் கோட்டைக்குள் இருப்பது பாதுகாப்பானது இல்லை என்பதும் புரிந்தது.

இரகசியமாகத் திட்டம் வகுத்தார். பகைவர்களிடம் சிக்கிக் கொள்ளாமல் தப்பிவிடுவது எப்படி என்று தீவிரமாக யோசனை செய்தார்.

இரவோடு இரவாகத் தமது படையுடன், சுற்றி வளைத்திருந்த முகலாயப் படை வசம் சிக்கிவிடாமல் இரகசியமாக அங்கிருந்து பாதுகாப்பான இடத்திற்கு பத்திரமாக வெளியேறினார்.

அப்படிப்பட்ட பாதுகாப்பான இடமாக அமைந்தது சகாயத்ரி மலைத்தொடர். எனவே அந்த மலையின் அடர்ந்த காட்டுப் பகுதிக்குள் சென்று மறைந்து கொண்டார்.

அவ்வாறு செல்கிறபோது ராணியாருக்கு அவர் அளித்த சத்தியத்தின் காரணமாக அகமதுநகர் மன்னராக முடிசூட்டிய ராஜவம்சத்து சிறுவனையும் அழைத்துக் கொண்டுதான் சென்றார். ஏனென்றால் அந்த ராஜகுலத்தின் ஒரே வாரிசாக எஞ்சியிருப்பது அச்சிறுவன் மட்டுமே. அவனையும் கொன்று குவிக்க இரத்த வெறி பிடித்த முகலாயப் படை கூரிய ஆயுதங்களுடன் அலைந்து கொண்டிருந்ததை அவர் அறிவார்.

இந்தச் சண்டையில் எப்படியாவது வெற்றியைப் பெற்று, அச்சிறுவனை அரியணையில் ஏற்றியே தீரவேண்டிய கட்டாயம் அவருக்கு இருந்தது. கொடுத்த வாக்கினைக் காப்பாற்ற வேண்டியது அவசியம் அல்லவா!

அந்தக் காட்டில் தன் வீரர்களுடன் பதுங்கி இருந்தபோது ஷாஹாஜியின் நினைவில் அவரது மகன் சிவாஜியைப் பற்றிய நினைவு புரண்டது.

இதே மலையில் தானே மகன் சிவாஜி சத்யஜித்தின் பாதுகாப்பில் இருக்கிறான்!

எப்படியாவது அவனைச் சந்திக்க முடிந்தால் மகிழ்ச்சியாக இருக்கும் என்று நினைத்தார்.

தனது மனைவி ஜீஜாபாய்க்குக் கொடுத்த வாக்கினைக் காப்பாற்றுவதற்காக சிவாஜியை ஒருபோதும் தன்வசம் சத்யஜித்

ஒப்படைக்க மாட்டார் என்பது அவருக்கு நன்றாகவே தெரியும். எனவே அவரை வற்புறுத்தி மகனை அழைத்துச் செல்லவும் அவர் மனம் விரும்பவில்லை. ஆனாலும் மகனை ஒருமுறையாவது நேரில் சந்தித்தால் ஆறுதலாக இருக்கும் என்று நினைத்தார்.

பாசம் மனதை உந்தித் தள்ளியது.

ஆனால் அதற்குக் காலம் இடமளிக்கவில்லை.

ஜீஜாபாயைத் திருமணம் செய்ததையும் அவர் அப்போது ஏனோ நினைத்துப் பார்த்தார்.

அது ஒரு கட்டாயத் திருமணமாகத்தான் அமைந்திருந்தது. ஏனென்றால் ஜீஜாபாயின் அன்னையும் ராணியாருமான மால்ஸாபாய், அவரை மிகப் பெரிய மகாராணியாகவே கருதிக் கொண்டிருந்தாள். அதனால் தனது மகளை ஒரு ராஜ பரம்பரையைச் சேர்ந்தவனுக்கே திருமணம் முடித்து வைக்க வேண்டும் என்பது அவள் ஆசையாக இருந்தது.

ஆனால் ஷாஹாஜி ராஜ குடும்பத்தைச் சேர்ந்தவர் அல்ல என்று கருதி, அந்தத் திருமணத்தை வெறுத்தாள். ஆனாலும் எப்படியோ ஷாஹாஜிக்கும், ஜீஜாபாய்க்கும் திருமணம் நடந்தேறி விட்டது.

தாயார் மால்ஸாபாயைப் போலவே ஜீஜாபாய் தன்னை மிகப் பெரிய மகாராணியாகக் கருதவில்லை என்றாலும் அசாத்திய நுண்ணறிவு படைத்தவளாக இருந்தாள். அவள் சிந்தனை அறிவு, நுட்பமான கருத்து அனைத்தும் ஒரு ராஜ வம்சத்தைச் சேர்ந்தவரைப் போன்றே அமைந்திருந்தது.

சாம்பாஜி பிறந்தான்.

அப்புறம் நான்கைந்து ஆண்டுகள் கழித்து சிவாஜி பிறந்தார்.

இதனிடையே துகாபாய் என்ற பெண்ணை இரண்டாவதாகத் திருமணம் செய்து கொண்டார் ஷாஹாஜி. அவர்களுக்கும் இரண்டு குழந்தைகள் பிறந்தன. ஒன்று வியான்கோஜி என்னும் எகோஜி. மற்றவர் கோயாஜி.

அப்புறம் மூன்றாவதாக நர்சாபாய் என்ற பெண்ணையும் அவர் மணம் புரிந்தார். அவர்களுக்கும் சான்டாஜி என்றொரு குழந்தை உண்டு.

இவ்வாறு ஷாஹாஜியின் வாழ்க்கை வரலாறு போகிறது.

இப்போது சகாயத்ரி மலைத் தொ! ருக்கு வருவோம்.

அந்த மலையின் வேறொரு பகுதியில் இருந்த சத்யஜித் ஷாஹாஜி அங்கு வந்திருப்பதைத் தூரத்தில் இருந்து பார்த்து விட்டான். சிறுவன் சிவாஜியும் அவர்களைப் பார்த்தார். ஆனாலும் அவர்கள் யார் என்று அறிந்திருக்கவில்லை. தனது

பெற்றோர் மற்றும் சகோதரனுடன் குழந்தை சிவாஜி

தந்தை என்ற உண்மையை அவர் உணர்ந்திருக்கவில்லை. அந்த உண்மையை சிவாஜிக்கு சத்யஜித் உணர்த்தவும் இல்லை. அவ்வாறு தெரியப்படுத்தினால் தந்தை மீதான பாசம் காரணமாக அவரோடு ஐக்கியமாகிவிடவும் கூடும். அப்படியொரு நிலைமை ஏற்பட்டுவிட்டால் அதனைச் சத்தியமாக சத்யஜித்தால் தடுக்க முடியாமலும் போய்விடும்.

அப்படியானால் ஜீஜாபாய்க்கு அவர் சத்தியம் செய்து கொடுத்த வாக்கு என்னாவது?

இது ஒருபுறமிருக்க, ஷாஹாஜி தப்பியோடிய தகவல் முகலாய சக்ரவர்த்திக்குத் தெரிந்துவிட்டது.

கோபத்தின் உச்சத்திற்குச் சென்ற அவர், உடனே அவரைக் கைது செய்யுமாறு தமது படையினருக்கு உத்தரவிட்டார்.

மட்டுமல்லாமல் மற்றொரு பயங்கரமான கட்டளையையும் அவர் பிறப்பித்திருந்தார். அதுதான் ஷாஹாஜியை அதிர்ச்சி அடையச் செய்தது.

ஷாஹாஜியைப் பிடிக்க முடியாமல் போனாலும் பரவாயில்லை என்றும், அவருடன் இருக்கும் அரசரைக் கண்டுபிடித்து, சிறுவன் என்றும் பாராமல் கொன்று, அவன் பிணத்தை ஒப்படைக்குமாறும் ஆணையிட்டிருந்தார். அவ்வாறு பிணத்தை ஒப்படைப்பவர்களுக்கு மிகப் பெரிய சன்மானம் அளிக்கப்படும் என்றும் முகலாயச் சக்ரவர்த்தி அறிவித்திருந்தார்.

ராஜவம்சத்து சிறுவனை என்ன ஆனாலும் சரி எதிரிகளின் கைகளில் சிக்கவிடாமல் பார்த்துக் கொள்ள வேண்டும் என்று உறுதி பூண்டார் ஷாஹாஜி.

அதற்காக ஒரு மாறுபட்ட யோசனை செய்தார். தனது தூதுவன் ஒருவனை முகலாயச் சக்ரவர்த்தி ஷாஜகானிடம் அனுப்பி வைத்தார். இரண்டு நிபந்தனைகளை நிறைவேற்றினால் சரணடையத் தயாராக இருப்பதாக அந்தத் தூதுவர் வசம் சொல்லி அனுப்பினார்.

ஒன்று, அகமதுநகர் ராஜ பரம்பரையைச் சேர்ந்த சிறுவனுக்கு உயிர்ப் பிச்சை அளிக்க வேண்டும்.

இரண்டு, சக்ரவர்த்திக்கு அடிமைச் சேவகம் செய்யத் தனக்கு வாய்ப்பளிக்க வேண்டும்.

இந்த நிபந்தனைகளைக் கேட்ட ஷாஜஹான் தமது அமைச்சரவை முக்கியப் பிரதிநிதிகளோடு ஆலோசனை செய்தார்.

முதலாவது நிபந்தனையான ராஜ வம்சத்து சிறுவனைத் தம்மிடம் ஒப்படைக்கும் பட்சத்தில் அவனைக் கொல்லாமல் உயிர்ப்பிச்சை அளிக்கப்படும் என்றார்.

ஆனால் இரண்டாவது நிபந்தனையான அடிமைச் சேவகம் செய்ய ஷாஹாஜியை ஒருபோதும் அனுமதிக்கப் போவதில்லை என்றும், வேண்டுமென்றால் மன்னித்து விடுவதாகவும் கூறினார்.

இது ஷாஹாஜிக்கு அவமானத்தைத் தந்தது. அருகில் இருக்கக்கூடத் தன்னைத் தகுதியற்றவனாக ஷாஜஹான் கூறியது தான் அந்த அவமானத்திற்கு முக்கியக் காரணம்.

எனினும் அப்போதைய நிலைமை அவருக்குச் சாதகமாக இல்லாத காரணத்தால் ஷாஜஹானின் வாக்கினை ஏற்றுக் கொண்டு சரணடைவதைத் தவிர வேறுவழியில்லை என்று தீர்மானித்தார்.

தமது படையினருடன் மலைப் பாதை வழியே கீழிறங்கி போய்க் கொண்டிருந்தார் ஷாஹாஜி.

அதற்குள் நிலைமை மாறியது.

பீஜாப்பூர் பகுதி செல்வச் செழிப்பற்றது என்பதை நேரில் பார்த்து புரிந்துகொண்டார் முகலாயச் சக்ரவர்த்தி ஷாஜஹான். எனவே ஏதாவது இனாமாகப் பெற்றுக் கொண்டு அந்தப் பகுதியை சுல்தான் ஆதில்ஷா வசமே மீண்டும் ஒப்படைத்து விடுவது என்று முடிவெடுத்தார்.

அப்படியே மிகப் பெரிய தொகையை சன்மானமாகப் பெற்றுக்கொண்டு பீஜாப்பூர் அதிகாரத்தை சுல்தான் ஆதில்ஷா வசமே ஒப்படைத்தார் ஷாஜஹான்.

மீண்டும் பீஜாப்பூர் சுல்தானாகப் பதவியேற்ற ஆதில்ஷா மீண்டும் ஷாஹாஜியோடு நட்புறவை ஏற்படுத்திக் கொண்டார். தமது அமைச்சரவையில் சிறப்பான பதவியையும் அவருக்கு அளித்தார். அத்துடன் பூனா மற்றும் சுபா ஆகிய பகுதிகளையும் ஷாஹாஜியிடமே திருப்பிக் கொடுத்தார்.

தொடர்ந்து ஜீஜாபாயும் விடுதலை செய்யப்பட்டாள். இந்தத் தகவல் தெரிந்ததும் சத்யஜித், ஜீஜாபாய்க்கு அளித்திருந்த வாக்கினை நிறைவேற்றும் பொருட்டு கோல்கொண்டா கோட்டைக்கு வந்து சிவாஜியை அவரது அன்னை ஜீஜாபாயிடம் ஒப்படைத்தார்.

நெடுநெடுவென்று வளர்ந்திருந்த சிறுவன் சிவாஜியை உச்சி முகர்ந்து, கட்டியணைத்து, பாசத்தை மழையாகப் பொழிந்து உருகினாள் ஜீஜாபாய்.

காட்டில் அணில், முயல், எலி, ஆடு, மரம் போன்றவற்றோடு விளையாடி மகிழ்ந்ததைத் தனது அன்னையிடம் பரவசமாகப் பகிர்ந்து கொண்டார் சிவாஜி.

கடந்த மூன்று ஆண்டுகளில் என்னவெல்லாம் கற்றுக் கொண்டார் என்பதையும் அன்னையிடம் உற்சாகமாக விவரித்தார்.

பின்னர் ஷாஹாஜி மூத்த மகன் சாம்பாஜியை அழைத்துக் கொண்டு அங்கு வந்தார். தந்தையையும், அண்ணனையும் மகன் சிவாஜிக்கு அறிமுகம் செய்து வைத்தாள் அன்னை. சகோதரன் சாம்பாஜியோடு ஒன்றிவிட்டார் சிவாஜி.

அதேவேளையில் சாம்பாஜியோ தனது அன்னையாக துகாபாயைத்தான் குறிப்பிட்டான்.

அது ஜீஜாபாய்க்கு வலியாய் வலித்தது.

அப்புறம் சிவாஜி கல்வி கற்க வேண்டிய வயதை எட்டி விட்டதால் ஒரு நல்ல குருநாதரிடம் கல்வி கற்க வேண்டியதன் அவசியத்தை பெற்றோர் உணர்ந்தனர். அதற்கான ஆயத்தங்கள் மேற்கொள்ளப்பட்டன.

6 குருநாதர் தாதாஜி கொண்டதேவ்

தாதாஜி கொண்டதேவ் ஓர் அப்பழுக்கற்ற நேர்மையாளர். தொலை நோக்குப் பார்வை கொண்ட சீரிய நிர் வாகத் திறமையாளர். ஆழமான ஆன்மீக ஞானம் உடையவர். புராணங்கள், வேதங்கள் மட்டுமல்லாமல் பகவத் கீதையையும் தெளிவோடு கற்றுத் தேர்ந்தவர். கல்வி ஞானம் மட்டுமல்ல வீர ஞானமும் ஒருங்கே பெற்றவர். தற்காப்புக் கலைகளில் வல்லமை மிக்கவர்.

இவரைத் தான் சிவாஜியின் குருவாக நியமிக்க அவரது பெற்றோர் முடிவு செய்தனர். தனது மகனின் சிறப்பான முன்னேற்றத்திற்கு தாதாஜி கொண்டதேவ் உதவிகரமாக இருப்பார் என்று நம்பினார் ஜீஜாபாய்.

அதிகாலையில் எழுந்து மூதா நதியில் நீராடச் செல்வார் தாதாஜி. சிறுவன் சிவாஜிக்கும் அந்த நல்ல பழக்கம் தொற்றிக் கொண்டது. காலைச் சூரியன் உதிக்கும் வரை ஜெபம் செய்வார் குருநாதர். சூரிய நமஸ்காரம் செய்வார்.

இந்தப் பழக்கம் அனைத்தும் சிவாஜிக்கும் வந்து சேர்ந்தது.

அரண்மனைக்குத் திரும்பியதும் வாள் பயிற்சி, வில் பயிற்சி, மல்யுத்தம், குதிரையேற்றம், யானையேற்றம் போன்றவை சிவாஜிக்கு கற்றுத்தரப்பட்டன. குருநாதர் தாதாஜி கொண்டதேவ் அளித்த அந்தப் பயிற்சிகளில் தனது நண்பர்கள் சிலரையும் இணைத்துக் கொண்டார் சிவாஜி.

முழுமையான திருப்தி கிடைக்கும் வரை பயிற்சியினை மீண்டும் மீண்டும் தொடர்வது குருநாதரின் பழக்கம். திருப்தி ஏற்பட்டதும் 'போதும்' என்பார் தாதாஜி. ஆனால் சிவாஜியோ பயிற்சியை நிறுத்திக் கொள்ளாமல் தொடர்ந்து கொண்டே இருப்பார். இதனை ஆச்சரியத்தோடு கவனித்த தாதாஜி, 'சரி, சரி போதும்' என்பார். ஆனாலும் சிவாஜியோ, 'எனக்கு இன்னும் திருப்தி வரவில்லை குருவே' என்று கூறி மீண்டும் பயிற்சியில் ஈடுபட்டுக் கொண்டே இருப்பார்.

ஆக, பிற மாணவர்களில் இருந்து முற்றிலும் வேறுபட்டவராகவே காணப்பட்டார் சிவாஜி.

இவற்றை எல்லாம் கூர்ந்து கவனித்து வந்தார் ஜீஜாபாய். தனது மகன் பிற்காலத்தில் குருவையே மிஞ்சிய சீடராக வந்தாலும் ஆச்சரியப்படுவதிற்கில்லை என்று நினைத்தார்.

மற்றவர்களைக் காட்டிலும் வித்தியாசமாகச் சிறந்து விளங்கி வந்த சிவாஜி, விலங்குகளிடம் அன்பையும் பாசத்தையும் கொடுத்து வந்தார்.

அதாவது விலங்குகளை மிகவும் நேசித்தார். குதிரையையும், யானையையும் தனது நண்பர்களாக எண்ணிப் பழகினார். எனவே அவையும் பயிற்சியின்போது மட்டுமல்லாமல் மற்ற நேரங்களிலும் சிவாஜியோடு நெருக்கமான பாசத்தைக் கொட்டியது.

மதியம் வரைத் தினமும் பயிற்சிகள் நடைபெறும். உணவுக்குப் பிறகு ஓய்வளிக்கப்படும். அப்புறம் மாலையில் பிரார்த்தனை நடைபெறும். பிறகு புராணக் கதைகள், பகவத் கீதை, ஞானதேவரின் ஆன்மீகப் பாடல்கள் கற்றுத்தரப்படும்.

தாதாஜி கொண்டதேவ்

இராமாயணம் மற்றும் மகாபாரதம் ஆகியவற்றை இசையோடு பாடி வழங்குவார் தாதாஜி. பீமனின் சாகசங்கள், அர்ஜுனனின் வில்வித்தைகள், பரந்தாமனின் சூட்சுமங்கள் போன்ற அனைத்தையும் விரிவாக விவரிப்பார். இவை எல்லாம் சிவாஜியின் மனத்தில் ஆழமாகவே பதிந்தன.

அதேபோல ஆன்மீகப் பாடல்களை அவர் பாடுகிறபோது பல மாணவர்கள் தூங்கிவிடுவார்கள். ஆனால் சிவாஜியோ அதையும் வெகு ஆர்வமாகக் கவனித்து வருவதை ஜீஜாபாய் பல நேரங்கள் பார்த்து பூரிப்படைந்துள்ளார்.

அத்துடன் பயிற்சி முடிந்துவிடுவதில்லை. சில நாட்கள் அரசியல் பக்கமும் தாவும். பீஜாப்பூர், கோல்கொண்டா, முகலாயர்கள் பற்றியெல்லாம் விரிவாக எடுத்துரைக்கப்படும். அத்துடன் சமூகம், பொருளாதாரம் பற்றியும் பேசப்படும்.

இவற்றை எல்லாம் உன்னிப்பாகக் கவனித்து வருவது சிவாஜியின் வழக்கம்.

விவசாயத்தைப் பற்றிப் பேசியபோது சிவாஜியின் இள மனதில் ஒரு கேள்வி விஸ்வரூபம் எடுத்தது.

'மண் வளமும், நதி மூலம் நீர் வளமும் நம் நாட்டில் இருக்கிறபோது எதற்காக விவசாயத் தொழிலைச் செய்யாமல் இருக்க வேண்டும்?'

முன்பு விவசாயம் செய்து கொண்டுதான் இருந்தார்கள். கஷ்டப்பட்டு, ஏர் உழுது, தண்ணீர் பாய்ச்சி பயிரை வளர்ப்பார்கள். ஆனால் அறுவடையின்போது கொள்ளையர்களும் எதிரி நாட்டுப் படை வீரர்களும் வந்து மிரட்டி பொருட்களை அள்ளிச் சென்றுவிடுவார்கள். மட்டுமல்லாமல் அங்குள்ள மக்களையும் கடத்திச் சென்று விடுவார்கள்.

இதுபோன்று கஷ்டங்களை அனுபவித்த காரணத்தால் விவசாயம் செய்வதையே அப்பகுதி மக்கள் நிறுத்திக் கொண்டார்கள்.

இளம் வயதில் சிவாஜி

மக்களைக் காப்பாற்ற வேண்டிய சுல்தானிடம் படைபலம் குறைவாக இருந்த காரணத்தால் இந்தக் கொடுஞ்செயல்களை அவர்களால் தடுக்க முடியாமலும் போயிற்று.

விவசாயம் செய்ய வேண்டும். ஆனால் அதே நேரத்தில் கொள்ளையர்கள் மற்றும் பகைவர்களின் அச்சுறுத்தலையும் துணிச்சலுடன் எதிர்த்து நிற்க வேண்டும்.

அப்படியானால் அதற்கு என்ன செய்வது?

இளைஞர்களின் பலத்தைத் திரட்ட வேண்டும்.

இளைஞர்கள் எங்கிருக்கிறார்கள்?

சகாயத்ரி மலையில் வேலை வெட்டி இல்லாமல் மது அருந்திக் கொண்டும், உறங்கிக் கொண்டும் பொழுதைக் கழிக்கிற இளைஞர்கள் ஏராளமாக இருக்கிறார்கள். அவர்களை விவசாயம் செய்ய அழைத்தால் என்ன?

இப்படியொரு எண்ணம் முளைத்தது சிவாஜிக்கு.

பொறுப்பற்று சக்தியை வீணாக்கிக் கொண்டிருக்கும் அந்த இளைஞர்களை நல்வழிக்குக் கொண்டு வந்தால் விவசாயமும் செழிக்கும். சமூகமும் உருப்படும். பொருளாதாரமும் வளம் பெறும்.

மலைப்பகுதியில் உள்ள இளைஞர்களை நல்வழிப்படுத்தும் முகமாக தாதாஜி மற்றும் சத்யஜித் ஆகியோரை அழைத்துக் கொண்டு சகாயத்ரி மலைக்குப் பயணமானார் சிவாஜி.

அந்த இள வயதிலேயே அற்புதமான சிந்தனை!

அபார ஆற்றல்!

முன்னேற வேண்டும் என்கிற துடிப்பு!

மலை இளைஞர்கள் முதலில் இவர்களின் அழைப்பை ஏற்கத் தயங்கினார்கள். காரணம் அவர்களுக்கு விவசாயத் தொழில் என்றால் என்னவென்றே தெரியாது. அடுத்து எதிரிகளைச் சமாளிக்க வாள் பிடித்துப் போராட வேண்டும். வாளை நேரில் பார்த்ததே கிடையாது. மட்டுமல்லாமல் குதிரையேற்றம் செய்ய வேண்டும். குதிரைகளோடு பழக்கமே இல்லாதவர்களால் இது எப்படிச் சாத்தியம்?

எனவே அந்த இளைஞர்கள் தயங்கினார்கள்.

ஆனால் அதற்கான பயிற்சிகளைத் தருவதற்குத் தயாராக இருப்பதாக அவர்கள் உறுதி அளித்ததும் தயக்கம் விலகியது. அடுத்து சந்தேகம் தொற்றிக் கொண்டது.

விவசாயம் செய்து, போர் புரிந்து, பல்வேறு கஷ்டங்களை அனுபவித்த நிலையில் அதனால் தங்களுக்கு என்ன லாபம் என்று நினைக்க ஆரம்பித்தார்கள்.

விளைச்சலில் ஒரு பகுதி மட்டுமே தங்களுக்குக் கொடுத்து விட்டு, மீதம் அனைத்தையும் அந்த இளைஞர்களே எடுத்துக் கொள்ளலாம் என்று தாதாஜி தெரிவித்ததும் அவர்கள் மகிழ்ச்சியால் துள்ளிக் குதித்தார்கள்.

சிவாஜியின் நோக்கம் நிறைவேறிற்று. சகாயத்ரி மலைத்தொடர் இளைஞர்கள் விவசாயம் செய்யப் புறப்பட்டனர்.

விவசாயப் பணி தீவிரமடைந்தது. பூனாவைச் சுற்றியுள்ள பகுதிகள் அனைத்தும் வறட்சியில் இருந்து மீட்கப்பட்டு பசுமை யாக மாறின.

மக்கள் அந்தப் பகுதியில் குடியேறத் தொடங்கினர்.

ஆயிரக்கணக்கில் பெருகிய இளைஞர்கள் கூட்டத்திற்குத் தினமும் தவறாமல் வாள் பயிற்சி, வில் பயிற்சி, குதிரையேற்றம், யானையேற்றம், மல்யுத்தம் என்று பல பயிற்சிகள் அளிக்கப்பட்டு வந்தன.

அறுவடைக் காலங்களில் பயிர்களை அபகரித்துச் செல்ல வந்தவர்களை அடித்து விரட்டினார்கள் அந்த இளைஞர்கள்.

சகாயத்ரி மலையில் சிறுசிறு குடிசைகளில் வாழ்ந்த மக்களை வனவிலங்குகள் தாக்கும் சம்பவங்கள் அதிகரிக்கத் தொடங்கின. இதனையடுத்து வனவிலங்குகளை வேட்டையாடுவோருக்கு தங்கக் காசுகள் பரிசாக அளிக்கப்படும் என்று தாதாஜி கொண்டதேவ் அறிவித்தார். உடனடியாகத் தங்கக் காசுகளைப் பெறுவதற்காக இளைஞர்கள் உற்சாகமாக வேட்டையில் ஈடுபட ஆரம்பித்தனர். இதனால் கொடிய விலங்குகளின் அச்சுறுத்தல்கள் நீங்கி அங்கு வசித்த மக்கள் நிம்மதியடைந்தனர்.

இவ்வாறான நிலையில் பூனாவைச் சுற்றியுள்ள பகுதிகள் மக்கள் வசிக்கும் பகுதிகளாக மாறிப்போயிருந்தன. வறட்சியாகக் காட்சியளித்த இடங்கள் அனைத்தும் பசுமையாக மாறி இருந்தன.

வெட்டிப் பேச்சும், வீண் அரட்டையுமாகப் பொழுதைக் கழித்த இளைஞர்கள் வாள், வில் பயிற்சிகளிலும், யானை, குதிரையேற்றங்களிலும் தீவிரம் காட்டினர்.

விவசாயம் செழித்தது.

அறுவடை அமோகமாக இருந்தது.

திருடர்களுக்குப் பதிலாக வணிகர்கள் பெருகினர்.

நாடு மிகப் பெரிய அளவில் பொருளாதார முன்னேற்றத்தை அடைந்தது.

அனைத்துத் தரப்பு மக்களிடமும் நெருக்கமாகவும், அன்பாக வும் பழகியதால் சிவாஜியின் புகழ் மக்கள் மத்தியில் பெருகிக் கொண்டே போயிற்று.

நண்பர்கள் கூட்டமும் சிவாஜிக்கு கணக்கில்லாமல் பெருகியது. மூதா நதிக் கரையோரம் நண்பர்களோடு பேசிக் கொண்டே நடக்க ஆரம்பித்தால் அவர்கள் பயணம் அந்நதி கலக்கும் பீமாநதி வரையிலும் நீண்டு போனது. அந்த அளவிற்கு நண்பர்களோடு ஆக்கப்பூர்வமான கலந்துரையாடல்களில் ஈடுபட்டார் சிவாஜி.

தினமும் மாலை நேரத்தில் கூட்டங்கள் நடத்தி நாட்டு நடப்பு முதல் அனைத்தையும் நண்பர்களுடன் விரிவாக அலசினார் சிவாஜி.

தனது குருநாதர் தாதாஜியிடம் நிறைய சந்தேகங்களைக் கேட்டு அதற்கான விடைகளையும் பெற்றுத் தனது அரசியல்

மூதா நதி

அறிவை வளர்த்துக் கொண்டார். மிக முக்கியமாக ஒரு உண்மையை அவர் உணர்ந்து கொண்டார்.

பிரிவினையை வளர்த்தே அந்நியர்கள் நம்மவர்களை வென்றார்கள். அவர்களின் ஆதிக்கம் பெருகியது. இதற்கு அடிப் படைக் காரணம் என்னவென்றால் பிரிந்து கிடக்கும் தங்களுக்குள் மற்றொரு பிரிவைச் சேர்ந்தவரின் வளர்ச்சியை சகித்துக் கொள்ளும் மனப்பான்மை நமக்கு இல்லாததே. இதைத் தான் அந்நியர்கள் சமயோசிதமாகப் பயன்படுத்திக் கொண்டார்கள்.

தாதாஜியிடம் இருந்துதான் இந்த உண்மை அவருக்குத் தெரியவந்தது.

அப்பகுதியில் இருந்த ராஜ்யங்களில் அகமதுநகர் மற்றும் கோல்கொண்டா ஆகிய பகுதிகளை நம்மவர்கள்தான் ஆட்சி செய்தனர். அகமதுநகர் அரசரின் தந்தையும், கோல்கொண்டா அரசர் ஆகியோர் கடத்தப்பட்டுப் பிறகு மதம் மாற்றப்பட்டவர்

கள். இதனால் அவர்கள் அந்நியர்களாகவே மாறிவிட்டார்கள். முகலாயப் பேரரசர் ஷாஜஹானின் தாய்கூட ராஜபுதனத்து இளவரசியே. தாய்வழிப் பந்தம் என்பதால் அங்கீகாரம் பெறமுடியாது போயிற்று.

இந்த உண்மைகளும் சிவாஜிக்கு குருநாதர் மூலம் தெரிய வந்தது.

சமகாலத்து முகலாயப் பேரரசர் ஒருவரின் மகன் முஹி உத்தின் முகமது. ஒருமுறை படைத் தளத்திற்குள் மதங்கொண்ட யானை ஒன்று புகுந்து களேபரத்தில் ஈடுபட்டது. உடனே முஹி குதிரை மேல் சென்று அதன் தந்தத்தில் ஈட்டியால் தாக்கி அடக்கினார் என்ற தகவலையும் அறிந்தார்.

ஆனால் அந்த முஹி உத்தின் முகமதுதான் பிற்காலத்தில் முகலாயச் சக்ரவர்த்தியாகப் பட்டம் சூட்டினார். அவர் பெயர் ஔரங்கசீப். சிவாஜியின் முக்கிய எதிரியாக இருந்தவர்.

இந்த எதிர்கால உண்மையை அப்போது சிவாஜி அறிந்திருக்க வில்லை.

தாதாஜியிடம் வரலாற்றுத் தகவல்களைக் கேட்டுப் பெற்றதைப் போலவே தமது தாயார் ஜீஜாபாயிடமும் கேட்டுத் தெரிந்துகொண்டார் சிவாஜி.

தந்தை வழி ராணாக்களின் வீரக்கதைகள், தாய்வழி யாதவர் களின் வீரக்கதைகள் போன்றவற்றையும் தெரிந்து கொண்டார். அப்போது அவரது தந்தை ஷாஹாஜியின் வீரத்தைப் பற்றியும் விவரிப்பாள் ஜீஜாபாய். எனினும் ஷாஹாஜியுடன் நிறைவான வாழ்க்கையை வாழ முடியாமல் போனதையும் ஜீஜாபாய் பேச்சில் இருந்து புரிந்து கொண்டார்.

7 பீஜாப்பூரில் சிவாஜி

பூனா பகுதியின் நிச்சயமான வளம் ஷாஹாஜியைப் பரவசத்தில் ஆழ்த்தியது. அதற்கு நன்றிக்கடனாக பீஜாப்பூர் சுல்தான் ஆதில்ஷாவிடம் பேசி அருகிலுள்ள இரு நிலப் பகுதி களை தாதாஜி கொண்டதேவிற்குக் கொடுத்தார்.

இதனை ஜாஹிர் முறை என்பார்கள். அதாவது பேரரசர்கள் மற்றும் சுல்தான்கள் இவ்வாறு சில நிலப் பகுதிகளை வாரி வழங்குவதுதான் ஜாஹிர் முறை.

இந்த முறையில் அப்பகுதியின் நிர்வாகம் மற்றும் வரி வசூல் உரிமை ஆகியவை மட்டுமே வழங்கப்படும். நிர்வாகச் செலவுகள் வசூலிக்கப்படும்

வரியின் மீதத்தை பேரரசர் அல்லது சுல்தானிடம் செலுத்திவிட வேண்டும். சில நேரங்களில் சிறு படையும் வழங்கப்படும்.

இவர்களுக்கு வழங்கப்பட்ட பகுதிகளின் நில உரிமை முழுமையாகத் தரப்பட்டதால் அப்பகுதிகளில் எந்தவொரு செயல் பாட்டையும் செய்வதற்கு முழு உரிமை இருந்தது குறிப்பிடத்தக்கது.

இதனையடுத்து பூனாவில் ஜீஜாபாய் மற்றும் சிவாஜிக்காக ஒரு மாளிகையைக் கட்ட ஆரம்பித்தார் தாதாஜி. மேலும் சகாயத்ரி மலைத்தொடரில் ஒரு பகுதியில் அவர்கள் ஆதிக்கம் செலுத்தவும் ஆரம்பித்தார்கள். மாவல் என்று அழைக்கப்பட்ட அந்தப் பகுதியில்தான் சிவாஜி தனது பெரும்பாலான பொழுதைக் கழித்தார். நண்பர்களுடன் அந்தப் பகுதியில் சேர்ந்து உலாவுவதை வழக்கமாகக் கொண்டிருந்தார். சில நேரங்களில் தனிமையை விரும்புவார். அங்குள்ள குகைகள், குன்றுகள், அருவிகள், காட்டின் மறைவிடங்கள் போன்றவற்றை நாடிச் செல்வார். மூன்று ஆண்டுகளாக அங்கு சுற்றித் திரிந்ததால் அந்தப் பகுதியின் அத்தனை மூலை முடுக்குகளையும் அவர் நன்றாக அறிவார்.

சில நேரங்களில் சில மைல்கள் தொலைவில் இருந்த சுவாமி ஞானதேவரின் ஜீவசமாதிக்குச் சென்று அங்கு தீவிர தியானத்தில் மூழ்குவதும் உண்டு.

இவ்வாறு தமது மகன் அடிக்கடி தனிமையைத் தேடிச் செல்வது ஜீஜாபாய்க்குக் கவலையை அளித்தது. தனிமையில் அமர்ந்திருக்கும் வயது கிடையாது என்பதால் அவளுக்கு மகனைப் பற்றிய அச்சமும் லேசாகப் படர்ந்தது.

தனிமையில் எதைத் தேடுகிறார் என்பதைப் பற்றித் தனது அன்னையிடம் அவர் கூறியதும் இல்லை. நடக்கும் நிகழ்வுகள் அனைத்தையும் வரிவிடாமல் தாயிடம் கூறிவிடும் சிவாஜி, இதை மட்டும் கூறாதது ஜீஜாபாய்க்கு சந்தேகத்தை எழுப்பத்தான் செய்தது.

எனினும் அதற்காக முற்றும் துறந்த முனிவராக அவர் மாறி விடவில்லை. மிகப் பெரிய வீரனாகவே வளர்ந்து வந்தார். அனைத்து கடினமான உடற்பயிற்சிகளையும் மேற்கொண்டார். போர்ப் பயிற்சிகளில் ஆவலுடன் ஈடுபட்டார்.

இது ஜீஜாபாய்க்கும், தாதாஜிக்கும் ஓரளவு நிறைவை அளித்தது.

இன்னும் சில நாட்களில் பீஜாப்பூர் சமஸ்தானத்தில் ஓர் முக்கியமான இடத்தில் சிவாஜி உயர்ந்தோங்குவார் என்பது தாதாஜியின் கணிப்பாக இருந்தது.

இதைப் பற்றி ஒருமுறை சிவாஜியிடம் அவர் கூறியபோது, அதற்கு சிவாஜி அளித்த பதில் அதிர்ச்சியாக இருந்தது.

'அடுத்தவரின் அரசவையில் முதலிடத்தைப் பெற்றாலும் அது எனக்குப் பெருமை தரக்கூடியதாக நான் நினைக்கவில்லை. யாருக்கும் பணிந்து, கைகட்டி, வாய்மூடி சேவகம் செய்யாத நிலையைத்தான் நான் உயர்ந்த நிலையாகக் கருதுகிறேன். நான் பிறந்த இந்தப் பூமியை நானே ஆள்கின்ற நிலை வரவேண்டும். அதைத்தான் நான் கௌரவமாக நினைக்கிறேன்' என்று பிசிரற்ற வகையில் அழுத்தம் திருத்தமாகக் கூறினார்.

தனது மாணவன் இவ்வாறு அபார நம்பிக்கையோடு பேசுவது தாதாஜிக்கு தாங்க முடியாத மகிழ்ச்சியைக் கொடுத்தது.

ஆனாலும் மன்னருக்கு எதிராக இவ்வாறு பேசுவது ராஜ துரோகமாகி விடுமே என்ற கவலையும் அவரைப் பற்றிக் கொண்டது.

சிவாஜியின் தந்தை அகமதுநகர் சுல்தானிடம் சேவகம் செய்தவர். அவரது தாயாரின் தந்தை சிந்துகேத் மன்னர் என்ற போதிலும் ஒரு காலத்தில் அகமதுநகர் சுல்தானிடமும், முகலாயச் சக்ரவர்த்தியிடமும் சேவகம் புரிந்தவர்.

இவற்றை எல்லாம் அவர்கள் கௌரவக் குறைச்சலாகக் கருதவே இல்லை.

இந்த உண்மையை சிவாஜிக்கு விரிவாக எடுத்துக் கூறி அவர் மனதை மாற்ற முயன்றார் தாதாஜி.

ஆனால் சிவாஜியோ அதனை ஏற்க மறுத்துவிட்டார் என்பதே உண்மை.

தங்கச் சங்கிலியால் கட்டப்பட்டிருப்பதால் அந்த அடிமை வலை பெருமைக்குரியதாகிவிடுமா என்று கேள்வி எழுப்பினார்.

அர்ஜுனன், பீமன், ராமன் போன்றவர்களைப் பற்றிக் கூறித் தன்னை உற்சாகப்படுத்தியதை தாதாஜியிடம் குறிப்பிட்ட சிவாஜி, அவர்களில் யாராவது தங்கள் தன்மானத்தை இழந்து அடிமை சேவகம் செய்தார்களா என்று கேட்டு குருநாதரையே அதிர்ந்து போகச் செய்தார்.

அன்னை மற்றும் குருவுடன் சிவாஜி

இதைக்கேட்டு உண்மையிலேயே அகமகிழ்ந்து போனார் தாதாஜி. மறைந்திருந்து இதைக் கவனித்த ஜீஜாபாயும், ஒழுக்கமும், நேர்மையும் கொண்ட நல்ல வீர மகனைப் பெற்றிருப்பதாகப் புளங்காகிதம் அடைந்தார்.

எனினும் தாதாஜியின் அடிவயிற்றில் சிறு கலக்கம் ஏற்படத் தான் செய்தது.

இங்கு வசிப்பதற்கான இடவசதி பீஜாப்பூர் சுல்தான் அவரது தந்தைக்குக் கொடுத்தது என்பதால், இதுபோன்ற முற்போக்குக் கருத்துக்கள் தவறான விளைவை ஏற்படுத்திவிடும் என்று மெலிதாக எச்சரிக்கை சமிக்ஞை செய்தார் குருநாதர்.

ஆனால் சிவாஜியோ அவரது கருத்தை முற்றிலுமாக நிராகரித்தார். அதாவது பீஜாப்பூர் சுல்தானும், முகலாயச் சக்ர வர்த்தியும் தமது மண்ணைப் பிடுங்கிப் பங்கு போட்டுக் கொண்டார்கள் என்றும், உண்மையில் இவை அனைத்தும் காலங்காலமாகத் தமது வம்சாவழியினருக்கே சொந்தமானது என்றும் விவாதித்தார்.

அந்தக் கருத்தின் உண்மையை தாதாஜி ஏற்றுக் கொண்டாலும் தற்போதைய சூழலில் பீஜாப்பூர் சுல்தானை எதிர்த்து வெல்வது கடினம் என்பதைச் சுட்டிக்காட்டினார்.

அதை ஓரளவுக்கு ஏற்றுக்கொண்ட சிவாஜி, இன்றில்லா விட்டாலும் இன்னொரு நாள் கண்டிப்பாக வெல்ல முடியும் என்றார் அழுத்தமான உறுதியோடு.

சிவாஜியின் துணிச்சலான நம்பிக்கையான பேச்சு உண்மையிலேயே இன்ப அதிர்ச்சியாகத்தான் தாதாஜிக்கு அமைந்தது.

எனினும் இப்படிப்பட்ட தைரியமான கருத்துக்களைக் கொண்டிருப்பதால் ஒருவேளை புரட்சி செய்யும் ஆர்வமும் அதிகரித்துவிடக் கூடுமோ என்ற அச்சம் அவருள் பரவியது.

மன்னருக்கு எதிராகப் புரட்சியில் ஈடுபட்டுவிட்டால் அவரது தந்தை ஷாஹாஜியே அவரைக் கைது செய்ய வேண்டிய இக்கட்டான நிலைமை ஏற்படும் அல்லவா என்பதுதான் அவரது கவலையான சிந்தனையாக இருந்தது. இன்னும் பிள்ளைப் பிராயத்தைக் கடந்துவிடவில்லை. முழு இளைஞனாக மாறாத நிலையிலும் பக்குவமான ஆழ்ந்த சிந்தனை சிவாஜியிடம் எப்படி வந்தது என்பதும் அவருக்கு ஆச்சரியத்தை ஏற்படுத்தியது.

இந்த விவரங்களை நிச்சயமாக ஷாஹாஜியிடம் சொல்லி வைக்க வேண்டும் என்று மனம் பரபரத்தது.

கணக்கு வழக்குகளைக் காண்பிப்பதற்காக பீஜாப்பூர் பயணமானார் தாதாஜி கொண்டாதேவ்.

அரண்மனையில் ஷாஹாஜியிடம் சிவாஜியின் முற்போக்கு எண்ணங்களைப் பற்றி விரிவாக விளக்கினார்.

பீஜாப்பூர் கோட்டை

இதைக்கேட்டு ஆழ்ந்த யோசனையில் ஈடுபட்டார் ஷாஹாஜி. பின்னர் தாதாஜியிடம், சிவாஜியையும், ஜீஜாபாயையும் உடனடியாக பீஜாப்பூருக்கு அனுப்பி வைக்குமாற்று கேட்டுக் கொண்டார்.

அப்படியே தாயும் மகனும் பீஜாப்பூருக்கு வந்து சேர்ந்தனர்.

சிவாஜியின் நடவடிக்கைகளை இரகசியமாகக் கண்காணிக்க ஆரம்பித்தார் ஷாஹாஜி. அவனது அண்ணன் சாம்பாஜியைக் காட்டிலும் அறிவு, ஆற்றல், சிந்தனை போன்ற அனைத்திலுமே சிவாஜி பலமடங்கு மேலோங்கி இருந்ததைப் புரிந்துகொண்டார்.

அரண்மனையில் பிரபுக்கள் சிலரை சிவாஜிக்கு அறிமுகம் செய்துவைத்தார். அவர்களிடம் மரியாதையோடும், அன்போடும், பண்போடும், பணிவோடும் நடந்து கொண்டதைப் பார்த்து அவர்கள் ஷாஹாஜியைப் பாராட்டிச் சென்றார்கள். இப்படியொரு அற்புதமான மகனைப் பெற்றதற்காக மனதார வாழ்த்தவும் செய்தார்கள்.

கட்டிளங்காளையாக மாறியிருந்த சிவாஜி மிக அழகிய தோற்றத்தில் காட்சியளித்தார். எனினும் அவரது உயரம் மட்டும் சற்று குள்ளமாக, சராசரி உயரத்தில் இருந்தது.

அண்ணன் சாம்பாஜியோடு ரொம்பவே ஒன்றிவிட்டார் தம்பி சிவாஜி. ஒருநாள் இப்படித்தான் இருவரும் எங்கோ வெளியே சென்றுவிட்டு அரண்மனைக்குத் திரும்பினார்கள். அப்போது சிவாஜியின் முகத்தில் கோபம் கொப்பளித்துக் கொண்டிருந்தது.

இதைப் பார்த்த ஷாஹாஜி, விவரம் கேட்டார்.

நடந்தது இதுதான்.

ராஜவீதியில் அவர்கள் இருவரும் நடந்து சென்றபோது அங்கே பசு மாமிசம் விற்பனை செய்யப்பட்டுக் கொண்டிருந்தது. இந்துக்களுக்குப் பசு புனிதமானது. அப்படி இருக்கும்போது இந்துக்கள் அதிகமாக வசிக்கும் பகுதியிலேயே கடவுளாக வணங்கும் பசுவின் மாமிசம் விற்கப்படுவதை அவரது மனத்தால் ஏற்கமுடியவில்லை.

அந்நியர்களின் ஆதிக்கத்தின் கீழ் இருக்கின்ற காரணத்தால் மட்டுமே இதுபோன்ற சகித்துக் கொள்ள முடியாத குற்றங்கள் நிகழ்வதாகவும், நம் ராஜ்யத்தை நாமே ஆண்டால் இப்படிப்பட்ட தவறுகள் நடக்காது என்றும் பேச ஆரம்பித்தார் சிவாஜி.

மகனின் துடிப்பைப் பார்த்துப் பதறிப்போனார் ஷாஹாஜி. ஆனால் ஜீஜாபாயோ இதைப் பெருமையாகப் பார்த்து ரசித்தார்.

இந்நிலையில் சிவாஜியைப் பற்றிப் பெருமையாகச் சிலர் சுல்தானிடம் கூறியதால் சிவாஜியைப் பார்க்கப் பெரிதும் ஆவலோடு இருந்தார் சுல்தான் ஆதில்ஷா.

சிவாஜியை அழைத்து வருவதற்காகச் சென்ற ஷாஹாஜி அங்கே கண்ட காட்சியைப் பார்த்துத் திகைத்துப் போனார்.

ஒவ்வொரு குதிரையாக ஆய்வு செய்து கொண்டும், அவற்றின் மீது ஏறி அமர்ந்து சிறிதாகச் சுற்றி வட்டமிட்டும் உற்சாகமாக இருந்தார் சிவாஜி.

குதிரைகள் அவர் சொன்னபடி இணங்கி கீழ்பணிந்தன. ஒவ்வொரு குதிரையையும் அன்போடு தட்டிக் கொடுத்துக் கொண்டே தந்தையை நோக்கி வந்தார்.

மகன் குதிரைகளோடு பேசியதைக் கவனித்த ஷாஹாஜி மிகப் பெரிய அறிவும், ஆற்றலும் சிவாஜிக்கு இருப்பதை நிஜமாகவே உணர்ந்தார்.

சுல்தான் அழைப்பதாகக் கூறியபோது அவ்வளவாக ஆர்வம் காண்பிக்கவில்லை.

எனினும் தந்தைக்கு மரியாதை கொடுக்க வேண்டும் என்பதற்கிணங்க அரசவைக்குச் சென்றார்.

அங்கே சுல்தான் ஆதில்ஷாவிடம் சிவாஜியை அறிமுகம் செய்து வைத்தார் ஷாஹாஜி.

உடனே சுல்தானுக்கு சற்றே தலை தாழ்த்தி வணங்கினார் சிவாஜி.

இதைப் பார்த்த சுல்தான், ஷாஹாஜி மட்டுமல்லாது அவையில் கூடியிருந்த அனைவருமே குழப்பமும் அதிர்ச்சியும் அடைந்தனர்.

ஏனென்றால் தரை வரை தலை தாழ்த்தி வணங்குவதுதான் முறை. ஆனால் சிறிது மட்டுமே தலை தாழ்த்தி சிவாஜி வணங்கியது சுல்தானை அவமதிப்பது போன்றே அனைவருக்கும் தோன்றியது.

அரசவையில் மன்னருக்கு எப்படி மரியாதை செலுத்த வேண்டும் என்பதை சுல்தானே அவருக்குப் பாடம் எடுத்தார்.

ஆனால் சிவாஜியோ சமயோசிதமாக ஒரு பதிலை அப்போது கூறினாரே பார்க்கலாம். அவரது தந்தை ஷாஹாஜி கூட அப்படியொரு பதிலை நிச்சயம் எதிர்பார்க்கவில்லை.

அப்படி என்னதான் கூறினார்?

'தங்களைப் பார்த்ததும் எனக்கு என் தந்தையின் நினைவே வந்தது. என் தந்தையை எப்படி வணங்குவேனோ அப்படியே தங்களையும் வணங்கினேன்'.

இது யாரும் எதிர்பார்க்காத அற்புதமான பதில்தானே!

சிவாஜியின் சாமர்த்தியமான பேச்சை வியந்து ரசித்தார் சுல்தான். மிகவும் சாமர்த்தியசாலி என்றும் பாராட்டினார்.

அப்புறம் குதிரையைப் பற்றிப் பேச்சு திரும்பியது. குதிரைகள் மீது அலாதி பிரியம் உடையவர் சுல்தான். சிவாஜிக்கும் அவற்றின் மீது ஆர்வம் அதிகம் என்பதால் நிறையயே அதைப் பற்றிப் பேசினார்கள்.

பின்னர் சிவாஜியின் அறிவை மெச்சி அவருக்கு ஆபரணங்களும், பொற்காசுகளும் பரிசாக அள்ளி வழங்கினார் சுல்தான்.

8 பசுவதைக்கு எதிர்ப்பு

அண்ணன் சாம்பாஜியுடன் ராஜவீதியில் உலா வந்து கொண்டிருந் தார் சிவாஜி. அப்போது கசாப்புக் கடை ஒன்றின் அருகே அவர்கள் வந்து கொண்டிருந்தனர். கடையில் பசு ஒன்றை வெட்டுவதற்கு ஆயத்தமாக இருந்தார் கடைக்காரர்.

இந்தக் காட்சியைப் பார்த்த சிவாஜிக்கு இரத்தம் சூடேறிற்று. தெய்வமாக மதிக்கும் பசு பலியிடப்பட இருப்பதை அவரால் பொறுத்துக் கொள்ள முடியவில்லை.

வேகமாக ஓடி கசாப்புக் கடைக் காரர் மீது பாய்ந்து தாக்கினார். எதிர் பாராத திடீர் தாக்குதலால் நிலை

குலைந்து போனார் கசாப்புக் கடைக்காரர். அவர் கையிலிருந்த பெரிய வெட்டுக் கத்தியைப் பிடுங்கி தூர எறிந்தார். பசுவைக் கட்டியிருந்த கயிற்றையும் அவிழ்த்து விட்டார்.

இந்தக் காட்சியைப் பார்த்துப் பதறிப்போன சாம்பாஜி வேகமாக வந்து சிவாஜியை அங்கிருந்து நகர்த்திச் செல்ல முயன்றார்.

சாம்பாஜியைப் பார்த்ததும்தான் கடைக்காரருக்கும் அது யார் என்ற உண்மை புரிந்தது.

பணம் கொடுத்து விலைக்கு வாங்கிய பசுவை அவிழ்த்து விட்டது கடைக்காரருக்குக் கோபத்தை வரவழைத்தது. ஆனால் சிவாஜியோ, தான் வணங்கும் தெய்வத்தைக் காப்பாற்றி விட்டதாக வும், இழப்புக்குப் பதிலாக வைத்துக் கொள்ளுமாறு சில பொற் காசுகளைக் கடைக்காரரிடம் கொடுத்தார்.

மேலும், ஒருவேளை பசுவை வெட்டிக் கொன்றிருந்தால் கடைக்காரரின் உயிரை எடுத்திருப்பேன் என்றும் எச்சரித்து விட்டு அங்கிருந்து அகன்றார்.

சிவாஜியின் இந்தச் செயல் நகரம் முழுவதும் பரவியது. நிச்சயம் அது சுல்தான் செவிகளையும் சென்றடைந்துவிடும் என்று அஞ்சினார் ஷாஹாஜி. சபையில் அனைவரின் முன்னிலையில் இதைப் பற்றிக் கேட்டால் என்ன பதில் சொல்வது என்றும் கலக்கமடைந்தார்.

இந்த இக்கட்டான நிலைமையில் இருந்து தப்பிக்க வேண்டி தமது மரியாதைக்குரிய மீர் ஜும்லா இல்லத்திற்கு விரைந்தார். நடந்தவற்றை அவரிடம் விளக்கிக்கூறி, சுல்தானிடம் இருந்து எப்படியாவது காப்பாற்ற வேண்டும் என்று கேட்டுக்கொண்டார்.

அப்படியே சுல்தான் ஆதில்ஷாவும் மறுநாள் அவையில் அந்தச் சம்பவம் குறித்துப் பேச ஆரம்பித்தார்.

அப்போது மீர் ஜும்லா, ‘இந்துக்களுக்குப் பசுவானது தெய்வம் போன்றது. ஆனால் நமக்கோ பசு மாமிசம் முக்கிய உணவு. இந்துக்களுக்காகப் பசு மாமிசம் சாப்பிடாமல் இருப்பது என்பது முடியாத ஒன்று. ஆனால் அதே நேரத்தில் அவர்கள் பார்வையில் விழுகிற மாதிரி பசுவைக் கொல்வதையும், பசு மாமிசத்தை விற்பதையும் தவிர்க்க முடியும். இப்படிச் செய்தால் இதுபோன்ற சம்பவங்களைத் தவிர்க்க முடியும்’ என்று யோசனை கூறினார்.

ஆதில்ஷாவிற்கு அது சிறந்த யோசனையாகத் தெரிந்தது. எனவே, 'இனிமேல் பசு வதை நகரத்தின் உள்ளே எந்த இடத்திலும் நடப்பதற்குத் தடை விதிக்கிறேன். பசு மாமிசத்தை யும் நகரின் எந்த இடத்திலும் விற்கவும் கூடாது. ஆனால் நகர எல்லைக்கு வெளியே இவற்றைச் செய்துகொள்ளத் தடை எதுவும் இல்லை' என்றார்.

இதன்மூலம் இந்தப் பிரச்சனை இனிமேல் முடிவிற்கு வந்து விடும் என்பதுதான் சுல்தான் உட்பட அனைவரின் எதிர்பார்ப்பு. ஆனால் அடுத்த சில நாட்களிலேயே மீண்டும் பிரச்சனை உருவாகும் என்பது அவர்கள் கொஞ்சமும் எதிர்பாராத ஒன்று.

ஆம் அடுத்த சில நாட்கள் கழித்து தனது நண்பர்களோடு நகரை வலம் வந்து கொண்டிருந்தார். அப்போது நகர எல்லை வாயிலில் ஒருவர் பசு மாமிசத்தை விற்பனை செய்து கொண்டிருந்தார். எல்லை தாண்டிப் போய் பசு மாமிசத்தை வாங்க சோம்பேறித்தனப்பட்டு சிலர் அவரிடம் மாமிசத்தை வாங்கிக் கொண்டிருந்தார்கள்.

இதைப் பார்த்த சிவாஜியின் இரத்தம் கொதித்தது. இடையில் செருகியிருந்த வாளை எடுத்தார். மாமிசக் கடைக்காரரின் கழுத்தில் ஓரே வீச்சு. அவரது தலை துண்டாகி நிலத்தில் விழுந்து உருண்டது. உடல் இரத்த வெள்ளத்தில் அப்படியே துவண்டு சாய்ந்தது.

இதைப் பார்த்த கடைக்காரரின் மனைவி திடுக்கிட்டாள். கத்திக் கூச்சலிட்டு அழுதாள். அங்கே கூடியிருந்தோர் அதிர்ச்சியில் உறைந்து போனார்கள்.

இதைக் கேள்விப்பட்ட ஷாஹாஜி பதறிப் போனார். சிவாஜி யின் அன்னை ஜீஜாபாயையும் பதற்றம் தொற்றிக் கொண்டது.

இந்த விவரம் சுல்தான் ஆதில்ஷாவிற்குத் தெரியவரும்போது மகனுக்கு நிச்சயம் கடுமையான தண்டனை கிடைக்கும் என்பதை நினைத்து இருவரும் கலங்கிப் போனார்கள்.

இதிலிருந்து மகனைக் காப்பாற்றுவது எப்படி?

மறுபடியும் மீர் ஜூம்லாவிடம் தான் போனார் ஷாஹாஜி.

இம்முறையும் சிவாஜியைக் காப்பாற்ற முடிவு செய்தார் மீர் ஜூம்லா.

வழக்கம்போலவே இந்த வழக்கையும் விசாரிக்க அவை

பீஜாப்பூர் சுல்தான் ஆதில்ஷா

கூடிற்று. கசாப்புக் கடைக்காரரின் மனைவி வரவழைக்கப் பட்டிருந்தாள்.

அவளிடம் மீர் ஜும்லா ஒரேயொரு கேள்வியைத்தான் கேட்டார். 'நகர எல்லைக்குள் பசு மாமிசம் விற்பதற்கு மன்னர் தடை விதித்தும் அதை மீறி ஏன் நீங்கள் நகர எல்லை வாயிலிலேயே கடை வைத்தீர்கள்?'

அந்தப் பெண்மணியால் அதற்குப் பதிலளிக்க முடியவில்லை. திக்கித் திணறினார்.

அத்துடன் வழக்கும் முடிவிற்கு வந்தது. கருணையின் அடிப்படையில் கசாப்புக் கடைக்காரரின் ஈமச் சடங்குச் செலவுக்காக ஒரு தொகை வழங்கப்பட்டது. அத்துடன் மன்னரின் ஆணையை மீறுபவர்களுக்கு இனிமேல் கடுமையான தண்டனை வழங்கப்படும் என்றும் எச்சரிக்கை விடுக்கப்பட்டது.

ஆக, இரண்டாம் முறையும் சிவாஜியைக் காப்பாற்றினார் மீர் ஜூம்லா.

தொடர்ந்து ஷாஹாஜியும், ஜீஜாபாயும் சிவாஜியைத் தனியே அழைத்து நிறைய அறிவுரைகள் வழங்கினார்கள்.

'அரசரின் ஆணையை மீறி பசு மாமிசத்தை விற்றது குற்றம் தான். ஆனால் அதற்குரிய தண்டனையை மன்னர்தான் வழங்க வேண்டுமே தவிர, நாம் வழங்கக்கூடாது. இரண்டு முறை காப்பாற்றப்பட்டு விட்டாய். இனியொரு முறை இதுபோன்ற தவறு நிகழ்ந்தால் அதன் தீர்ப்பு வேறு மாதிரியாக அமைந்துவிடும்' என்றார்கள் பெற்றோர்.

'உங்களைப் புண்படுத்தியதற்காக வருந்துகிறேன். என்னை மன்னித்துவிடுங்கள். பசுவைப் புனிதமாக எண்ணுகிறேன். இந்த நம்பிக்கை என் இரத்தத்தோடு கலந்துவிட்டது. இந்த விஷயத்தில்

என்னால் சகிப்புத் தன்மையைக் கடைப்பிடிக்க முடியவில்லை' என்றார் சிவாஜி.

'பரவாயில்லை. போகட்டும். உனது அண்ணன் சாம்பாஜி பீஜாப்பூரின் படைப்பிரிவில் சேர்ந்துவிட்டான். எனவே நீயும் முகலாயப் படையில் சேர்ந்து பணியாற்றுவதே நல்லது. அங்கு உனக்கு நல்ல வரவேற்பு இருக்கும்' என்றார் ஷாஹாஜி.

ஆனால் சிவாஜி அதற்குச் சம்மதம் தெரிவிக்கவில்லை.

தொடர்ந்து பேசிய ஷாஹாஜி, 'ஒன்றோ இரண்டோ ஆண்டுகள் பூனாவில் போய் காலத்தைக் கழித்துவிட்டு அப்புறம் பீஜாப்பூர் படைப்பிரிவில் நீ சேர்ந்து பணியாற்றலாம்' என்று யோசனை தெரிவித்தார்.

ஆனால் பீஜாப்பூர் படையிலும், முகலாயப் படையிலும் சேரத் தனக்கு விருப்பமில்லை என்பதை வெட்டொன்று துண்டு இரண்டாகக் கூறிவிட்டார் சிவாஜி.

அதற்கு நல்ல விளக்கத்தையும் கூறினார்.

'ஆதில்ஷாவின் நிர்வாகத்தில் பீஜாப்பூர் ராஜ்யம் சிறப்பாக நடக்கலாம். ஆனால் அவருக்குப் பின் இவ்வாறு இருக்கும் என்று சொல்ல முடியாது. ஏனென்றால் அவரது மகன் ஆதில்ஷாவிற்கு இணையானவன் கிடையாது' என்று அழுத்தம் திருத்தமாகக் கூறினார்.

இதைக்கேட்ட ஷாஹாஜி திடுக்கிட்டார். சிவாஜியைவிட மிகவும் சிறியவன் ஆதில்ஷா மகன். அதற்குள் அவனது குணம் மற்றும் நடவடிக்கையை அத்தனை தீவிரமாகவும், உன்னிப்பாக வும் எப்படிக் கவனிக்க முடிந்தது என்று ஆச்சரியமடைந்தார்.

'பூனா மிகவும் சிறிய பகுதி. மேலும் அதனை நாம் ஆளும் உரிமையை அளித்திருப்பதும் முகலாயர்களும், சுல்தான்களும் தான். அப்படி இருக்கும்போது பூனாவில் இருந்து கொண்டு என்ன செய்யப் போகிறாய்?' என்று கேள்வி எழுப்பினார் ஷாஹாஜி.

'அது நம் பூமி. நமக்குச் சொந்தமான மண். இந்து ராஜ்யம். அதை நாம் ஆள்வதற்கு யாருடைய அனுமதியும் தேவை இல்லை. மேலும் நம் ராஜ்யம் அத்தோடு முடிந்து போவதில்லை. அது இன்னும் விரிந்து கொண்டே இருக்கும். அனைத்தும் இந்து ராஜ்யமாக மாறும்' என்றார் உணர்ச்சிபொங்க.

மகனின் தார்மீக உணர்ச்சியைப் பார்த்து புல்லரித்துப் போனார் ஷாஹாஜி. ஆனாலும் சில நூறு வீரர்களையும், சகாயத்ரி மலைத்தொடரைச் சார்ந்த இளைஞர்களையும் நம்பி பீஜாப்பூர் சுல்தான் மற்றும் முகலாயர்களோடு மோதவே முடியாது. அவர்கள் மிகப் பெரிய மலைகள் என்பதையும் சிவாஜிக்கு உணர்த்தினார்.

எனினும் தான் வணங்கும் இறைவன் தனக்குத் துணையாக இருப்பதாகவும், எனவே வெற்றி நிச்சயம் என்றும் உறுதியாகக் கூறி பெற்றோரின் ஆசி வேண்டினார்.

அவர்களும் தமது மகனை ஆசீர்வதித்தார்கள்.

இனிமேல் பூனாவிற்குக் கிளம்ப வேண்டியதுதான். அதற்கு முன்பாக ஆதில்ஷாவிடம் முறைப்படி விடைபெற்றுச் செல்ல வேண்டும்.

'மிகவும் சிறிய பிராந்தியமான பூனாவில் உன்னால் பெரிதாக எதையும் சாதிக்க முடியாதே! அப்புறம் எதற்காக அங்கே போக வேண்டுமென்று விரும்புகிறாய்?' என்று கேட்டார் சுல்தான் ஆதில்ஷா.

ஆனால் அங்கு சென்றே ஆக வேண்டும் என்ற தனது உறுதியான நிலைப்பாட்டைத் தெளிவாக்கினார். அதற்கு மேல் வற்புறுத்த விரும்பாத ஆதில்ஷா ஆசீர்வதித்து அனுப்பிவைத்தார்.

பின்னர் மீர் ஜூம்லா உட்பட முக்கிய நலன் விரும்பிகள் அனைவரிடமும் விடைபெற்றார் சிவாஜி. அநேகமாக அனைவருமே அவருக்குப் பிரியாவிடைதான் கொடுத்தார்கள். அறிவிலும், வீரத்திலும் சிறந்தவராக விளங்கும் சிவாஜி, பீஜாப்பூரை விட்டு ஒரு சிறிய நிலப்பகுதிக்குச் செல்வதை அவர்களால் ஏற்றுக்கொள்ள முடியவில்லை. அவர்களின் செயல் பாடே இதனைத் தெளிவாக்கியது.

பீஜாப்பூரே கண்ணீர் மல்க விடைகொடுத்தது சிவாஜிக்கு. ஆனால் அவரோ அதைப் பார்த்து எந்தவிதத்திலும் உணர்ச்சி வசப்படவே இல்லை. தனது குறிக்கோளையும், நோக்கத்தையும் அடைய வேண்டுமென்றால் சகாயத்ரி மலைத்தொடருக்குச் சென்று அங்கு இளைஞர்கள் படையை உருவாக்குவதன் மூலமே சாத்தியமாகும் என்பதில் உறுதியாக இருந்தார்.

எனவே எந்தவிதமான வருத்தமும் அவருக்கு ஏற்படவில்லை. மாறாக உற்சாகமாகவே பூனாவை நோக்கிப் பயணப்பட்டார்.

9 படை உருவாக்கம்

பூனா நகரில் பரபரப்பு தொற்றிக் கொண்டது. மூன்று ஆண்டுகள் வரை இங்கு வாழ்ந்து சகாயத்ரி மலைத் தொடரை பண்பட்ட பகுதியாக மாற்றி அமைத்த சிவாஜி மீண்டும் இந்த மண்ணுக்கு வருவதை அங்குள்ள மக்கள் நிறைந்த மனத்தோடு வரவேற்கக் காத்திருந்தனர்.

அவரின் உயிர் நண்பர்கள் சிலர் தங்கள் கரங்களில் கூரிய பளபளக்கும் வாட்களை ஏந்தியபடி உற்சாகத்தோடு வழிமேல் விழி வைத்துக் காத்திருந் தார்கள்.

சிவாஜியோடு அவரது அன்னை ஜீஜாபாய், குருநாதர் தாதாஜி கொண்டதேவ் உள்ளிட்ட சிலரும் பூனா வந்தடைந்ததும் மலர் தூவி வரவேற்றது அந்த ஊர்.

எங்கும் மகிழ்ச்சி!

எங்கும் உற்சாகம்!

எங்கும் விழாக்கோலம்!

எங்கும் குதூகலம்!

எங்கும் கொண்டாட்டம்!

அனைவரின் சந்தோஷ வரவேற்பையும் நிறைவோடு ஏற்றுக் கொண்ட சிவாஜி, பின்னர் தமது உயிர்த் தோழர்களைச் சந்தித்தார். அவர்களோடு பூஜாப்பூரில் நடந்த நிகழ்வுகளைப் பகிர்ந்து கொண்டார்.

அங்கு பலமான செல்வச் செழிப்போடு வாழ்ந்தாலும் அடிமைத்தனம் என்னும் கேவலத்தோடு வாழ்ந்ததைப் பற்றித் துயரத்துடன் விவரித்தார்.

'நம் நிலத்தை மாற்றான் அபகரித்து, அவனுக்குத் தலைவணங்கி வாழும் வாழ்க்கை மிகக் கேவலமானது' என்றார் சிவாஜி.

இதை ஏற்றுக்கொண்ட அவரது தோழர்கள், 'இந்த கேவலத்தில் இருந்து எப்படித்தான் நாம் மீள முடியும்?' என்று வினா எழுப்பினார்கள்.

இந்தவொரு கேள்வி அவர்களிடம் எழ வேண்டும் என்பதற்காகத்தான் நடந்த நிகழ்வுகளை அவர்களிடம் உணர்ச்சி பொங்க விவரித்தார். அதற்கான பலன் கிடைத்துவிட்டது.

'நிச்சயமாக நம் நிலத்தை நாம் மீட்டெடுக்க முடியும்' என்று உறுதியான நம்பிக்கையோடு கூறினார்.

'எப்படி?'

'அதற்கு ஒரேயொரு தீர்வுதான் உண்டு. அது சுயராஜ்யம். அதாவது நம்மை நாமே ஆள வேண்டும்.'

'அது எப்படி சாத்தியம்?'

'நாம் அனைவரும் ஒன்றுபட்டு நின்று போராடினால் மட்டுமே அது முடியும்'.

சில நொடிகள் அமைதிகாத்த அவர் தோழர்கள், 'அதற்கு நிச்சயமாக நாங்கள் தயாராக இருக்கிறோம்' என்று கோரஸாகப் பதிலளித்தனர்.

இதனால் மகிழ்ச்சி பொங்கிட, 'போராடுவதற்கான சிறந்த களம் இந்த சகாயத்ரி மலைதான். இந்த மலைத்தொடரை நாம் அறிந்து வைத்திருக்கிற மாதிரி முகலாயர்களோ, பீஜாப்பூர் படையினரோ தெரிந்து வைத்திருக்க மாட்டார்கள். அவர்களுக்குத் தெரியாது. நம்மைத் தேடி அவர்கள் இங்கு வந்தால் நாம் பதுங்கி இருக்கும் இடத்தைக் கண்டுபிடிக்கவே பல மாதங்கள் ஆகும். அதற்குள் நாம் இன்னும் பல்வேறு திட்டங்களைத் தீட்டி அவர்களை வெல்ல முடியும்' என்று தன் திட்டத்தை விவரித்தார் சிவாஜி.

நண்பர்கள் உற்சாகமடைந்தார்கள்.

அனைவரையும் அழைத்துக் கொண்டு அங்கிருந்த ரோகிதீஸ்வரர் கோயிலுக்குச் சென்றார். அனைவரும் சிவனை உளமாற வணங்கினர்.

அப்போது யாரும் எதிர்பாராத ஒன்றை சிவாஜி செய்தார். தனது உடை வாளை உருவி, தனது கட்டை விரலைக் கீறினார். வடிந்த இரத்தத்தால் சிவபெருமானுக்கு அபிஷேகம் செய்தார். 'சுயராஜ்யமே எனது குறிக்கோள். அதை அமைக்கிற வரை நான் ஓயப்போவதில்லை. இது சிவபெருமானின் மீது சத்தியம்' என்றார்.

இதைப் பார்த்து சிலிர்த்துப்போன அவரது தோழர்களும் அதேபோல் இறைவனை வணங்கினார்கள்.

புதிய இந்து ராஜ்யத்திற்கான விதை அந்த மலைக்கோயிலில் விதைக்கப்பட்டது.

சிவாஜியின் பெருங்கனவு அங்கே தனது முதல் காலடியைப் பதித்தது.

பின்னர் நேராக அவர்கள் அனைவரையும் அழைத்துக் கொண்டு தாதாஜியைச் சந்திக்க விரைந்தார்.

குருநாதரை வணங்கியபோது கட்டை விரல் காயத்தைப் பார்த்த தாதாஜி, 'அது என்ன காயம்?' என்று வினவினார்.

நடந்த விஷயத்தை விவரித்தார் சிவாஜி.

பதறிப்போனார் தாதாஜி. சிவாஜி எடுத்து வைத்திருக்கும் முதல் அடி மிகவும் பயங்கரமான விளைவை ஏற்படுத்தப் போகும் பாதையின் தொடக்கம் என்பதால் கவலையும் அச்சமும் அவர் முகத்தில் பரவியது.

இதை சட்டென்று கவனித்த சிவாஜி, 'கர்மயோகத்தை நீங்கள் தான் எனக்குக் கற்றுக் கொடுத்தீர்கள். க்ஷத்திரிய தர்மத்தைப் பற்றி அர்ஜுனனுக்கு பகவான் கிருஷ்ணர் அள்ளிக் கொடுத்த உபதேசம் நிச்சயம் எனக்கும் பொருந்தும். நானும் க்ஷத்திரியன் தான். ஆகவே அடிமைத்தனத்தை உடைத்தெறியப் போராடாமல் இருந்தால் அது எனக்கு அவமானம். தங்களிடம் இருந்து நான் கற்ற கீதையும், வரலாறும் எனக்கு அதைத்தான் உணர்த்துகிறது. எனவே நான் எனது தர்மத்தைக் கடைப்பிடிக்க அனுமதிக்க வேண்டும் என்று தங்களைப் பணிந்து கேட்டுக் கொள்கிறேன்' என்றார்.

'ஆனால் என் தர்மம் அதை மறுக்கிறது. தற்போது இந்த மண்ணை ஆளும் சுல்தானுக்கும், நான் கூலி வாங்கும் உன் தந்தைக்கும் செய்கிற துரோகமாகத்தான் எனக்குத் தோன்றுகிறது...' என்று தயக்கம் காட்டினார்.

'என் தர்மத்தின் வழியில் நான் செல்வதற்குத் தங்களின் ஆசி கட்டாயம் தேவை' என்றவாறே தாதாஜியின் பாதங்களில் நெடுஞ்சாண்கிடையாக விழுந்து வணங்கினார்.

வேறு வழியின்றி குருவும் அவருக்கு ஆசி வழங்கினார்.

அப்புறம் தனது சுயராஜ்யத்தை நோக்கிய பயிற்சிகளில் தீவிரமாக இறங்கினார் சிவாஜி.

தாதாஜியே இளைஞர்களுக்கு நிறைந்த பயிற்சியை அளித்தார். அவர்களுக்கு இணையாக சிவாஜியும் வாளைச் சுழற்றி பயிற்சி எடுத்துக் கொண்டார்.

பயிற்சிகள் முடிந்ததும் இளைஞர்கள் அனைவருக்கும் இதிகாசக் கதைகளாக இராமாயணமும், மகாபாரதமும் சொல்லித் தரப்பட்டன. சமஸ்கிருதத்தில் உள்ள சாஸ்திரங்கள் புகன்றிடும் பல்வேறு கலைகள், அறிவியல் பற்றிய உண்மைகள் உள்ளிட்ட பலவும் கற்றுத்தரப்பட்டன.

இவ்வாறு காலம் உருண்டோடிக் கொண்டிருந்தது.

பண்பட்ட குணசாலியான, முழுமை பெற்ற மனிதராக சிவாஜி மாறினார்.

திருமணப் பருவத்தை எய்திய காரணத்தால் அவருக்கு ஒன்றன்பின் ஒன்றாக இரண்டு திருமணங்கள் நடந்தன.

அவரது அன்னை ஜீஜாபாய், சாய்பாய் என்ற பெண்ணைத் தேர்ந்தெடுத்துத் திருமணம் செய்து வைத்தார். அது பூனாவில் அமர்க்களமாகவே நடந்தேறியது.

அவரது தந்தை ஷாஹாஜி, சொய்ராபாய் என்ற பெண்ணைத்

தேர்ந்தெடுத்தார். அந்தத் திருமணம் பீஜாப்பூரில் கோலாகலமாக நடந்தேறியது.

தனது அந்திமக் காலம் நெருங்குவதை உணர்ந்தார் தாதாஜி. எனவே நிர்வாக பொறுப்புகளையும் சிவாஜிக்குக் கற்றுத்தரத் தொடங்கினார். ஏராளமான நிர்வாக நுணுக்கங்களைக் கற்றுத் தேர்ந்தார் சிவாஜி.

தாதாஜியும் வரி வசூலிக்கத்தான் செய்தார். ஆனால் காலச் சூழலுக்கேற்ப வரிவிதிப்பை அவ்வப்போது அதிகரித்தும் தளர்த்தி யும் வந்தார். மக்கள் வரிச் சுமையால் கஷ்டப்படாதவாறு வெகு சாமர்த்தியமாக அதனைச் செய்து வந்தார்.

வரி வசூலிப்பதோடு இருந்துவிடாமல், அந்தப் பணத்தில் மிச்சம் இருப்பதைக் கொண்டு மக்களின் நல்வாழ்விற்கு என்ன வெல்லாம் செய்ய முடியுமோ அதனை எல்லாம் செய்தார்.

விளைச்சலில் ஒரு குறிப்பிட்ட பகுதியை அரசு நிர்வாகத் திற்கு அளிக்க வேண்டும் என்று ஆணையிட்டார். அவ்வாறு அளிக்க மறுத்தால் அவர்களுக்குக் கடுமையான தண்டனையும் வழங்கப்பட்டது. மலைப்பாங்கான பகுதிகளில் பயிர் விளை விப்பவர்களுக்கு சிறப்புச் சலுகைகள் அளிக்கப்பட்டன.

கோட்டையை அவ்வப்போது பழுதுபார்த்து பராமரிப்பது நடந்தது. கோட்டை வலிமையாக இருப்பது அவசியம் என்பதை அவர் நன்கு உணர்ந்திருந்தார். அதனால்தான் அதன் பராமரிப்புக்கு முன்னுரிமை அளித்தார்.

கொள்ளையர்களையும், திருடர்களையும் தங்கள் எல்லைக் குள் நுழைந்துவிடாமல் தடுக்க வலிமையான முரட்டுக் காவலர் களை நியமித்தார். நல்ல உழைப்பாளிகளுக்கு உரிய மரியாதை அளிக்கப்பட்டது. திறமைகளுக்கு சன்மானம் வழங்கப்பட்டது.

கணக்கு வழக்குகளில் மிகுந்த கண்டிப்புடன் நடந்து கொண்டார்.

இந்த நிர்வாகத் திறமையையும், நுணுக்கத்தின் விரிவாகவே சிவாஜிக்குக் கற்றுக் கொடுத்தார் தாதாஜி.

இவ்வாறு வீரம், விவேகம், நிர்வாகம் என்று அனைத்திலும் முழுமையான அனுபவத்தைக் கற்றுத் தேர்ந்த சிவாஜி, இனிமேல் பீஜாப்பூரை இந்து ராஜ்யமாக மாற்றுவதற்கான சரியான வாய்ப்பை எதிர்பார்த்துக் காத்திருந்தார்.

அப்படியொரு வாய்ப்பும் அவருக்கு வந்து சேர்ந்தது.

தென் பகுதியில் இருந்து பீஜாப்பூருக்கு நிறைய பிரச்சனைகள் ஏற்பட்டுக் கொண்டிருந்தன. கர்நாடகத்தில் கெம்பே கவுடா திமிறிக் கொண்டிருந்தார். தஞ்சை நாயக்க மன்னர்களிடம் இருந்து அவ்வப்போது நெருக்கடிகள் வந்து கொண்டே இருந்தன.

ஏற்கெனவே வடக்கில் முகலாயர்களிடம் ஒப்பந்தம் செய்து சமாதானக் கொடியைப் பறக்க விட்டிருந்ததால் வடக்கே எந்த விதமான பயமும் இல்லாமல் ஆட்சி நடந்து கொண்டிருந்தது. ஆனால் தெற்கே பிரச்சனை மேல் பிரச்சனை வந்து கொண்டே இருந்த காரணத்தால் கெம்பே கவுடாவை அடக்குவதற்கு ஷாஹாஜியை முக்கியமான படைத் தளபதியுடன் பெங்களூரு அனுப்பி வைத்தார் சுல்தான் ஆதில்ஷா.

இப்படியொரு சந்தர்ப்பத்திற்காகவே காத்திருந்ததுபோல புரட்சி நெருப்பைப் பற்ற வைக்க இதுவே சரியான தருணம் என்று நினைத்தார் சிவாஜி.

அதுவரை மிகுந்த எதிர்பார்ப்போடு காத்திருந்த இளைஞர் படைக்கு இப்போது சரியான தீனி கிடைத்துவிட்டது. போர்ப் பயிற்சியும், நீதிக் கதைகளும், உளவு மேற்கொள்ளல்களுமே இத்தனை நாட்களாகப் பெற்றுவந்த அந்த இளைஞர் படை இப்போது உண்மையாகவே களத்தில் குதிக்கப் போகிறது.

'சரியான வாய்ப்பு கிடைத்துவிட்டதாகச் சொல்கிறீர்கள். அப்படியானால் இப்போது நாம் என்ன செய்யலாம்?' என்று கோரஸாகக் கேள்வி எழுப்பியது இளைஞர் பட்டாளம்.

அவர்களிடம் தூரத்தில் தென்மேற்குப் பகுதியில் தெரிந்த டோரணா என்னும் கோட்டையை சுட்டிக்காட்டிய சிவாஜி, 'அந்தக் கோட்டையை நாம் கைப்பற்றப் போகிறோம்' என்றார் போர்க்கனல் கக்கும் பார்வையோடு.

இதைக் கேட்டதும் அனைவரும் மகிழ்ச்சியில் உற்சாகத் துள்ளல் போட்டார்கள்.

10 டோரனா கோட்டை

ஏராளமான கோட்டைகளைப் போலவே டோரனா கோட்டையும் பீஜாப்பூர் சுல்தான் வசமே இருந்தது.

அந்தச் சுற்றுவட்டாரப் பகுதியிலேயே அந்தக் கோட்டைதான் மிக உயர்ந்த கோட்டையாக விளங்கியது. அங்கு பெரிய அளவில் படைபலம் கிடையாது. கோட்டைத் தலைவனுக்கு வருமானமும் அதிகம் இல்லை. மேலும் அது சீரான பராமரிப்பு செய்யப் படாமல் வலுவற்றே இருந்தது. அங்கிருந்தோர் சுறுசுறுப்பே இல்லாமல் சோம்பேறித்தனமாகவே இருந்தனர்.

அந்தக் கோட்டையின் கவர்னராக இனையத் கான் என்பவர் சுல்தான் ஆதில்ஷாவினால் நியமிக்கப்பட்டிருந் தார். அந்தப் பகுதி சிறப்பான வளமிக்க

பகுதியாக இல்லாத காரணத்தால் மக்கள் வளமற்ற நிலையிலேயே வசித்து வந்தனர். எனவே அவர்களிடம் வரி வசூல் செய்வதில் அதிகச் சிரமம் இருந்தது.

சுல்தானைப் பொறுத்தமட்டில் ஏராளமான கோட்டைகள் அவருக்குச் சொந்தமாக இருந்ததால் டோரனா கோட்டையின் வருமானத்தைப் பற்றி அவர் ஊன்றிக் கவனிக்கவில்லை என்பது தான் உண்மை.

ஏதோ தனது பிழைப்பு தடையின்றி நடந்தால் சரிதான் என்கிற மாதிரி கவர்னர் இனையத் கானும் செயல்பட்டு வந்தார்.

இந்த நிலைமையைத்தான் சிவாஜி தனக்குச் சாதகமாகப் பயன் படுத்தத் தீர்மானித்தார்.

தனது படைப் பிரிவு சுல்தான் படையைப் போன்று பெரிதாக இல்லை என்றாலும் வலுவான, உறுதியான இளைஞர் களை ஏராளமாகக் கொண்டிருந்ததாகக் கருதினார் சிவாஜி.

நரசப் பிரபுவின் புதல்வன் சுதா தேஷ்பாண்டே இருந்தார். மற்றும் நாரேகர் தேஷ்பாண்டேயின் புதல்வர்கள் நாரோஜி, சிம்னாஜி, பாலோஜி ஆகியோரும் இருந்தனர். அத்துடன் யேஸாஜி குங்க், தானாஜி மலுசாரே, சூர்யாஜி மலுகரே போன்றோரும் உண்டு. இவர்களோடு முதியவர் பாஜி ஃபாஸல்கர் போன்றோரும் இணைந்து நின்றனர்.

இருப்பினும் பலத்தின் மூலம் சண்டையிட்டு அந்தக் கோட்டையைத் தனதாக்கிக் கொள்வதற்குப் பதிலாக ஏதாவது அறிவைப் பயன்படுத்தி உரிமைப்படுத்திக் கொள்ள முடியுமா என்று சிந்தித்தார்.

உருவாயிற்று ஓர் அற்புதமான ராஜதந்திரத் திட்டம்.

தனது திட்டத்தை செயல்படுத்துவதற்கு யேஸாஜி குங்க், தானாஜி மலுசாரே, பாஜி ஃபாஸல்கர் ஆகிய மூவரையும் தேர்வு செய்தார். தனது திட்டத்தை விரிவாக அவர்களுக்கு விளக்கிக் கூறி மூவரையும் டோரனா கோட்டைக்கு அனுப்பி வைத்தார்.

சிவாஜியின் முக்கியப் பிரதிநிதிகள் என்பதால் அவர்கள் மூவரையும் சிறப்பாக முக்கிய விருந்தினர்களைப் போலவே உபசரித்து வரவேற்றார் கவர்னர்.

சிவாஜி யார் என்பதும், அவரது தந்தையின் பெருமையையும் நன்கே உணர்ந்தவர் என்பதாலும், அவர்கள் நிச்சயம் சுல்தான்

ஆதில்ஷாவின் நம்பிக்கைக்கு உரியவர்கள் என்பதாலும் உபசரிப்பு பலமாகவே இருந்தது.

இத்தகைய வரவேற்பு சிவாஜியின் பிரதிநிதிகளுக்கு சற்று தெம்பைக் கொடுத்தது. தைரியமாக வந்த வேலையைக் கவனிக்கலாம் என்ற உத்வேகத்தையும் அளித்தது.

'மாவ்லா பகுதி அனைத்தும் தாதாஜியின் அதிகாரத்தில் உள்ளது. சிவாஜிக்கும் வயது பதினாறு ஆகிவிட்டதால் தனித்து இயங்க வேண்டிய அவசியம் இருப்பதாக அவர் உணர்கிறார். எனவே இந்த டோரனா கோட்டையின் அதிகாரத்தை சுல்தானிடம் கேட்டிருக்கிறார். அதற்கு சுல்தானும் சம்மதம் தெரிவித்துள்ளார். என்றாலும் இந்தக் கோட்டைக்குச் சொந்தமான பகுதியில் வசூலிக்க வேண்டிய தொகை நிறைய இருப்பதால் அதைப் பெற்றுக் கொண்டு கோட்டையின் பொறுப்பை சிவாஜியிடம் ஒப்படைக்க அவர் முடிவு செய்துள்ளார்...' என்று தந்திரத் திட்டத்தை நிஜம் போல விவரித்தார்கள்.

இந்தப் பிரதேசம் வளமற்று இருப்பதால் வரி வசூல் மிகக் குறைவாக இருப்பதாகவும், முழுவதும் வசூலித்துக் கொடுப்பது என்பது இப்போதைக்கு முடியாத ஒன்று என்றும் தனது இயலாமையை வெளிப்படுத்தினார் இனையத் கான்.

'இந்த உண்மை சிவாஜிக்கும் தெரியும். எனவே அவர் அதற்கு மாற்றுத் திட்டம் ஒன்றை வைத்துள்ளார்...'

'என்ன மாற்றுத் திட்டம்?' ஆவலோடு கேட்டார் கவர்னர்.

'தங்களின் முழுமையான சம்மதத்தோடு இப்போதே இந்தக் கோட்டையின் பொறுப்பை சிவாஜிக்கு விட்டுக்கொடுத்தால், வரி வசூலைத் திறம்பட வசூலித்து சுல்தானுக்குக் கொடுக்கத் தயாராக இருக்கிறார். மட்டுமல்லாமல் தாங்களும் வருமானம் அதிகம் இல்லாமல் வாழ்ந்து கொண்டிருப்பதால் அதற்குப் பரிகாரமாகத் தங்களுக்கு உதவவும் அவர் தயாராக இருக்கிறார்' என்றவாறே பொற்காசுகள் பொதிந்த மூன்று முடிச்சுகளை எடுத்து கவர்னர் முன்பாக வைத்தனர்.

பொற்காசுகளைப் பார்த்ததும் கவர்னரின் கண்களில் ஆர்வம் அதிகமாகப் பளிச்சிட்டது. ஆனாலும் சந்தேகப் பொறியும் கூடவே தெரிந்தது.

இதைப் புரிந்து கொண்ட பிரதிநிதிகள், 'சந்தேகப்பட வேண்டாம். இது சுல்தானுக்குத் தெரியாமல் இருக்கும். தங்கள்

டோரனா கோட்டை

மீதான கரிசனத்தின் பேரில்தான் இதனை சிவாஜி கொடுக்கிறார். இதற்கு தாங்கள் இணங்காவிட்டாலும் பரவாயில்லை. எப்படியும் இன்னும் நான்கைந்து நாட்களில் சுல்தானிடம் இருந்து தங்களுக்கு ஆணை வரத்தான் போகிறது. அதன்பிறகு பாக்கியை வசூலித்துக் கொடுத்தேஆக வேண்டிய கடமையும் தங்களுக்கு வந்துவிடும். அப்போது இந்த பொற்காசுகளும் நிச்சயம் தங்களுக்குக் கிடைக்காது. இந்த உண்மையைப் புரிந்து கொண்டு யோசித்து முடிவு செய்வது நல்லது' என்றவாறே மூவரும் இருக்கையில் இருந்து எழுந்தனர்.

இதைப்பார்த்து பதற்றமடைந்த கவர்னர், 'சற்று பொறுங்கள். நானும் யோசிக்கிறேன்' என்றார்.

அப்படியானால் தங்கள் திட்டம் நிச்சயம் வெற்றி அடையப் போவதாக அவர்கள் மகிழ்ந்தார்கள். இருப்பினும் இருக்கையில் அமராமல் நின்றுகொண்டே இருந்தார்கள்.

கவர்னர் ரொம்பவும் யோசித்தாலும் சிக்கலாயிற்றே!

இவர்கள் அமர மறுத்து நின்று கொண்டே இருந்ததால் கவர்னர் விரைந்து முடிவெடுக்க வேண்டிய நெருக்கடிக்கு ஆளானார்.

முடிவில் பொற்காசுகளுக்கு அடிமையானார். திட்டத்திற்கு ஒப்புதல் அளித்தார். டோரனா கோட்டையை சிவாஜியின் பொறுப்பில் கொடுப்பதாக எழுதிக் கொடுத்தார். அந்தப் பகுதியில் வரி வசூலித்துக் கொடுப்பதில் அதிகச் சிரமம் இருப்பதால் இந்த மாதிரியான முடிவுக்குத் தள்ளப்பட்டுவிட்டதாகவும் எழுதி கையெழுத்திட்டுக் கொடுத்தார்.

கடல் மட்டத்தில் இருந்து 4593 அடி உயரத்தில் கட்டப்பட்டிருந்த டோரனா கோட்டை சிவாஜியின் வசமானது.

கோட்டையைத் தன்னிடம் ஒப்படைத்து அதன் கவர்னர் எழுதிய ஓலையை சிவாஜியிடம் அவர்கள் வழங்கியபோது தனது திட்டம் மிகச் சுலபமாக நிறைவேறியதை அறிந்து மகிழ்ச்சி வெள்ளத்தில் திளைத்தார்.

உடனடியாகத் தனது குருநாதர் தாதாஜி கொண்டதேவிடம் அதைக் காண்பித்தார். சற்றுக் குழப்பமும் எழுந்தது. ஏதோ சித்து விளையாட்டின் மூலம் இந்தக் கடிதத்தை சிவாஜி பெற்றுள்ளார் என்பதை அந்த அறிவுக் களஞ்சியம் சட்டென்று புரிந்து கொண்டது.

எனினும், கவர்னர் என்பவர் கோட்டையின் பொறுப்பாளர் மட்டுமே என்றும், அவர் எழுதிக் கொடுப்பது செல்லத்தக்கது அல்ல என்றும் சிவாஜியிடம் கூறினார். மேலும் தந்திர வேலைகளைக் காண்பிப்பது நியாயமான செயல் அல்ல என்றும் கண்டித்தார்.

‘அந்தக் கோட்டையைக் கட்டியவர்கள் சிவனை வணங்கும் நம் சைவப் பெரியோர்கள். தங்கள் படை பலத்தால் அதை அந்நியர்கள் அபகரித்திருக்கிறார்கள். அதை மீட்டெடுப்பது நமது உரிமை. அதற்காகத்தான் இதுபோன்ற தந்திர முயற்சியில் ஈடுபட்டுள்ளேன்’ என்று விளக்கினார் சிவாஜி.

‘அப்படியே ஆகட்டும். ஆனால் சுல்தானிடம் இருந்து இதன் உரிமையை எப்படிப் பெறப் போகிறாய்?’ என்று சந்தேகத்தோடு கேள்வி எழுப்பினார் தாதாஜி.

அதற்கும் சில திட்டங்களை வைத்திருந்தார் சிவாஜி.

சுல்தான் ஆதில்ஷாவிற்கு மடல் ஒன்றை அனுப்பினார். அதில், ‘தங்கள் ஆதிக்கத்தின் கீழ் இருக்கும் டோரனா கோட்டை பராமரிப்பின்றி மோசமான நிலையில் உள்ளது. அதன் கவர்னரும் பொறுப்பில்லாமல் கோட்டையில் தங்காமல் அடிக்கடி எங்காவது செல்கிறார். மேலும் வரி வசூலும் சிறப்பாக நடக்கவில்லை. மக்களும் செழிப்பில்லாமல் வாழ்ந்து வருகிறார்கள். இப்படியொரு இழிநிலையில் இருக்கும் டோரனா கோட்டையைப் பாதுகாத்து சிறப்பாக நடத்துவது தங்களின் உண்மையான பிரதிநிதியான எனது பொறுப்பு என்று கருதுகிறேன். எக்காரணம் கொண்டும் எதிரிகள் இந்த வாய்ப்பைப் பயன்படுத்திக் கொண்டு கோட்டையை அபகரித்துவிடக் கூடாது என்பதால் அதன் நிர்வாகப் பொறுப்பை நானே ஏற்றிருக்கிறேன். அதன்பிறகு கணக்கு வழக்குகளைப் பார்த்ததில் நிறைய தவறுகள் இருப்பதைப் பார்த்து அதிர்ந்து போனேன். இனிமேல் வரிவசூலை சிறப்பாகச் செய்து, தங்கள் கஜானாவிற்குப் பெருந்தொகை வந்து சேரும் என்பதை உறுதியளிக்கிறேன்’ என்பதாக இருந்தது அந்த மடல்.

இந்த மடலை சுல்தானுக்கு அனுப்பி வைத்த வீரனிடம் இரகசியமாக சிறிதளவு பொற்காசுகளையும் கொடுத்தனுப்பினார் சிவாஜி. அது பீஜாப்பூர் கணக்கு வழக்குகளைப் பார்த்த தலைமை நிதி அதிகாரி வசம் இரகசியமாகக் கொடுக்கப்பட்டது. ஏனென்றால் சுல்தான் விசாரிக்கும்போது டோரனாக் கோட்டை வசூலில் நிறைய குறைபாடுகள் இருப்பதை அவரும் கூறவேண்டும் என்பதற்காகத்தான்.

இந்தக் கடிதம் கிடைத்ததும் சுல்தான் குழப்பத்தின் உச்சத்திற்கே போய்விட்டார். தனது அனுமதியைக் கேட்காமலேயே சிவாஜி டோரனாக் கோட்டை நிர்வாகத்தைத் தன் வசமாக்கிக் கொண்டது அவருக்குக் கோபத்தை வரவழைத்தது.

நிதி அதிகாரியை அழைத்து உண்மை நிலையைக் கேட்டார். அவரும் அப்படியே டோரனாக் கோட்டை நிர்வாகம் சரியில்லை என்பதாகக் கூறியதும், சிவாஜியின் செயல்பாட்டை அங்கீகரித்தார். இனிமேல் அங்கிருந்து தமது கஜானாவிற்கு ஏராளமாக வருவாய் வரும் என்பதே அவருக்கு மகிழ்ச்சியை அளித்தது.

இதனிடையே பெங்களூருவில் இருந்த ஷாஹாஜிக்கும் இந்த விவரத்தை மடலாக எழுதி தூதுவர் ஒருவர் மூலம் கொடுத்து அனுப்பியிருந்தார் தாதாஜி.

சுல்தானின் அங்கீகாரம் கிடைக்கப்பெற்றதும் தனது அன்னை ஜீஜாபாய் மற்றும் தாதாஜி ஆகியோரை அழைத்துக் கொண்டு டோரனாக் கோட்டைக்குச் சென்றார். கோட்டையின் பெயரை 'பிரசண்டா காட்' என்று மாற்றினார். மராத்தி மொழியில் பிரசண்டா என்றால் பிரம்மாண்டம் என்றும், காட் என்றால் கோட்டை என்றும் பொருள்.

அந்தக் கோட்டையை மிகச் சிறப்பாக மாற்றி அமைக்கப் போவதாகக் கூறிய சிவாஜி, எப்படி மாற்றம் செய்யப் போகிறார் என்பதையும் அவர்களிடம் விவரித்தார்.

ஆனால் அதற்குப் பெருமளவில் பொருட் செலவாகுமே என்று அவர்கள் கூறியபோது, 'இறைவன் இருக்கிறான். அவனை நம்பி இந்த முயற்சியில் இறங்கப் போகிறேன். நிச்சயம் கடவுள் கைவிட மாட்டார்' என்றார் உறுதியுடன்.

கடவுள் நம்பிக்கை சிவாஜிக்கு மிக அதிகம். அதுதான் அவரின் சிறப்பான வெற்றிக்கு அடித்தளமாக அமைந்திருந்தது என்பதும் உண்மை.

போதிய நிதி வசதி இல்லாத நிலையிலும் டோரனாக் கோட்டையைப் பழுதுபார்க்கும் பணியைத் தொடங்கிவிட்டார் சிவாஜி.

அவரது கடவுள் நம்பிக்கை வீண்போகவில்லை என்கிற மாதிரியான சம்பவம் ஒன்று அப்போது நிகழ்ந்தது.

ஆம், கோட்டையைப் பழுது பார்க்கும்போது பூமிக்கடியில் புதையல் ஒன்று கண்டெடுக்கப்பட்டது. அதில் பவானி அம்மன் சிலையும், ஏராளமான பொற்காசுகளும், தங்க நகைகளும் இருந்தன.

கோட்டையைப் பழுது பார்க்கும் செலவிற்குத் தேவையான பணத்தைக் காட்டிலும் பன்மடங்கு அதிகமான மதிப்பில் அந்தப் புதையல் அமைந்திருந்தது.

அனைத்தும் பவானி அம்மனின் அருளால்தான் நடந்தது என்று உறுதியாக நம்பினார் சிவாஜி. பவானி அம்மனுக்கு அங்கேயே கோயில் ஒன்றையும் கட்டினார். கோட்டையைப் பழுது பார்ப்பதற்கான செலவு போக மீதமுள்ள பணத்தில் ஆயுதங்களை வாங்கினார். நிறைய ஆயுதங்களைத் தயாரிக்கவும் செய்தார். அப்படியும் பணம் ஏராளமாக மிச்சமிருந்தது.

மீதமுள்ள பணத்தை என்ன செய்வதாக உத்தேசம்?

தூரத்தில் மூர்பாத் என்னும் மலை தெரிந்தது. அந்த அழகிய மலையில் பிரம்மாண்டமான கோட்டை ஒன்றைக் கட்டினால் என்ன?

மூர்பாத் மலையில் கோட்டை ஒன்றைக் கட்டும் பணியைத் தொடங்கினார் சிவாஜி.

ஒரு முடிவை எடுத்துவிட்டால் அதை உடனடியாக நிறைவேற்றும் துணிச்சல் அவரிடம் இருந்தது.

அப்புறம் யார் தடுத்தாலும் தனது முடிவில் மாறாத உறுதியும் அவரிடம் இருந்தது.

அப்படித்தான் கோட்டையைக் கட்டும்போது அவருக்கு எதிர்ப்பு வந்தது.

எதிர்ப்பு தெரிவித்தவர் தாதாஜி கொண்டதேவ்.

'சுல்தான் ஆதில்ஷாவிற்கும், தந்தை ஷாஹாஜிக்கும் தெரிவித்து முறைப்படி அவர்களின் அனுமதி பெறாமல் கோட்டை கட்டுவது தவறு' என்பது அவரின் வாதமாக இருந்தது.

'ஏற்கெனவே டோரனாக் கோட்டையைக் கைப்பற்றியதில் சுல்தானுக்கு நிச்சயம் சந்தேகம் இருக்கத்தான் செய்யும். மூர்பாத் மலையில் கோட்டை கட்ட அனுமதி கேட்டால் சந்தேகம் வலுவடையும். எனவே அனுமதி வழங்கமாட்டார். தந்தையிடம் சமயம் பார்த்துச் சொல்லலாம்' என்றார் சிவாஜி.

எனினும் இக்கோட்டை கட்டும் விவரத்தையும் ஷாஹாஜிக்குத் தெரியப்படுத்தி மடல் அனுப்பினார் தாதாஜி.

11 குருநாதரின் மரணம்

'டோரனாக் கோட்டையைப் புதுப்பிக்கவும், மூர்பாத்தில் புதிதாய்க் கோட்டை ஒன்றைக் கட்டவும் சிவாஜிக்கு ஏது அவ்வளவு பணம்?' என்ற குழப்பத்தில் சுல்தான் ஆதில்ஷா இருந்தார்.

அப்போதுதான் அங்கு புதையல் கிடைத்த விவரம் அவருக்குத் தெரிவிக்கப்பட்டது.

முதலில் திடுக்கிட்டார்.

அப்புறம் குழப்பம் ஏற்பட்டது.

பின்னர் சந்தேகம் முளைத்தது.

'டோரனாக் கோட்டையில் புதையல் கிடைத்ததை முதலில் எனக்குத்தான் தெரிவித்திருக்க வேண்டும். அவ்வாறு

செய்யாமல் தன் விருப்பப்படி நடந்து கொள்வதற்கு சிவாஜிக்கு அனுமதி கொடுத்தது யார்?' என்ற கேள்வி எழுந்தது சுல்தானுக்கு.

டோரனாக் கோட்டையில் புதையல் இருக்கும் விவரத்தை முன்னரே அறிந்துகொண்டுதான் அதை சிவாஜி கைப்பற்றி இருக்க வேண்டும் என்று அவருக்குத் தோன்றியது.

அப்படியானால் திட்டமிட்டே இதனைச் செய்து வருவதாகவும், இளம் வயதிலேயே இவ்வாறு செயல்படுவதை அனுமதித்தால் எதிர்காலத்தில் இது மிகப் பெரிய ஆபத்துக்கு வழிவகுத்துவிடும் என்றும் அச்சம் தோன்றியது.

எனவே, மூர்பாத்தில் கோட்டை கட்டும் பணியை உடனே நிறுத்துமாறும், இதுவரை நடந்த அனைத்துக்கும் உரிய விளக்கம் அளிக்க வேண்டும் என்றும் ஆணையிட்டு மடல் ஒன்றை சிவாஜிக்கு அனுப்பி வைத்தார் சுல்தான் ஆதில்ஷா.

இதனிடையே கர்நாடகாவில் இருந்த ஷாஹாஜிக்கு ஆதில்ஷாவும் மடல் ஒன்றை அனுப்பி இருந்தார். அதில் கண்டிக்கும் தொனியும், எஜமானத்துவமும் அழுத்தமாகத் தெரிந்தது.

சுல்தானின் அனுமதியைப் பெறாமல் தமது மகன் சிவாஜி புதிய கோட்டையைக் கட்டுவது தவறு என்றும், உடனடியாக அதை நிறுத்தச் சொல்வதாகவும் பதில் மடல் ஒன்றை அனுப்பி வைத்தார் ஷாஹாஜி.

'எந்த இறைவனை நம்பி இந்த வேலையில் தமது மகன் இறங்கி இருக்கிறானோ அந்த இறைவன் தமது மகனைக் கடைசி வரைக் காத்தருள வேண்டும் என்று அவனது வெற்றிக்காகப் பிரார்த்தனை செய்வதைத் தவிர தனக்கு வேறுவழி தெரியவில்லை' என்று தாதாஜிக்கு பதில் மடலை அனுப்பினார் ஷாஹாஜி.

தனது மாணவன் தந்திரமாகச் செயல்படுவது தாதாஜிக்கு ஆனந்தமாகத்தான் இருந்தது. போர் என்று வருகிறபோது அதில் உடல் பலத்தை மட்டுமல்லாது அறிவு பலத்தையும் பிரயோகிப்பது தான் சரி. அதை கனகச்சிதமாக சிவாஜி கையாளுவதாகவே அவருக்குத் தோன்றியது. அது மகிழ்ச்சியையும் அளித்தது.

ஆனாலும் இந்த மாதிரியான தந்திர நடவடிக்கைகள் கயிறு மேல் நடப்பதைப் போன்றது. மிகவும் எச்சரிக்கையாக இருக்க வேண்டும். ஆபத்து மிக அதிகம்.

சிவாஜியின் ஒவ்வொரு நடவடிக்கையையும் உன்னிப்பாகக் கவனித்து வந்த தாதாஜிக்கு சில நாட்களாக அவ்வாறு முடியவில்லை.

நிறையவே சோர்வாகக் காணப்பட்டார். பலவீனமாகக் காட்சியளித்தார். விரைவில் களைத்துப் போய்விடும் அவரிடம் மிகுந்து காணப்பட்ட சுறுசுறுப்பு இப்போது காணாமல் போய் இருந்தது.

அடிக்கடி படுத்துக் கொண்டிருந்தார். தன்னை அறியா மலேயே கண்ணயரவும் செய்தார்.

வயது மூப்பு அவரைக் களைப்படையச் செய்திருந்தது. இன்னும் சுருக்கமாகச் சொல்லப் போனால் தனது கடைசி காலத்தை விரல்விட்டு எண்ணிக் கொண்டிருந்தார்.

அவரது தளர்ச்சியைப் புரிந்துகொண்ட ஷாஹாஜி, நிர்வாகத்தில் தாதாஜிக்கு உதவுவதற்காக தமது இரண்டாவது மனைவியின் சகோதரர் பாஜி மொஹிடேவை அனுப்பியிருந்தார். சுபா பகுதியின் நிர்வாகப் பொறுப்பு அவருக்கு அளிக்கப்பட்டது. மேலும் சிலரும் நியமிக்கப்பட்டு அவர்களுக்கும் சில பகுதிகள் வழங்கப்பட்டது.

அவர்கள் அனைவரையும் தாதாஜி மேற்பார்வையிட்டு வந்தார். வசூல் தொகைகளையும் அவர்கள் தாதாஜியிடம் உரிய கணக்குகளுடன் அளித்து வந்தனர்.

இந்நிலையில் நாளுக்கு நாள் அவர் உடல்நிலை மோசமாகிக் கொண்டே இருந்தது. எனவே சிவாஜி மூர்பாத் கோட்டையின் கட்டுமானப் பணியைக்கூடத் தனது தோழர்களைப் பார்க்கச் சொல்லிவிட்டு தாதாஜியின் அருகிலேயே இருந்தார்.

தனது சிறுவயது முதலே அதிகாலையில் விழித்தெழுந்து, ஆற்றில் குளித்து, ஜெபம் செய்து, சூரிய நமஸ்காரம் புரிந்து என்று பல்வேறு ஒழுக்கங்களையும் சிவாஜிக்குக் கற்றுத்தந்தவர்.

அவர் இப்போது படுத்த படுக்கையாகிவிட்டார். அந்த நிலை யிலும் மகாபாரதத்தின் சாந்தி பர்வ ஸ்லோகங்களை அர்த்தத்துடன் விளக்கிக் கூறினார். பீஷ்மர் யுதிஷ்ட்ரனுக்குக் கூறிய ராஜ தர்மங்களை மூச்சு வாங்கும் நிலையிலும் விவரித்துக் கூறினார்.

இதைப் பார்த்து அருகிலிருந்த ஜீஜாபாய் கண்களில் கண்ணீர் சுரந்தது.

அந்த அளவிற்குத் தனது மாணவனான சிவாஜியின் வாழ்வில் சத்தியத்தையும் நேர்மையையும் அழுத்தமாகப் பதித்தார் தனது கடைசி நேரத்திலும்.

அடுத்த நாள் அருகிலுள்ள பிராந்தியங்களை நிர்வாகம் செய்துவருபவர்களை கணக்கு மற்றும் வசூலான தொகையையும் எடுத்துக் கொண்டு இங்கே வரச்சொல்லுமாறு சிவாஜியிடம் கூறினார்.

அவரது ஆணை உடனடியாக நிர்வாக உதவியாளர்கள் அனைவருக்கும் தெரிவிக்கப்பட்டது. இதனையடுத்து அனைவரும் ஆணையை ஏற்று அங்கே வந்து சேர்ந்தனர். ஆனால் அவர்களில் இரண்டு பேர் மட்டும் வரவில்லை.

அவர்களில் ஒருவர் சுபா பகுதியை நிர்வாகம் செய்துவந்த பாஜி மொஹிடே. ஷாஹாஜியின் இரண்டாவது மனைவியின் சகோதரர்.

மற்றொருவர் சாகன் பகுதியை நிர்வகித்து வந்த ஃபிரங்கோஜி நார்ஸாலா.

கணக்கு வழக்குகள் சரிபார்த்த பின்னர் கஜானாவில் பணம் முழுவதையும் வைத்துப் பூட்டி, அதன் சாவியைத் தன்னிடம் கொடுக்கும்படி ஆணையிட்டார் தாதாஜி.

அப்படியே சிவாஜியும் செய்தார்.

பின்னர் கணக்குகளையும் சாவியையும் சிவாஜியிடம் கொடுத்துவிட்டு, 'இனிமேல் சிவாஜிதான் உங்கள் தலைவர். அவர் சொல்படிக் கேட்டு நடந்து கொள்ளுங்கள்' என்று நிர்வாகிகளிடம் கூறினார்.

படுக்கையில் கிடந்த தாதாஜியின் தலையைத் தனது மடி மீது வைத்து மெல்ல வருடிக் கொடுத்தார் சிவாஜி.

அப்படியே தாதாஜியின் உயிர் பிரிந்தது.

வாய்விட்டுக் குலுங்கிக் குலுங்கி அழுதார் சிவாஜி.

குருநாதரின் மரணத்திற்குப் பிறகு தனது பொறுப்பு அதிகரித்துக் கொண்டிருப்பதைப் புரிந்த சிவாஜி அதற்கான யோசனையில் ஆழ்ந்தார்.

தாதாஜி அழைத்தும் கணக்குகளை ஒப்படைக்காத சுபா மற்றும் சாகன் பகுதி நிர்வாகிகள் உடனே தங்கள் கணக்குகளை ஒப்படைக்குமாறு ஆணையிட்டார்.

இதனிடையே ஷாஹாஜி வீரர்கள் சிலரை அங்கு அனுப்பி வைத்திருந்தார்.

வரிவசூலை வாங்கிச் செல்வதற்காக வந்திருப்பதாக அவர்கள் கூறினார்கள்.

'இந்தப் பகுதி வறண்டு போய் இருக்கிறது. இங்கு வசூலிக்கப் படும் பணம் இந்தப் பகுதியின் வளர்ச்சிக்கே போதவில்லை. எனவே எங்களுக்கு இன்னும் அதிகப் பணம் தேவைப்படுகிறது. முடிந்தால் அனுப்பி வைக்குமாறு என் தந்தையிடம் போய் கூறிவிடுங்கள்' என்று கண்டிப்பாகக் கூறி வீரர்களைத் திருப்பி அனுப்பி வைத்தார் சிவாஜி.

சுபா பகுதி நிர்வாகி பாஜி மொஹிடே மட்டும், 'சிவாஜியை ஒருபோதும் தலைவராக ஏற்றுக்கொள்ள முடியாது. தாதாஜி ஒரு ஊழியர்தான். அவர் எப்படி தனக்கு வாரிசாக இன்னொரு வரை நியமிக்க முடியும்? சுல்தான் யாரைத் தலைவராக நியமிக்கிறாரோ அவரைத் தான் தலைவராக ஏற்பேன். இதை சிவாஜியிடம் போய்ச் சொல்லிவிடு' என்று திமிரோடு பேசி அந்த வீரனை அனுப்பி வைத்தார்.

இதனையடுத்து ஷாஹாஜிக்கும் மடல் ஒன்றை அனுப்பி வைத்தார் பாஜி மொஹிடே. அதாவது சிவாஜி மீது சுல்தான் கடுங்கோபத்தில் இருப்பதாகவும், எனவே அந்தப் பகுதிக்குத் தலைவனாகத் தன்னை நியமிக்குமாறும் கேட்டிருந்தார்.

இந்நிலையில் வீரன் வந்து சொன்னதைக் கேட்ட சிவாஜியின் இரத்தம் கொதித்தது. குதிரையில் ஏறி நேராக பாஜி மொஹிடேயின் இருப்பிடத்திற்கே வந்துவிட்டார்.

சிவாஜி இப்படித் திடுதிப்பென்று இருப்பிடத்திற்கே வருவார் என்பதை எதிர்பார்க்காத பாஜி மொஹிடே ஒரு கணம் திகைத்துத்தான் போனார்.

உள்ளே நுழைந்த சிவாஜி அவரின் அனுமதி இல்லாமலேயே இருக்கையில் அமர்ந்தார். நேராக விஷயத்திற்கும் வந்தார்.

'இந்தப் பகுதியின் தலைவர் இனிமேல் நான்தான். எனவே எனது உத்தரவுக்குக் கீழ்ப்படிந்து நடக்க வேண்டியது அனைவரின் கடமை. இதில் நீங்களும் அடங்குவீர்கள்' என்றார்.

'இதற்கு உன் தந்தை அனுமதி அளித்துவிட்டாரா?' என்று கேட்டார் பாஜி மொஹிடே.

'தற்போது கர்நாடக பிரச்சனையைத் தோள் மீது போட்டுக் கொண்டு கஷ்டப்பட்டுக் கொண்டிருக்கிறார் எனது தந்தை. இந்நிலையில் அவருக்கு மேலும் அதிக சுமையைக் கொடுக்க விருப்பமில்லாமல் இந்தப் பகுதியின் பொறுப்பை நானே ஏற்றுக் கொள்ளத் தீர்மானித்துவிட்டேன்'.

'ஆனால் அதை நான் ஒப்புக்கொள்ள முடியாது. என்னைப் பொறுத்தமட்டில் உன் தந்தைதான் தலைவர். அவர் சொன்னால் மட்டுமே என்னால் உன்னைத் தலைவனாக ஏற்றுக்கொள்ள முடியும்' என்றார் பாஜி மொஹிடே திட்டவட்டமாக.

'அப்படியானால் நீங்கள் தலைமைக்கு எதிராகச் செயல்படு வதாகத்தான் அர்த்தம். எனவே உங்களுக்கு மரண தண்டனை

விதிக்க முடியும். ஆனாலும் தாங்கள் எனக்கு மாமா முறை ஆகிவிட்டதால் உங்கள் தலைவரிடம் திரும்பிச் செல்ல உங்களுக்கு அனுமதி அளிக்கிறேன். உடைமைகளை மட்டும் எடுத்துக் கொண்டு நாளை அதிகாலையிலேயே இங்கிருந்து கிளம்பலாம்' என்று கூறிவிட்டு, அவரது பதிலுக்காகக் காத்திராமல் அங்கிருந்து வெளியே வந்தார்.

வெளியே நின்றிருந்த காவலர்கள் சிலரிடம் மறுநாள் அதிகாலை இங்கிருந்து புறப்பட்டுச் செல்லும் பாஜி மொஹிடேவை திருப்திகரமாக வழியனுப்பி வைக்குமாறு உத்தரவிட்டார்.

மறுநாள் காலை கடுமையான கோபத்தோடு அங்கிருந்து புறப்பட்டு பெங்களூரு சென்ற பாஜி மொஹிடே ஷாஹாஜியைச் சந்தித்துத் தனது ஆத்திரம் அனைத்தையும் கொட்டினார். சிவாஜியின் மீது அவருக்கும் கடுமையான கோபம் வரும் என்றே நினைத்தார். ஆனால் அப்படி எதுவும் நடக்கவில்லை. மாறாக, 'மகன் வளர்ந்து விட்டான். இனிமேலும் அவனை அடக்கி ஆள நினைப்பது முட்டாள்தனம். அவன் விருப்பப்படியே நடந்து கொள்ள அனுமதிப்பதுதான் நல்லது' என்றார்.

இதனால் இன்னும் ஆத்திரம் அதிகமாகியது. அங்கிருந்து வேகமாக வெளியேறினார் பாஜி மொஹிடே.

அதேவேளையில் சுபா பகுதியிலேயே மறுநாள் முழுவதும் தங்கியிருந்த சிவாஜி, அங்குள்ள நிர்வாக முறைகளை அலசி ஆராய்ந்தார். பின்னர் தனது நம்பிக்கைக்குரிய ஒருவரிடம் சுபா பகுதியின் நிர்வாகப் பொறுப்பை ஒப்படைத்துவிட்டு அங்கிருந்து கிளம்பினார்.

12 புரந்தர் கோட்டை

சுபா பகுதியில் இருந்து பாஜி மொஹிடேவை வெளியேற்றிய பின்னர் சிவாஜியின் கவனம் சாகன் கோட்டையை நோக்கித் திரும்பியது.

சுபாவிற்குச் செல்லும்போது தனது தோழர் யேசாஜி குங்க் உட்பட 300 வீரர்களையும் அழைத்துச் சென்றிருந்தார். ஆனால் அங்கு வீரர்களுக்கு எந்த வேலையும் இல்லாமல் போயிற்று.

இந்நிலையில் சாகன் கோட்டைக்குச் செல்லும்போது 25 வீரர்களை மட்டுமே தன்னுடன் வைத்துக் கொண்டு மீதமுள்ள வீர்களை அழைத்துக் கொண்டு தங்களின் இருப்பிடத்திற்குத் திரும்புமாறு யேசாஜிக்கு ஆணையிட்டார்.

ஃபிரங்கோஜி நாஸாலா மாவீரன் என்பதால் யேசாஜி தயங்கினார். வெறும் 25 வீரர்களை மட்டும் வைத்துக் கொண்டு சிவாஜி என்ன செய்வார் என்கிற சந்தேகப் பயம் அவருக்கு.

'ஃபிரங்கோஜி மாவீரன் என்றாலும் பாஜி மொஹிடேவைப் போல முட்டாள் கிடையாது. நல்ல அறிவாளி. படை பலம் தேவை இல்லை. அறிவார்ந்த பேச்சுவார்த்தை மட்டுமே போதும்' என்று யேசாஜியின் சந்தேகத்தைப் போக்கினார்.

கடைசி நேரத்தில் தாதாஜி அழைத்தும் அங்கு வராத இரண்டு பேர்களில் ஃபிரங்கோஜியும் ஒருவர். எனவே அவரால் நிச்சயம் பிரச்சனை வரும் என்பதால்தான் சாகன் கோட்டைக்குச் செல்லத் தீர்மானித்தார்.

சிவாஜி அங்கு வருவதற்கு முன்பாகவே சுபாவின் தலைமைப் பொறுப்பில் இருந்து பாஜி மொஹிடோ நீக்கப்பட்டு, அங்கிருந்தே அனுப்பப்பட்டு விட்டார் என்ற தகவல் ஃபிரங்கோஜியின் செவிகளை எட்டியிருந்தது. நிச்சயம் பெரும்படையோடுதான் சிவாஜி வருவார் என்று நினைத்து, அந்தப் படையை சமாளிக்க என்ன செய்யலாம் என்று ஆலோசனையில் ஈடுபட்டிருந்தார்.

ஆனால் அவர் நினைத்ததற்கு மாறாக ஒருசில வீரர்களை மட்டுமே அழைத்துக் கொண்டு வருவதாக வீரர்கள் சிலர் தகவல் கூறியதும் நிதானமடைந்தார்.

கோட்டை வாசலுக்கு வந்து சிவாஜியை இன்முகத்தோடு வரவேற்ற ஃபிரங்கோஜி, 'சில தனிப்பட்ட காரணங்களால் தாதாஜி அழைத்தும் வர இயலாமல் போனது' என்று பொய்க் காரணத்தை பகர்ந்தார்.

ஃபிரங்கோஜி சொல்வது பொய் என்று தெரிந்தாலும் அதை வெளியே காட்டிக் கொள்ளாத சிவாஜி, 'பாஜி மொஹிடோவின் கணக்கை சரிபார்த்துவிட்டேன். தங்கள் கணக்கை மட்டும்தான் சரிபார்க்க வேண்டும்' என்று சட்டென்று விஷயத்திற்கு வந்தார்.

சிவாஜியின் இந்த வீரக் குரல் மெல்லிய நடுக்கத்தை அளிக்கத் தான் செய்தது. 'தங்களோடு இணைந்து செயல்படுவதில் நான் அதிக நாட்டமுடையவனாக இருக்கிறேன். உங்கள் அறிவும் வீரமும் மெச்சத்தக்கவை. இன்னும் இரண்டு தினங்களில் இந்தக் கோட்டையின் கணக்கு வழக்கைத் தங்கள் வசம் எடுத்து வருகிறேன். செலுத்த வேண்டிய தொகையையும் கொண்டு வருகிறேன்' என்று பணிவோடு கூறினார்.

ஆக சாகன் கோட்டையையும் படைபலத்தை பிரயோகிக்காமல் எளிதாகத் தன் வசம் வீழ்த்திவிட்டார் சிவாஜி.

பின்னர் தமது கோட்டைக்குச் சென்றவர் தாயார் ஜீஜாபாயைச் சந்தித்தார்.

அண்மைக்காலமாக சிவாஜியின் நடவடிக்கைகள் ஒவ்வொன்றையும் மிக உன்னிப்பாகக் கவனித்து வந்தார் ஜீஜாபாய்.

தமது கணவரும், சிவாஜியின் தந்தையுமான ஷாஹாஜி, தாதாஜியின் மரணத்திற்குப் பிறகு வசூலித்திருந்த தொகையை வாங்குவதற்காக வீரர்களை அனுப்பி வைத்தபோது சிறு தொகையையாவது சிவாஜி கொடுத்து அனுப்புவார் என்றுதான் அந்தத் தாய் நினைத்தாள்.

ஆனால் நடந்தது என்ன?

ஒரு பொற்காசைக் கூடத் தர முடியாது என்று அழுத்தம் திருத்தமாகக் கூறி அந்த வீரரைத் திருப்பி அல்லவா அனுப்பி வைத்தார்.

தனது மகன் தந்திரமும், அறிவும், உடல் வலிமையும் உடையவர். அவரை வெல்ல யாராலும் முடியவே முடியாது. வெற்றி நிச்சயம். அவர் ஆசைப்படி இந்து சுயராஜ்யத்தை அடைந்து இந்துக்களுக்கு விடுதலையை அளிப்பார் என்பது ஜீஜாபாயின் உறுதியான நம்பிக்கையாக இருந்தது.

சாகன் கோட்டை

புரந்தர் கோட்டை

சிவாஜியின் தந்தை ஷாஹாஜிக்கும் மிகப் பெரிய அளவிலான எதிர்பார்ப்பும் ஆசையும் இருக்கத்தான் செய்தது.

'நம் வம்சத்தில் சிவாஜியாவது உயரங்களைத் தொட்டுவிட வேண்டும் என்று மனதார விரும்புகிறேன். அவன் அவ்வாறு தொட்டுவிட்டால் உனக்கு இணையாக மகிழ்ச்சியின் உச்சத்தைத் தொடும் மற்றொரு உயிர் நானாகவே இருப்பேன்' என்று தனது மனைவியும் சிவாஜியின் அன்னையுமான ஜீஜாபாயிடம் ஒருமுறை கூறியுள்ளார்.

இந்நிலையில் தனிமையில் ஆழ்ந்த யோசனையில் இருந்த சிவாஜியிடம், 'என்ன யோசனை செய்கிறாய்?' என்று பரிவோடு கேட்டு அருகே அமர்ந்தாள் ஜீஜாபாய்.

'அடுத்து என்ன செய்ய வேண்டும் என்பதைப் பற்றித்தான் யோசித்துக் கொண்டிருந்தேன். நீங்கள் என்ன நினைக்கிறீர்கள் தாயே?' என்று கேட்டார்.

'கொண்டானா கோட்டையில் உன்னைப் பிரிந்து மூன்று ஆண்டுகள் நான் தனிமையில் வாடியதை நினைத்தேன். மிகவும் வலிமையான கோட்டை அது....' என்றார் ஜீஜாபாய்.

உண்மையில் சிவாஜியின் அடுத்த இலக்காக பூனாவிற்கு வெகு அருகாமையில் உள்ள கொண்டானா கோட்டைதான் இருந்தது. அதைக் கைப்பற்றுவதைப் பற்றித்தான் சிந்தித்துக் கொண்டிருந்தார்.

அவரது பாசத்திற்குரிய தாயை சிறைப்படுத்தி வைத்திருந்த கோட்டை அது. பீஜாப்பூர் சுல்தான் வசமிருந்தது. அந்தக் கோட்டையைக் கைப்பற்றினால் அவரது வலிமை மேலும் பன் மடங்கு அதிகரிக்கும். அந்தக் கோட்டையைப் பராமரித்து வந்த தலைவரும் மிகவும் திறமைசாலி. படைபலமும் அதிகம். தந்திரமும் வலிமையும் அவரிடம் செல்லுபடியாவது சிரமமே.

'வலிமையான தலைவனாக இருந்தாலும் எல்லா வலிமைகளி லும் ஏதோவொரு பலவீனம் அடங்கித்தான் இருக்கும். அது என்னவென்று கண்டுபிடித்துவிட்டால் வெற்றி நிச்சயம்' என்றார்.

அவரது பலவீனம் என்ன?

பணம்!

சுல்தான் தரும் ஊதியம் மிகக் குறைவானது என்ற எண்ணம் எப்போதும் அக்கோட்டைத் தலைவனுக்கு உண்டு.

ஆக, பணத்தைக் கொடுத்து கோட்டையைத் தனதாக்கிக் கொள்வது சிறந்த வழியாக சிவாஜிக்குத் தோன்றியது.

தனது வீரர்களில் சாதுர்யமான ஒரு சிலரை இந்தத் திட்டத் திற்குப் பயன்படுத்தத் தீர்மானித்தார். அந்த வீரர்களும் கொண்டானா கோட்டைக்குச் சென்று அதன் தலைவரைச் சந்தித்தார்கள். அந்தத் தலைவன் நினைத்துக்கூடப் பார்த்திராத பெரும் தொகையைத் தருவதற்கு சிவாஜி தயாராக இருப்பதைப் பக்குவமாகத் தெரிவித்தார்கள்.

பணப்பசி அவன் மூளையை மழுங்கடித்தது. கோட்டைக்குத் தலைவனாக இருந்து கொண்டு காவல் நாயைப்போலக் காத்துக் கிடப்பதைக் காட்டிலும் பெரும் தொகையைப் பெற்றுக்கொண்டு எங்காவது சுகவாழ்வு வாழ்வதே சிறந்தது என்று தோன்றியது.

சம்மதம் தெரிவித்தான்.

அடுத்த நாளே அங்கு விரைந்து சென்ற சிவாஜி பேசிய பெரும் தொகையைக் கொடுத்தார். அவனும் கோட்டையை சிவாஜி வசம் ஒப்படைத்துவிட்டு எங்கோ மறைந்தான்.

கொண்டானா கோட்டையும் எந்தவிதமான இரத்தத் தியாகமும் செய்யாமல் எளிதாக வசமானது.

அந்தக் கோட்டைக்கு 'சிம்மக் கோட்டை' என்று பெயர் சூட்டிய சிவாஜி, அதனைப் பராமரித்து இன்னும் அதிக பலம் வாய்ந்த கோட்டையாக மாற்றினார்.

அடுத்து புரந்தர் கோட்டை!

அதன் தலைவனாக நீல்கண்ட் ஹய்பட்ராவ் என்பவர் இருந்தார். அவர் சிவாஜியோடும், அவரது குருநாதர் தாதாஜியோடும் நெருக்கமான உறவு கொண்டிருந்தார்.

நிஜாம் ஷாஹி வம்சத்திடம் இருந்தே புரந்தர் கோட்டை மற்றும் அதன் சுற்றுப்புறப் பகுதிகளை இனாமாகப் பெற்று ஆட்சி அதிகாரம் செலுத்திவந்தார். பின்னர் முகலாயர்களின் அதிகாரம் பரவியதும் அவர்களுக்கு உட்பட்டு கோட்டையின் தலைவராக இருந்துவந்தார்.

இந்நிலையில் தாதாஜி இறந்து சில நாட்களுக்குப் பின்னர் நீல்கண்ட் இறந்து போனார். அவருக்கு மூன்று மகன்கள். அதில் மூத்தவன் நிலோபந்த் என்பவன் தந்திரமாகச் செயல்பட்டு கோட்டைக்குத் தலைவனாகிவிட்டான். தனது தம்பிகளான பிலாஜி மற்றும் சங்கராஜி ஆகியோருக்கு சிறிதளவு பங்குகூடக் கொடுக்க மறுத்தும்விட்டான். இதனால் அங்கு சகோதரச் சண்டை நடந்து கொண்டிருந்தது.

இந்தச் சந்தர்ப்பத்தைப் பயன்படுத்தி புரந்தரா கோட்டையின் அதிகாரத்தைக் கைப்பற்ற நினைத்தார். படையெடுத்துச் சென்று கோட்டையைக் கைப்பற்றுவது புத்திசாலித்தனமாக இருக்காது என்று நினைத்தார். ஏனென்றால் அவர்களின் தந்தையார் நல்ல நட்புறவு பூண்டிருந்தார். அதைப் பாழ்படுத்தும் விதமாக நடந்து கொள்வது புத்திசாலித்தனமாக இருக்காது.

அப்படியானால் இங்கும் தந்திரத்தின் மூலமாகத்தான் கோட்டையைக் கைப்பற்ற வேண்டும்.

புரந்தர் கோட்டையின் மீது சிவாஜியின் பார்வை விழுந்து விட்டதாக சகோதரர்களின் காதுகளுக்குச் சென்று சேருகிற வகையில் செய்தியைப் பரவச் செய்தார்.

அதற்கு உடனடியாக நல்ல பலன் கிடைத்தது. பாதிக்கப் பட்ட இரண்டு தம்பிமார்களும் சிவாஜியைத் தஞ்சமடைந்து

அண்ணனைப் பழிவாங்க இதனை நல்ல வாய்ப்பாகப் பயன்படுத்திக் கொள்ள முடிவு செய்தனர். புரந்தர் கோட்டைக்கு வருமாறு சிவாஜிக்கு அவர்கள் அழைப்பு விடுத்தனர்.

இந்த விஷயம் நிலோபந்த் காதுக்கும் எட்டியது. உடனே அவனும் சிவாஜியைப் பகைத்துக் கொள்வது சரியான முடிவாக இருக்காது என்று நினைத்து புரந்தர் கோட்டைக்கு வருகை தருமாறு கேட்டுக் கொண்டான்.

சகோதரர்கள் மூவரும் தான் விரித்த வலையில் சிக்கிக் கொண்டுவிட்டதை அறிந்து ஏக மகிழ்ச்சி அடைந்த சிவாஜி, தீபாவளிப் பண்டிகையின் மூன்று நாள் கொண்டாட்டம் முடிவடைந்ததும் மாவாலிப் படையினர் சிலரை அழைத்துக் கொண்டு புரந்தர் கோட்டைக்குச் சென்றார்.

முதலில் தம்பிமார்கள் இருவரையும் சந்தித்துப் பேசினார். புரந்தர் கோட்டையைத் தங்களது மூத்த சகோதரன் நிலோபந்திடம் இருந்து மீட்டு, தங்களுக்குச் சேர வேண்டிய பங்கினைப் பெற்றுத் தருமாறு சிவாஜியிடம் வேண்டினர்.

கோட்டையையே தன் வசமாக்கிக் கொள்ள நினைத்த சிவாஜி இதற்கு எப்படிச் சம்மதிப்பார்?

தமது படை வலிமையைக் காட்டி சகோதரர்கள் இருவரை யும் கைது செய்தார்.

பின்னர் நள்ளிரவில் நன்றாகக் குறட்டை விட்டுத் தூங்கிக் கொண்டிருந்த நிலோபந்த்தையும் அதிரடியாகக் கைது செய்தார்.

மூவரும் செய்வதறியாது திகைத்து நின்றபோது கோட்டையைக் கைப்பற்றித் தனது அதிகாரத்தின் கீழ் கொண்டு வந்துவிட்டதாக அறிவித்தார்.

அப்புறம் அவர்களிடம் சமரசம் பேசினார்.

சிவாஜி என்ன சொன்னாலும் கேட்கத் தயாராக இருப்பதாக வும், சிறையில் தள்ளவோ அல்லது சிரச்சேதம் செய்யவோ வேண்டாம் என்றும் மூவரும் மன்றாடினர்.

இதனையடுத்து கோட்டைக்கு வெளியே இருந்த ஒரு சிறு நிலப்பரப்பை நிலோபந்த்துக்கு வழங்கினார். அதேநேரத்தில் அந்தப் பகுதியின் அதிகாரம் தன் வசமே இருக்கும் என்பதையும் தெளிவுபடுத்தினார்.

தம்பிமார்கள் இருவருக்கும் தமது படைப்பிரிவில் உயர்ந்த பதவிகளை வழங்கிக் கௌரவித்தார்.

அவர்களும் தங்கள் உயிருக்கு ஆபத்தில்லாமல் போனதால் கிடைத்த இந்தப் பதவிகளைச் சந்தோஷமாக ஏற்றுக்கொண்டார்கள்.

இவ்வாறு துளி இரத்தம்கூடச் சிந்தாமல் புரந்தர் கோட்டை சிவாஜியால் கைப்பற்றப்பட்டது.

இவ்வாறு மளமளவென கோட்டைகளை சண்டையிடாமல் கைப்பற்றிவிட்டதை அடுத்து அந்தப் பகுதியின் மீதான சிவாஜியின் ஆதிக்கம் பன்மடங்கு பெருகிவிட்டது.

இருப்பினும் டோரனா கோட்டையில் கிடைத்த புதையல் அநேகமாக முற்றிலும் செலவாகிவிட்டது. கொண்டானா கோட்டைத் தலைவனுக்கே பெருமளவில் கொடுக்க வேண்டியது ஆகிற்று.

எனவே வருமானத்திற்கு மக்களிடம் வரி வசூலித்தே ஆக வேண்டிய நிர்ப்பந்தம் ஏற்பட்டது. ஆனாலும் மக்களை வருத்தும் இத்தகைய நிலைப்பாட்டை எடுக்க அவருக்கு மனமில்லை. ஏனென்றால் சிவாஜியின் ஆட்சியில் அவர்கள் மிகுந்த மகிழ்ச்சியோடு இருந்தார்கள். அதை எப்படிக் கெடுத்துக் குட்டிச் சுவராக்குவது?

எனினும் படை வீரர்கள், ஊழியர்கள், அதிகாரிகள் அனைவருக்கும் இந்த மாதம் சரியான நேரத்தில் சம்பளம் கொடுக்க முடியுமா என்ற சந்தேகம் முளைத்தது.

அப்படியானால் வருவாய்க்கு என்ன செய்வது?

13 கல்யாண் வரி வசூல்

பீஜாப்பூர் சுல்தான் ஆதில்ஷா வோடு நேரடியான மோதலை இதுவரை மேற்கொள்ளவில்லை. மாறாக அவரைக் குழப்பத்தில் வைத்திருக்கும் தந்திர செயல்பாட்டையே செய்துவந்தார் சிவாஜி.

மூர்பாத்தில் கட்டிக் கொண்டிருந்த கோட்டையின் கட்டுமானப் பணிகளை உடனடியாக நிறுத்துமாறு ஆதில்ஷா கட்டளையிட்டபோதும் அதை நிறுத்த வில்லை. அந்தக் கோட்டை பீஜாப்பூர் நிர்வாகத்திற்கு மேலும் வலிமை சேர்ப்பதாக இருக்கும் என்றும், அந்த ஒரே காரணத்திற்காகவே கோட்டையைக் கட்டிக் கொண்டிருப்ப தாகவும் பதில் மடல் எழுதினார்.

மேலும் டோரனா கோட்டை வரிவசூலில் ஒரு பகுதியையும் அந்த மடலுடன் சேர்த்து அனுப்பி வைத்தார்.

இது உச்சகட்ட தந்திரம்.

பணம் பத்தும் செய்யும்.

இதற்கேற்ப வரிவசூலைக் கண்டதும் ஓரளவுக்கு சமாதானம் ஆனார் ஆதில்ஷா. ஆனாலும் அவர் மனத்தின் ஓரத்தில் ஒரு சந்தேக மின்னல் அடித்துக் கொண்டேதான் இருந்தது.

இப்படித்தான் சுல்தானுக்கும் சிவாஜிக்கும் இடையேயான தொடர்பு இருந்து வந்தது. ஆனாலும் என்றாவது ஒருநாள் அது மிகப் பெரிய மோதலில் போய் முடியும் என்பது சிவாஜிக்கும் தெரியும்.

இப்படிப்பட்ட ஒரு சூழலில்தான் மோசமான நிதி நிலைமை வந்து நின்றது.

இந்த இக்கட்டான நிலையில் இருந்து மீள்வதற்கான நல்ல வழியைக் காண்பிக்குமாறு பவானி அம்மன் சிலை முன்பாக நின்று மனமுருகிப் பிரார்த்தனையில் ஈடுபட்டார்.

வெகுநேரப் பிரார்த்தனையை முடித்துவிட்டு அறையை விட்டு வெளியே வந்தபோது அம்மன் அருள் கிடைத்தது.

ஆம் ஒற்றன் ஒருவன் சிவாஜியை வணங்கி, ‘இன்னும் நான்கு நாட்களில் கல்யாணில் இருந்து வரிவசூலை எடுத்துக்கொண்டு ஒரு சிறு படை பீஜாப்பூருக்குச் செல்கிறது’ என்றான்.

கல்யாண் பிரதேசம் தானே என்ற இடத்திற்கு அருகே இருந்த செழிப்பான பகுதி. பீஜாப்பூரின் கட்டுப்பாட்டில்தான் இருந்தது.

நிச்சயமாகப் பெரும் தொகையைத்தான் அவர்கள் எடுத்துச் செல்வார்கள்.

பவானி அம்மனை வழிபட்ட அடுத்த நொடிப் பொழுதே இந்தச் சேதி வருகிறதென்றால் இது அம்மன் காட்டும் வழியாகத் தான் இருக்கும் என்று உறுதியாக நம்பினார் சிவாஜி.

கல்யாணில் இருந்து இவ்வாறு ஆண்டுதோறும் வரிவசூல் தொகை கொண்டு செல்லப்படுவது வழக்கம்தான்.

‘நிச்சயமாக அந்தத் தொகை கல்யாண் மக்களுக்குச் சொந்தமானது. அதை பீஜாப்பூர் எடுத்துச் செல்வது நியாய

நீதிக்கு மாறானது. அதிலும் தற்போது நிதிநிலைமை மோசமாக இருக்கும் நிலையில்... அந்தப் பணத்தை அபகரித்தால் என்ன?'

மின்னலாகத் தோன்றியது ஒரு யோசனை.

அந்தப் பணத்தை அபகரிப்பது சுல்தானோடு நேருக்குநேர் மோதுவதற்குச் சமமானது. நிச்சயமாக ஆதில்ஷா பொங்கி எழுவார்.

தமது படைகளை அனுப்பி சிவாஜியைக் கைது செய்து பணத்தைப் பிடுங்க முயற்சிப்பார்.

அவரது படைபலம் மிக அதிகம். அதனுடன் மோதி வெற்றி அடைவது என்பது தற்போதைக்கு சாத்தியமே கிடையாது.

ஆனாலும் இந்த அதிரடித் திட்டத்தை நிறைவேற்றியே ஆக வேண்டும்.

எப்படி?

வழக்கமாக அந்தப் பணம் எவ்வாறு, எந்த வழியில் கொண்டு செல்லப்படுகிறது? எத்தனை பெட்டிகளில் கொண்டு செல்லப் படுவது வழக்கம்? துணைக்கு எவ்வளவு வீரர்கள் இருப்பார்கள்? கல்யாணில் இருந்து பீஜாப்பூர் செல்வதற்கு எத்தனை நாட்கள் ஆகும்?

இவ்வாறு பல கேள்விகள் அவருள் எழுந்தன. இதற்காக சில ஒற்றர்களை நியமித்து விடை தெரிந்து வருமாறு ஆணையிட்டார். அதுவும் அடுத்த நாளே தனக்குத் தகவல் தெரிய வேண்டும் என்றும் நிபந்தனை விதித்தார்.

சிவாஜியின் இந்த நடவடிக்கை அனைத்தும் இரகசியமாகவே இருந்தது. அவரது நெருங்கிய நண்பர்களுக்குக்கூடத் தெரியப் படுத்தவில்லை.

இதன்பிறகு தனது நண்பர்கள் மற்றும் படைத்தலைவர்களை அழைத்து கல்யாண் நிதியைக் கைப்பற்றுவது குறித்துப் பேசினார். மோசமான நிதிநிலைமையைச் சரிசெய்ய வேண்டியது அவசியம் என்பதை ஒப்புக்கொண்டனர் அனைவரும். ஆனால் அதற்கு இந்த வழிமுறை சரியானதாக இருக்க முடியாது என்றும், சுல்தானோடு நேரடியாக மோத வேண்டிய இக்கட்டான சூழல் ஏற்படும் என்றும் சிலர் எச்சரித்தார்கள்.

ஆனால் அதேநேரத்தில் நமக்குச் சொந்தமான நிலப்பகுதியை சுல்தான் ஆக்ரமித்துக் கொண்டு, நம் வரிவசூலை அனுபவிப்பது குற்றம் என்றும், எனவே கல்யாண் நிதியைக் கைப்பற்றுவது தவறு கிடையாது என்றும் சிலர் விவாதித்தனர்.

'என்றாவது ஒருநாள் பீஜாப்பூர் சுல்தானுக்கு எதிராக நாம் நேரடியாகவே செயல்பட்டுத்தான் ஆக வேண்டும். அப்போது இதுபோன்று பெரிய நிதி கிடைக்கும் வாய்ப்பு நமக்கு இருக்காது. எனவே இந்த வாய்ப்பை நழுவவிடல் ஆகாது' என்றார் சிவாஜி.

வெகு நேரம் அந்த ஆலோசனை நீடித்தது.

கடைசியில் சிவாஜியின் மனஉறுதி மற்றும் புத்திசாலித்தனம் ஆகியவற்றின் மீது முழுநம்பிக்கை இருப்பதால் அவர் என்ன ஆணையிட்டாலும் அதனைச் செய்து முடிக்கத் தயாராக இருப்பதாக அனைவரும் ஒருமனதாக முடிவு செய்தார்கள்.

'கல்யாண் நிதியை நாம் கைப்பற்றியே ஆக வேண்டும்' என்று உறுதியாகக் கூறினார்.

அனைவருமே அதற்குச் சம்மதம் தெரிவித்தார்கள்.

அத்துடன் நிறுத்திக் கொள்ளாமல் தொடர்ந்து அவர் மற்றொரு திட்டத்தையும் அறிவித்தார்.

அதைக்கேட்டு அனைவருமே திடுக்கிட்டுப் போனார்கள்.

'எப்படியும் சுல்தானின் பகையை நாம் பெறப்போவது உறுதி. அப்படியானால் நாம் ஏன் கல்யாண் நிதியோடு நிறுத்திக்கொள்ள வேண்டும்?' என்று கேட்டார்.

அனைவரும் திகைத்து நின்றபோது மேலும் தொடர்ந்தார்.

'கல்யாணையே ஏன் கைப்பற்றக்கூடாது?'

'அதற்கான படைபலம் நம்மிடம் இல்லையே' என்று வருத்தத் தோடு கூறினார் நண்பர் பாஜி பசல்கர்.

'வீரர்களும், யானைகளும், குதிரைகளும் எண்ணிக்கையில் அதிகமாக இருப்பது படைபலம் கிடையாது. போரிடும் உத்தி யிலும், போரிடுவோரின் மனவலிமையிலும்தான் உண்மையான பலம் இருக்கிறது. ஒரு உண்மையை நாம் புரிந்துகொள்ள வேண்டும். அதாவது போரிடத் தயார் நிலையில் இருக்கும்போது அது பெரும் பலத்தை இயல்பாகவே தருகிறது. அதேநேரத்தில்

எதிரி போரிடத் தயார் நிலையில் இல்லாதபோது அது அவனின் பலவீனமாக அமைந்துவிடுகிறது. எதிர்பாராத தாக்குதலால் நிலைகுலைந்து, சுதாரித்து, அவன் போரிடத் தயாரான மனநிலையை அடைவதற்குள் வெற்றியை அடைந்துவிட முடியும். இதுதான் உண்மையான போர்த் தந்திரம். வலிமை. பலம்' என்றார் சிவாஜி.

என்ன அற்புதமான சிந்தனை வளம்!

நுணுக்கமான சிந்தனை!

சிறப்பான அறிவு!

கம்பீரமான நெஞ்சுறுதி!

சிவாஜியின் வெற்றிக்குக் காரணமே இவைதான்.

இதனையடுத்து அவர்கள் அனைவருக்கும் சில கட்டளை களைப் பிறப்பித்தார்.

அதாவது, 'நாம் கல்யாண் மட்டுமல்லாமல் அதனைச் சுற்றியுள்ள ஒன்பது கோட்டைகளையும் கைப்பற்ற வேண்டும். அப்போதுதான் நாம் சிறப்பான வெற்றியைப் பெற்றவர்களாக நிலைத்திருக்க முடியும்' என்றார்.

தனது திட்டம் குறித்து அந்தப் பிரதேசத்தின் வரைபடம் ஒன்றை அங்கே வைத்து கைப்பற்ற நினைக்கும் ஒன்பது கோட்டைகளையும் சுட்டிக்காட்டினார். இந்த ஒன்பது கோட்டைகளையும் ஒன்பது தலைமையிலான படை இணைந்து கைப்பற்ற வேண்டும் என்பதையும் விவரித்தார்.

அந்தக் கோட்டைகளைக் கைப்பற்றுவதால் கிடைக்கும் ஆதாயங்கள், அதனால் ஏற்படும் பிரச்சனைகள், தங்களின் பலம், பலவீனம், போருக்குத் தேவையான உதவிகள் போன்றவற்றைப் பட்டியலிட்டு இரண்டே நாட்களில் தன்வசம் ஒப்படைக்க வேண்டும் என்று உத்தரவிட்டார்.

ஆக, ஒரு தெளிவான திட்டத்தோடுதான் இந்த ஆலோசனை கூட்டத்தை சிவாஜி நடத்தி இருக்கிறார் என்பதை அவர்கள் அனைவரும் புரிந்துகொண்டனர்.

மேலும், 'சில நேரங்களில் காலம்தான் நம் எதிரி. சில நேரங்களிலோ காலம்தான் நம் நண்பன். நாம் காலத்தைப் பயன் படுத்தும் விதத்திலேயே அது தீர்மானிக்கப்படுகிறது. எனவே

மனதில் வேறு சிந்தனைகளைத் தவிர்த்து இலக்கைக் குறித்தே உங்கள் எண்ணம் இருக்க வேண்டும்' என்று அறிவுறுத்தினார் சிவாஜி.

முக்கியமான பணியான நிதியைக் கைப்பற்றும் பொறுப்பை தானே ஏற்றுக்கொள்வதாகவும் அவர் தெரிவித்தார்.

இதனையடுத்து அனைவரும் கலைந்து சென்றார்கள் தங்கள் குறிக்கோளை அடைவதைப் பற்றிய சிந்தனையோடு.

அடுத்த நாளே ஒற்றர்கள் நிதி கொண்டுவருவதைப் பற்றிய முழுமையான தகவல்களோடு வந்து சேர்ந்தார்கள்.

ஐந்து சிறிய ரதங்களில் பணப் பெட்டிகள் கொண்டுவரப் படுவதுதான் வழக்கம். ரதம் ஒவ்வொன்றிலும் வாள் மற்றும் ஈட்டிகளுடன் ஐந்து வீரர்கள் இருப்பார்கள்.

ஐந்து ரதங்களுக்கு முன்பாக 220 வீரர்களும் பின்னால் 220 வீரர்களும் பாதுகாப்பாக செல்வார்கள். ரதங்களின் பக்கவாட்டின் இருபுறமும் பத்துப் பத்து குதிரை வீரர்கள் செல்வது உண்டு.

கல்யாணில் இருந்து பீஜாப்பூர் சென்றடைய பல நாட்கள் ஆகும். எனவே ஆங்காங்கே அவர்கள் தங்கி ஓய்வெடுத்துச் செல்வார்கள். பொதுவாக அவர்களின் பயணம் சீரான வேகத்தி லேயே இருப்பது வழக்கம்.

இந்தப் பணப்பெட்டியைக் கொள்ளையடிப்பதற்காக இதுவரை பலமுறை முயற்சிகள் நடந்துள்ளன. ஆனால் அவை அனைத்தும் தோல்வியையே சந்தித்துள்ளன.

இதுதான் ஒற்றர்கள் சேகரித்து வந்த தகவல்.

இந்தத் தகவலை வைத்து பணத்தைக் கைப்பற்றுவதற்கான திட்டத்தை மளமளவென்று தீட்டினார் சிவாஜி.

முதலில் சற்றே குறுகலான, இருபுறமும் மலைகள் சூழ்ந்த இடத்தைத் தேர்வு செய்தார். மலைகளின் இருபுறமும் படை வீரர்கள் பதுங்கிக் காத்திருப்பதற்கு வசதியாகப் பாறைகள் இருந்தன. அந்த இடத்திற்கு வரும்போது மாலை நேரமாக இருக்கும் என்பதையும் ஒற்றர்களிடம் இருந்து தெரிந்து கொண்டார்.

அந்த இடத்தைக் கடந்த சற்று நேரத்தில் அவர்கள் இளைப்பாறுவார்கள். ஆக ஓய்வெடுக்கும் மனநிலையில்தான் அப்போது அந்த வீரர்கள் இருப்பார்கள் என்பதைத் துல்லிய மாகக் கணித்தார்.

பணப்பெட்டி கைப்பற்றப்பட்ட தகவல் அங்கிருந்து பீஜாப்பூரில் சுல்தானுக்குச் சென்றடைய அநேகமாக இரண்டு தினங்கள் ஆகும். எனவே அதற்குள் ஒன்பது கோட்டைகளின் மீதும் ஒரே நேரத்தில் தாக்குதல் நடத்திக் கைப்பற்றிவிட வேண்டும்.

மறுநாள் படைத்தலைவர்கள் அனைவரும் வந்து சேர்ந்தனர். தங்களின் திட்டங்களைப் பற்றி விவரித்தார்கள்.

கடைசியில் பேசிய சிவாஜி, ‘பணப்பெட்டியைக் கைப்பற்றிய உடனடியாக நீங்கள் ஒன்பது பேரும் உங்களுக்கென்று ஒதுக்கப்பட்டுள்ள கோட்டைகளைக் கைப்பற்றும் முயற்சியில் தீவிரமாக ஈடுபட்டுவிட வேண்டும். கல்யாண் பகுதியில் தலைவனாக இருக்கும் முல்லானா அகமது வலிமைமிக்க வீரர்கள் அனைவரையும் பணப்பெட்டிக்கான பாதுகாப்பில் ஈடுபடுத்தி இருப்பான். எனவே உங்களுக்கு எதிர்ப்பு மிகக் குறைவாகவே இருக்கும்’ என்றார்.

அப்புறம் முக்கிய இடமான கல்யாண் கோட்டையைக் கைப்பற்றும் பொறுப்பை நண்பன் அபாஜி சோன் தேவ் வசம் ஒப்படைத்தார்.

'இவை அனைத்தும் நமது திட்டங்கள். என்றாலும் நடைமுறையில் எதிர்பாராத எத்தனையோ விஷயங்கள் எதிர் மாறாக நடக்கலாம். அதுதான் விதி. அப்படிப்பட்ட தருணத்தில் பதற்றமடையக் கூடாது. தைரியமாக இருக்க வேண்டும். இருக்கும் நிலைமையைப் பயன்படுத்தி சாதுர்யமாகப் போராட வேண்டும். அந்த இக்கட்டான நேரத்தில் நிச்சயமாக ஒரு நல்ல வழி மூளைக்குள் ஒளிவிடும். நம்பிக்கையோடு இருங்கள். நான் இருக்கிறேன். என் மீது முழுமையான நம்பிக்கை வையுங்கள். உதவிக்கு விரைந்து வருவேன்' என்றார்.

இதைக்கேட்ட அனைவரும் புத்துணர்ச்சியைப் பெற்றது போல சிலிர்த்து எழுந்தார்கள்.

பின்னர் தன்னுடன் வருவதற்காக 300 வீரர்களைத் தேர்வு செய்தார். அவர்கள் அனைவரும் சகாயத்ரி மலைத்தொடரைச் சேர்ந்தவர்கள். கொரில்லா போர் செய்வதில் சிறப்பான தேர்ச்சி பெற்றவர்கள்.

இந்தத் தாக்குதலில் ஈடுபடும் நாளில் அதிகாலையிலேயே எழுந்து பவானி அம்மனைப் பிரார்த்தனை செய்தார். அதன்பின் அம்மன் அவருக்குத் துணையாக வருவதைப்போல உணர்ந்தார்.

குறிப்பிட்ட இடத்தை அடைந்ததும் இரண்டு படைக் குழுவும் மலைகளின் இருபுறத்திலும் ஏறி பாறைகளின் மறைவில் பதுங்கியது.

மற்ற வீரர்கள் இருபிரிவாகப் பிரிந்து குறுகலான பாதை துவங்கும் இடத்தில் மலைச்சரிவான இடத்தில் மறைந்து கொண்டனர். மற்றொரு பிரிவினர் பாதையின் முடிவில் பக்கவாட்டில் அகன்ற பகுதியில் மறைந்து கொண்டனர்.

மலையின் உயரமான பாறை ஒன்றின் பின் சில வீரர்களோடு சிவாஜி காத்திருந்தார்.

சிறிது நேரக் காத்திருப்புக்குப் பிறகு பீஜாப்பூர் கொடியை ஏந்தியபடி குதிரை வீரன் ஒருவன் வந்து கொண்டிருந்தான். அப்படியானால் பின்னால் பணப்பெட்டிகள் வந்து கொண்டிருக்கின்றன என்பதை சிவாஜி புரிந்து கொண்டார்.

சற்று வளைவான பாதையில் அந்த வீரன் திரும்பியதும் திட்டப்படி மூன்று வீரர்கள் அந்த இடத்தில் குதித்து, குதிரையில் இருந்து அந்த வீரனைக் கீழே தள்ளினான் ஒரு வீரன். மற்றொருவன் குதிரையைத் தடவிக் கொடுத்து அது திமிராதபடி

பார்த்துக் கொண்டான். கீழே விழுந்த வீரனின் உடைகளைக் கண்சிமிட்டும் நேரத்தில் கழற்றி, அவனைப் போன்ற உடல் அமைப்புடன் இருந்த மற்றொரு வீரனை அணியச் செய்தான்.

இப்போது சிவாஜி படையைச் சேர்ந்த வீரன் பீஜாப்பூர் கொடியைப் பிடித்துக் கொண்டு குதிரையில் மெல்லச் சென்றான். அந்தப் பாதையின் திருப்பத்தில் பணப்பெட்டியுடன் வந்த கல்யாண் வீரர்கள் அது தங்கள் வீரன்தான் என்றே எண்ணி வர இருக்கும் ஆபத்தை அறியாமல் தொடர்ந்து வந்து கொண்டே இருந்தார்கள்.

அந்தக் குறுகலான பகுதிக்குள் நுழைந்த அவர்கள் அதன் முடிவுப் பகுதி வரை வந்தார்கள். இப்போது குறுகலான அந்த வழித்தடத்தில் கல்யாண் மொத்த படைகளும் இருந்தன.

இந்த மாதிரியான சந்தர்ப்பத்திற்காகவே காத்திருந்த சிவாஜியின் முன்பகுதி மற்றும் பின்பகுதியில் பதுங்கியிருந்த வீரர்கள் அனைவரும் கடுமையான தாக்குதலில் ஈடுபட்டனர். அதற்கிடையே மலையின் இருபுறமிருந்தும் வீரர்கள் தாக்கவே செய்வதறியாது திகைத்தது கல்யாண் படை. சிவாஜியும் மின்னல் வேகத்தில் வாளைச் சுற்றிப் பல வீரர்களின் தலைகளைக் கொய்து கொண்டிருந்தார்.

மிகப் பெரிய அளவில் பாதிப்பை அடைந்ததும் அதற்கு மேல் சண்டையிடவே முடியாது என்ற நிலையில் கல்யாண் படைத் தளபதி கைகளைத் தூக்கி சரணடைந்தான். அதைப் பார்த்த அவன் படையினரும் சண்டையை நிறுத்தி சரணடைந்த னர்.

'இந்தப் பணம் அனைத்தும் பீஜாப்பூர் சுல்தானுக்குச் சொந்தமானது. அதை நீ கைப்பற்ற நினைப்பது ராஜதுரோகம்' என்று கத்தினான் அந்தப் படைத்தளபதி.

'நான் கல்யாண் பிரதேசத்தின் தலைவனாகப் போகிறவன். என் குடிமக்களின் இரத்தத்தைச் சுரண்டி சுல்தானுக்குக் கொண்டு செல்வதை என்னால் பொறுத்துக் கொள்ள முடியாது' என்றார்.

இதைக்கேட்ட படைத்தளபதி அப்படியே வாயடைத்துப் போனான். இதற்கு மேல் சிவாஜியிடம் விவாதிப்பதற்கு எதுவும் இல்லை என்ற உண்மை விளங்கியது.

அடங்கிப் போனான்.

14 சிவாஜியின் நேர்மை

கல்யாண் வெற்றியைத் தொடர்ந்து சிவாஜி நியமித்திருந்த ஒன்பது தலைவர்களும் தங்களுக்கு ஆணையிடப் பட்ட கட்டளைகளை நிறைவேற்ற ஆரம்பித்தார்கள். ஒன்பது கோட்டை களும் ஆக்ரமிக்கப்பட்டன.

இதில் குறிப்பிட்டுச் சொல்ல வேண்டிய விஷயம் என்னவென்றால், அந்த அதிரடியான ஆக்ரமிப்புகளில் உயிர்ச் சேதம் என்பது மிகமிகக் குறைவாகவே இருந்தது.

அதற்கு முக்கியக் காரணம் சிவாஜியின் அற்புதமான தந்திரங்களும், யுக்திகளுமே.

அன்றைய காலக்கட்டத்தில் கோட்டைக் காவலர்களுக்குக் குறைந்த

அளவு ஊதியமே வழங்கப்பட்டு வந்தன. பெருமழை, கடும் வெயில் என்று மிகக் கடுமையாகப் பணியாற்றியும் திருப்தி கரமான ஊதியம் கிடைக்கப் பெறாமையால் அவர்கள் ஒருவித வறுமையான, மகிழ்ச்சியற்ற வாழ்க்கையையே வாழ்ந்து வந்தனர்.

இந்தப் பலவீனத்தைத்தான் சிவாஜி மிகச் சரியாகப் பயன்படுத்திக்கொண்டார். அவர்களுக்குக் கணிசமான பணத்தை வாரி வழங்கியபோது அந்தக் காவலர்கள் சந்தோஷத்தில் திக்கு முக்காடிப் போனார்கள். கோட்டைகளைப் பற்றிய உள் இரகசியங்களைத் தாராளமாகச் சொல்லத் தொடங்கினார்கள்.

மட்டுமல்லாமல் சிவாஜியின் படை வீரர்கள் வணிகர்கள், வேலையாட்கள் போன்ற மாறுவடிவில் கோட்டைக்குள் செல்வதற்கும் அவர்கள் அனுமதியளித்தனர்.

இதனால் கோட்டைகளைக் கைப்பற்றும் திட்டம் வெகு சுலபமாகவே இருந்தது. தீவிரமான தாக்குதல் நடத்துவதற்கான நிலைமை ஏற்படவில்லை.

காவலர்கள் மட்டுமே அப்படி இருக்கவில்லை. கோட்டையின் முக்கிய அதிகாரிகளும்கூட பணத்திற்கு விலை போகக்கூடியவர்களாகவே இருந்தனர்.

இவ்வாறாக ஒன்பது கோட்டைகளும் மளமளவென சிவாஜி படை வீரர்களின் ஆதிக்கத்திற்குள் எளிதாகவே வந்துவிட்டன.

இந்நிலையில் கல்யாண் பகுதியில் வெற்றிகரமாக வீரர்களுடன் நுழைந்த சிவாஜி படைத் தளபதி அபாஜி சோன் தேவி, அதன் முக்கியத் தலைவனாக இருந்த முல்லானா அகமது என்பவனைச் சிறைப்பிடித்தான்.

முல்லானா கைது செய்யப்பட்ட தகவல் கிடைத்ததும் இன்னும் உற்சாகமடைந்த சிவாஜி, தமது வீரர்களுடன் கல்யாண் நகருக்குள் வீறுகொண்டு நுழைந்தார்.

ஏற்கெனவே சிவாஜியின் வீரதீரம், பெருமை, நற்குணம் போன்ற அனைத்தும் கல்யாண் பகுதி மக்களிடையே முன்னரே பரவி இருந்ததால் சிவாஜியை அவர்கள் உற்சாகமாக வரவேற்கத் தொடங்கினர். இனிமேலாவது தங்களுக்கு நல்லகாலம் பிறக்கும் என்ற நம்பிக்கையும் அவர்களிடம் மிகுந்து காணப்பட்டது.

கல்யாண் பகுதி மக்களின் உற்சாகமான வரவேற்பு சிவாஜியின் மனதை நெகிழச் செய்துவிட்டது. முழுமையான

நம்பிக்கையைக் கொண்டிருக்கும் இந்த ஏழை எளிய மக்களின் உண்மையான தேவைகளை நிறைவேற்றுவதன் மூலமே இறைவனின் ஆசியைப் பெற முடியும் என்ற குருநாதர் தாதாஜியின் வாக்கைத் தற்போது நினைத்துக் கொண்டார்.

கல்யாண் நகர் முழுவதையும் தன் அதிகாரத்தின் கீழ் கொண்டு வந்ததும், முதன்முதலாக முல்லானாவிற்குக் கடுமையான தண்டனையை சிவாஜி வழங்குவார் என்பதுதான் அனைவரின் எதிர்பார்ப்பு.

ஆனால் நடந்தது அப்படி அல்ல.

கல்யாண் தலைவனாக இருந்த முல்லானா அகமதுவை உரிய மரியாதைகளுடன் பீஜாப்பூருக்கு அனுப்பி வைத்தார் சிவாஜி.

இதைச் சற்றும் எதிர்பாராத அனைவரும் ஆச்சரிய அகழியில் அமிழ்ந்து போனார்கள்.

எதிரணியில் இருப்பவர்களை எதிரிகள் என்று ஒருபோதும் அவர் எண்ணியதே கிடையாது. தோற்றுப்போய்விட்டார்கள் என்பதற்காக அவர்களைச் சிறைப்படுத்திக் கொடுமைப்படுத்தும் தன்மை கிடையாது. அவர்களைக் கீழ்த்தரமாக அவமானப் படுத்தும் குணமும் சிவாஜிக்குக் கிடையாது. அடிமையாக்கி நல்ல விலைக்கு விற்கிற கேவலமான எண்ணமும் கிடையாது. அனாதை களைப்போல நாட்டைவிட்டு அடித்துத் துரத்தும் செயலும் கிடையாது.

அவர்களும் நண்பர்கள். மனிதர்கள்.

எனவே தோற்றவர்களிடம் பெருந்தன்மை காட்டுவது என்பது சிவாஜியின் இயல்பு.

அங்கிருந்து செல்கிறபோது சிவாஜிக்கு மானசீகமாகத் தலை தாழ்த்தி வணங்கிவிட்டுச் சென்றான் முல்லானா.

கல்யாண் பகுதியில் நிலைமை சீரானதும் அதன் நிர்வாகப் பொறுப்பை அபாஜி சோன் தேவ் வசம் ஒப்படைத்த சிவாஜி, தமது ஆதிக்கத்தின் கீழ் உள்ள பிற பகுதிகளில் பின்பற்றப்படும் நிர்வாக முறைகளை அங்கேயும் பின்பற்றுமாறு உத்தரவிட்டார்.

கல்யாண் பகுதியின் தலைவனாக அறிவிக்கப்பட்ட அபாஜி, சிவாஜியின் தொடர் வெற்றியின் காரணமாக அவருக்கு ஒரு சிறப்பான, ஆச்சரியமான பரிசு ஒன்றை வழங்கக் காத்திருப்பதாக மரியாதையுடன் கூறினார்.

அபாஜியின் பரிசு என்னவாக இருக்கும் என்பதை சிவாஜி யால் யூகிக்க முடியவில்லை. என்றாலும் அது சற்றும் எதிர்பாராத ஓர் அற்புதமான, பிரமிக்கத்தக்க பரிசாக இருக்கும் என்று மட்டும் நினைத்தார்.

உடனே சிவாஜியை அழைத்துக் கொண்டு அந்தப்புரத்திற்கு சென்றார் அபாஜி.

அங்கே ஒரு மங்கை உடல் மட்டுமல்லாமல் இஸ்லாமியப் பெண்களைப் போன்று முகத்தையும் மறைத்துக் கொண்டு நின்று கொண்டிருந்தாள். அவள் விசும்பிக் கொண்டிருந்ததை சிவாஜி யால் உணர்ந்துகொள்ள முடிந்தது.

'இப்படியொரு பேரழகியைத் தாங்கள் பார்த்திருக்கவே மாட்டீர்கள். நானும், நமது வீரர்களும்கூட பார்த்ததே இல்லை. அப்படிப்பட்ட பேரழகியை கோட்டைக்குள் பார்த்ததுமே அவளைத் தங்களுக்குக் காணிக்கையாக்க வேண்டும் என்று முடிவு செய்தேன். அந்தப் பேரழகியைப் பாருங்கள்' என்றவாறு அவளின் முகத்திரையை விலக்க உத்தரவிட்டார் அபாஜி.

அப்படியே திரை விலக்கப்பட்டது.

உண்மையிலேயே பேரழகிதான்.

'யார் இந்தப் பெண்?'

'முல்லானா அகமதுவின் மருமகள்' என்றார் அபாஜி.

பொதுவாக ஒரு நாட்டை வென்றுவிட்டால் அந்த

நாட்டின் அதிகாரம் மட்டுமல்லாமல் அங்குள்ள செல்வங்களும், அழகிய பெண்களும்கூட வெற்றியாளனுக்கே சொந்தம் என்பது அக்காலத்தின் எழுதப்படாத நியதி.

ஏன், இந்தக் காலத்திலும் அத்தகைய கூத்துக்கள் நடந்து கொண்டுதான் இருக்கின்றன.

அந்தப் பெண்ணின் பேரழகையே கண்ணிமைக்காமல் பார்த்துக் கொண்டிருந்த சிவாஜி, தலைகுனிந்தபடி கேவிக் கொண்டிருந்த அவளிடம், 'உன் அழகில் ஒரு பகுதி என் தாயிடம் இருந்திருந்தால் நானும் அழகனாய்ப் பிறந்திருப்பேன்' என்றார்.

இப்படியொரு வார்த்தையை எதிர்பார்க்காத அந்த நங்கை திகைப்புடன் சிவாஜியை நிமிர்ந்து பார்த்தாள்.

அவள் மட்டுமல்லாமல் அபாஜி உட்பட அங்கிருந்த யாருமே அப்படியொரு வார்த்தையை சிவாஜியிடம் இருந்து எதிர்பாராதவர்களாகத் திகைத்துப்போய் நின்றார்கள்.

சட்டென்று அபாஜியை நோக்கித் திரும்பினார் சிவாஜி.

'உண்மையில் இவள் பேரழகிதான். உனது பேரன்புக்கு என் மனமார்ந்த நன்றி. ஆனால் ஒன்றை நீயும் மற்றவர்களும் நன்கு புரிந்துகொள்ள வேண்டும். பெண்கள் பரிசுப் பொருட்கள் அல்ல. வெற்றி பெற்ற ஒரே காரணத்திற்காக அங்குள்ள பெண்கள் வெற்றியாளனுக்குச் சொந்தமாகி விடுகிறார்கள் என்கிற சித்தாந்தம் எனக்கு அபத்தமாகப்படுகிறது. என் மனோதர்மம் அதை ஏற்க மறுக்கிறது. இராவணன் வேதங்களைக் கரைத்துக் குடித்தவன். பத்து தலைகளைக் கொண்டவன். அத்தனை தலைகளுமே அறிவின் உச்சம். உடலாலும் பலமிக்கவன். செல்வத்திற்கும் குறைவே கிடையாது. ஆனால் அத்தனையையும் இழந்து, உயிரையும் இழந்தான். ஏன் என்றால் அடுத்தவன் மனைவியை அபகரித்துச் சென்ற ஒரே காரணத்திற்காக. சீதையின் கண்ணீர் அவனை அழித்துவிட்டது. இந்தப் பாவச் செயலால் தனது பலம் அனைத்தையும் இழந்தவன் இராவணன் என்னும் வேதத்தைக் கற்றவன் நான். என் கணக்கிலும் இந்தப் பெண்ணின் பாவம் சேர்வதை நான் விரும்பவில்லை. உரிய மரியாதைகளுடன் இந்தப் பெண்ணை பீஜாப்பூருக்கு அனுப்பி வையுங்கள்' என்றார்.

இப்படியொரு உரையை சிவாஜியிடம் இருந்து யாருமே எதிர்பார்க்கவில்லை என்பதை அவர்களின் உடல் தோற்றமே காண்பித்தது.

உடனடியாக வெள்ளித் தட்டில் பட்டாடைகளும், தங்க நகைகளும் பரப்பி எடுத்து வந்தார் அபாஜி. அதை வாங்கிய சிவாஜி, அந்தப் பெண்ணிடம் நீட்டி, ' உன் சகோதரன் தருவதாக நினைத்துப் பெற்றுக் கொள். உன்னை உன் குடும்பத்தாருடன் அனுப்பி வைக்கிறேன். மகிழ்ச்சியோடு செல்' என்று வாழ்த்தினார்.

அதைப் பெற்றுக்கொண்ட அந்தப் பெண் நன்றி விசுவாசத்துடன் சிவாஜியைப் பார்த்தாள். அவள் கண்களில் இருந்து கண்ணீர் பொங்கி வழிந்தது.

சிவாஜியின் இந்தப் பண்புக்குரிய நற்செயல் அப்பகுதி எங்கும் காட்டுத் தீயைப் போல வேகவேகமாகப் பரவியது.

அசாத்திய வீரர் மட்டுமல்ல, பெருந்தன்மையும் கணிசமாக உடையவர் சிவாஜி என்ற கருத்து வேகமாகப் பரவிற்று.

இறை நம்பிக்கை அதிகமுடையவர் சிவாஜி.

கோட்டைகள் ஒன்றன்பின் ஒன்றாகத் தன் வசமாவது இறைவன் அருளினால் மட்டுமே என்பதை முழுமையாக நம்பினார்.

அனைத்துப் பகுதிகளுக்கும் தகுதியான தலைவர்களிடம் நிர்வாகப் பொறுப்பை ஒப்படைத்துவிட்டுத் வீரர்களுடன் திரும்பினார்.

வழியில் ஹரிஹரேஸ்வரர் கோயில்.

அங்கு சென்றவர் நெடுநேரம் கண்களை மூடிப் பிரார்த்தனையில் ஈடுபட்டார். சுமார் இரண்டு மணி நேரம் அந்தப் பிரார்த்தனை நீடித்தது.

தியானத்தை முடித்துக் கொண்டு கண்விழித்தபோது எதிரே வந்த நண்பர் யேசாஜி குங்க், 'அன்னை பவானி தேவியின் வீரவாள் ஒன்று பக்கத்தில் இருக்கும் கோட்டையில் இருப்பதாகத் தகவல் கிடைத்துள்ளது' என்றான்.

பவானி அம்மனின் வாள் என்றதும் சிவாஜியின் உடல் முழுவதும் ஒரு சிலிர்ப்பு.

தனது பிரார்த்தனைக்குக் கிடைத்த பரிசாகவே இந்தச் செய்தியை நினைத்தார்.

அருகிலிருந்த சிறிய கோட்டையின் தலைவர் கோவல்கர் சாவந்த். அவனிடம் இருக்கும் வீரவாள் அவன் மூதாதையர் மூலம் கிடைத்தது. அது பவானி அம்மனின் வீரவாள் என்று சொல்லப் படுகிறது.

'அந்த வீரவாளை நீ சென்று கேட்டால் அந்தத் தலைவன் மறுக்காமல் கொடுத்துவிடுவான். இல்லையென்றால் அதைக் கைப்பற்றுவது நமக்குக் கஷ்டமான காரியம் அல்ல' என்றார் யேசாஜி.

ஆனால் சிவாஜிக்கு அந்த யோசனையில் உடன்பாடில்லை. பரம்பரை பரம்பரையாக இருக்கும் ஒரு புனிதப் பொருளைக் கட்டாயப்படுத்தி வாங்குவது அபகரிப்பதற்குச் சமம் என்றே நினைத்தார்.

'நமது உரிமைகளை அடுத்தவர் பறிக்கும்போது நமக்கு ஆத்திரம் வருவதைப்போலவே அடுத்தவர்களுக்கும் இருக்கும். எனவே அவர்களின் உரிமைகளைப் பறிக்க நினைப்பது எந்த விதத்திலும் நியாயமே இல்லை' என்று மறுத்துவிட்டார் அந்தப் பண்பின் சிகரம்.

ஆனால் இந்தத் தகவல் கோவல்கர் சாவந்த் காதுகளை எட்டிவிட்டது.

அந்தப் பகுதியில் பெரும் சாம்ராஜ்யத்தை நிறுவும் நோக்கில் வெற்றி மேல் வெற்றியை ஈட்டிக் கொண்டிருக்கும் வீரராக விளங்கும் சிவாஜியைப் பற்றி அவர் நன்றாகவே அறிவார்.

எப்படியும் தனது சிறிய கோட்டையைக் கைப்பற்றாமல் விடமாட்டார் என்றும் கருதினார். சிவாஜி தாக்குவதற்கு முன்பாக அவரிடம் சரணடைந்துவிடுவது சாலச் சிறந்தது என்று தோன்றியது.

தமது மூதாதையர் மூலம் கிடைத்த வாளைத் தான் வணங்கும் பவானி தேவியின் வீரவாள் என்று நினைக்கும் சிவாஜியிடமே கொடுத்து அவரின் நண்பனாகி விடுவதே சாலச் சிறந்தது என்று நினைத்தார் கோவல்கர்.

உடனடியாக விலை உயர்ந்த வீரவாளை வெள்ளித் தட்டில் வைத்துக் கொண்டு சிவாஜியைச் சென்று சந்தித்தார். வாளை சிவாஜியிடம் நீட்டிய கோவல்கர், 'தாங்கள் பவானி அம்மனின் பக்தன் என்று கேள்விப்பட்டேன். இந்த வாள் எங்கள் குடும்பச் சொத்து என்றாலும் பவானி அம்மனின் வீரவாள். இது அந்தத் தேவியின் பக்தரான தங்களிடம் இருப்பதே சரியானது. மறுப்புச் சொல்லாமல் தாங்கள் இதனைப் பெற்றுக்கொள்ள வேண்டும்' என்றார்.

இவ்வாறு பவானி தேவியின் வீரவாள் தானாகவே வந்து சேரும் என்பது சிவாஜி சிறிதும் எதிர்பாராத ஒன்று. மகிழ்ச்சி யோடும் மனநிறைவோடும் பெற்றுக் கொண்டு ஏராளமான பொற் காசுகளைப் பரிசாக வழங்கினார்.

15 ஷாஹாஜி கைது

கல்யாண் நிதியை சிவாஜி கைப்பற்றிய தகவல் பீஜாப்பூர் சுல்தான் முகமது ஆதில்ஷாவிற்கு ஒற்றன் மூலமாகப் போய்ச் சேர்ந்தது.

இதைக்கேட்டதும் அவமானத்தின் படுகுழிக்குள் தள்ளப்பட்டதாக நினைத்தார் ஆதில்ஷா.

சகிக்க முடியாத அவமானம்.

தமது கஜானாவிற்கு வரவேண்டிய செல்வத்தை ஒரு சின்னப் பையன், அதிலும் தனக்குக் கீழ் பணியாற்றும் ஒருவரின் மகன் அபகரித்துச் சென்றதை அவரால் தாங்கிக் கொள்ளவே முடியவில்லை.

பணமும் போய்விட்டது.

அங்கிருந்த கோட்டைகளும் போய்விட்டன.

முல்லானா அகமது அங்கு வந்துசேர்ந்தபோது அனைத்து விவரங்களையும் கேட்டார் ஆதில்ஷா. அப்போது சிவாஜி நிதியை அபகரித்ததைப் பற்றி அவ்வளவாக வருத்தப்பட்டுக் கூறாமல், தன்னையும், தன் மருமகளையும் விடுவித்தது பற்றியே பேசினான் முல்லானா. அது சுல்தானுக்கு சற்று எரிச்சலைத்தான் தந்தது.

சிவாஜியைத் தூண்டிவிட்டு ஷாஹாஜி தான் இப்படிப்பட்ட ஒரு நாடகத்தை நடத்திக் கொண்டிருப்பதாகவே சுல்தானின் முக்கிய ஆலோசகர்கள் பலரும் கூறினார்கள்.

எனவே சிவாஜிக்கும், ஷாஹாஜிக்கும் உடனடியாகக் கடிதம் எழுதி அனுப்புவது என்று தீர்மானிக்கப்பட்டது.

கல்யாண் வெற்றியை முடித்துவிட்டுத் திரும்பிக் கொண்டிருந்த சிவாஜி வழியில் இளைப்பாறிக் கொண்டிருந்த போது சுல்தானின் கடிதம் அவருக்குக் கிடைக்கப்பெற்றது.

கடுமையான வார்த்தைகளைத் தாங்கியிருந்த அந்த மடலில் சிவாஜி செய்திருப்பது ராஜதுரோகம் என்றும், கொள்ளை என்றும், திருட்டு என்றும் குறிப்பிட்டிருந்தார். பறிமுதல் செய்த அனைத்தையும் திரும்ப ஒப்படைக்க வேண்டும் என்றும், உடனே பீஜாப்பூருக்கு வந்து ஆஜராகும் படியும் எழுதியிருந்தார்.

அதேபோல தந்தை ஷாஹாஜியிடம் இருந்தும் கடிதம் ஒன்று வந்தது. அதில் சிவாஜியின் செயலைக் கடுமையாகக் கண்டித்த ஷாஹாஜி, அனைத்தையும் சுல்தான் வசம் திரும்ப ஒப்படைத்து மன்னிப்புக் கேட்கும்படி எழுதப்பட்டிருந்தது.

இந்தக் கடிதங்கள் சிவாஜி ஏற்கெனவே எதிர்பார்த்ததுதான். எனவே அதற்காக வருத்தமோ, கவலையோ, பதற்றமோ அடைய வில்லை.

தம்மால் கைப்பற்றப்பட்ட கோட்டைகள் அனைத்தும் தமது மூதாதையர்களின் சொத்து என்றும், ஆதில்ஷாவிற்கு அவற்றில் எந்த உரிமையும் கிடையாது என்றும் சுட்டிக்காட்டி பதில் மடல் அனுப்பி வைத்தார்.

மேலும், கல்யாண் பகுதி மக்களின் நல்வாழ்விற்குப் பயன்பட வேண்டிய நிதியை பீஜாப்பூருக்குக் கொண்டு செல்வதுதான் திருட்டு என்றும், தமது செயல் ஒருபோதும் ராஜதுரோகம் கிடையாது என்றும் திட்டவட்டமாகத் தெரிவிக்கப்பட்டிருந்தது.

அத்துடன் இன்னொரு விஷயத்தையும் அழுத்தமாகக் குறிப்பிட்டிருந்தார் அந்த மடலில். அதுதான் ஆதில்ஷாவின் கோபத்தை இன்னும் அதிகப்படுத்தியது.

அதாவது, தான் கைப்பற்றிய பிரதேசங்களுக்குத் தன்னைத் தலைவராக அங்கீகரித்தால் பீஜாப்பூருக்கு நேரில் வந்து சுல்தானைச் சந்திப்பதாக அந்த மடலில் தெரிவித்திருந்தார்.

அதேபோல அவரது தந்தை ஷாஹாஜிக்கும் பதில் மடல் ஒன்றை எழுதி அனுப்பினார். அதில், தான் வளர்ந்து பெரியவனாகிவிட்டதால் நல்லது, கெட்டதைப் பற்றி யோசிக்கும் திறன் வந்துவிட்டதாகக் குறிப்பிட்டிருந்தார்.

ஆக, தனது முடிவில் மிகத் தெளிவாகவே இருந்தார். இதன் விளைவுகளைச் சந்திக்கத் தயாராகவும் இருந்தார்.

இந்தக் கடிதத்தைப் பார்த்ததும் சுல்தான் ஆத்திரமடைந்து கடுமையான எதிர் நடவடிக்கைகளை எடுப்பார் என்பதையும் தெரிந்தே வைத்திருந்தார்.

அப்படித்தான் சிவாஜியின் மடலைப் பார்த்ததும் கோபத்தின் உச்சத்திற்கே சென்றுவிட்டார் ஆதில்ஷா. படைகளை அனுப்பி சிவாஜியைப் பணிய வைக்க முடிவெடுத்தார்.

ஆனால் அதை அவரது தளபதிகள் தடுத்தனர்.

ஏனென்றால் சகாயத்ரி மலைத் தொடரின் மூலை முடுக்குகளை எல்லாம் நன்கு அறிந்தவர் சிவாஜி. எனவே படை பலத்தின் மூலம் அவரை வெல்வது என்பது மிகக் கடினமானது.

அதைவிட சிவாஜியைத் தூண்டிவிட்டு நல்ல பிள்ளையாக வேஷம் போடும் அவரது தந்தை ஷாஹாஜியைக் கைது செய்து பிணைக்கைதியாக வைக்க வேண்டும். சிவாஜி சரணடைந்தால் மட்டுமே அவரை விடுவிக்க முடியும் என்றும் நிபந்தனை விதிக்க வேண்டும்.

இப்படிப்பட்ட ஆலோசனையை அவரது தளபதிகள் வழங்கினர்.

இதற்குச் சம்மதித்தார் ஆதில்ஷா.

ஆனால் ஷாஹாஜியைக் கைது செய்வது என்பது அத்தனை சுலபம் கிடையாது என்பதையும் அவர் அறிந்துதான் வைத்திருந்தார். ஷாஹாஜி உண்மையில் மாவீரர்தான். ஆனாலும் சில

சந்தர்ப்ப சூழ்நிலைகளால் அவர் சுல்தானுக்குக் கட்டுப்பட்டு இருப்பதையும் அவர் அறிவார்.

ஷாஹாஜியைத் தந்திரமான முறையில்தான் கைது செய்ய வேண்டும். சண்டையிட்டுக் கைது செய்வது என்பது நடக்கவே நடக்காது.

என்ன வகையான தந்திரம் செய்யலாம்?

அதை யார் செய்வது?

அறிவும், புத்திசாலித்தனமும், வீரமும், விவேகமும் உடைய ஷாஹாஜியிடம் தந்திரத்தைப் பயன்படுத்தக்கூடிய ஒருவர் யார்?

தீவிரமாக யோசித்தபோது அவர் நினைவிற்கு வந்தவர் பாஜி கோர்படே. இவர் கர்நாடகாவிற்கு அருகிலுள்ள முதோல் என்னும் பகுதியின் தலைவர். முதோல் பிரதேசமும் சுல்தானின் கட்டுப்பாட்டில்தான் இருக்கிறது.

அண்மையில் முதோலுக்குப் புதிய தலைவரை நியமிக்க வேண்டிய நிலை ஏற்பட்டது. சாதாரண நிலையில் இருந்த பாஜி கோர்படேயின் வலிமையும் புத்திசாதுர்யமும் ஆதில்ஷாவை வெகுவாகக் கவர்ந்தபடியால் அவரைத் தலைவராக நியமித்தார்.

ஷாஹாஜியின் ஆதரவாளர்களாகக் கருதப்படுகிறவர்களைத் தவிர்த்து வேறு சில முக்கியத் தளபதிகளிடம் இதுகுறித்து ஆலோசனை நடத்தினார். அவர்களும் பாஜி கோர்படே இதற்குத் தகுதியானவர்தான் என்று சான்றளித்தனர்.

பாஜி கோர்படேவுக்கு உடனடியாக அழைப்பு விடுத்தார். அவரும் சுல்தானின் கட்டளைக்கு இணங்கி உடனடியாக வந்து வணங்கி நின்றார்.

'உனக்கு ஷாஹாஜியைத் தெரியுமா?' என்று கேட்டார் ஆதில்ஷா.

'அவ்வளவாகப் பழக்கம் கிடையாது. ஆனாலும் அவரைப் பற்றி அறிந்திருக்கிறேன்' என்றார் பாஜி கோர்படே.

'அவர் வீரமும், விவேகமும் உடையவர். எனக்கு மிகவும் வேண்டியவர். ஆனால் இப்போது அவரைக் கைது செய்யப் போகிறேன். அந்தச் செயலைச் செய்யப் போவது நீதான்' என்று கூறிவிட்டு பாஜி கோர்படேவை உற்று நோக்கினார் சுல்தான்.

இதைக் கேட்டதும் சட்டென்று உடல் முழுவதும் ஒரு

பாஜி கோர்படே

பதற்றம் ஏற்பட்டது. மன்னருக்கு இணையான ஒருவரைக் கைது செய்யுமாறு மிகச் சாதாரணமான தன்னிடம் சுல்தான் கட்டளை இட்டதை அவரால் எளிதாக எடுத்துக்கொள்ள முடியவில்லை.

'அச்சப்படுகிறாயா?'

பதில் அளிக்காமல் மௌனம் காத்தார் பாஜி கோர்படே.

'முதோல் பிரதேசத்திற்குத் தலைவராகும் தகுதி உடைய மிக முக்கியமான இரு வரைத் தவிர்த்து நான் உன்னைத் தேர்வு செய்தேன். அது உனக்குத் தெரியுமா?' என்று சற்று சினம் மிளிரக் கேட்டார் ஆதில்ஷா.

பாஜி கோர்படேவின் பதற்றம் மேலும் அதிகரித்தது. ஷாஹாஜியைக் கைது செய்ய மறுத்தால் தனது தலைவர் பதவி பறிக்கப்படும் என்ற எச்சரிக்கை சுல்தானின் பேச்சில் இருப்பதாக உணர்ந்தார். பதவியும் அதிகாரமும் முக்கியம் என்பதால் அவரது ஆணைக்குப் பணிந்து நடக்கத் தயாராக இருப்பதாகக் கூறினார்.

அதனால் மகிழ்ந்துபோன சுல்தான், 'ஷாஹாஜியைக் கைது செய்வது அத்தனை எளிதானது அல்ல. கர்நாடகாவில் அவரது அதிகாரம் உச்சம் பெற்று நிற்கிறது. இங்கேயும் அவருக்கு ஆதரவு அதிகம் உண்டு. தந்திரமாகத்தான் கைது செய்ய வேண்டும். வஞ்சகமாகச் செய்து முடிக்க வேண்டும். அதற்கான முழுத் திறமையும் உன்னிடம் இருப்பதாக நான் நினைக்கிறேன். முடியுமா?' என்று வினவினார் சுல்தான்.

'நிச்சயமாகச் செய்து முடிக்கிறேன். என்னை நம்பலாம்' என்றார் பாஜி கோர்படே.

அதற்கேற்ப முதோல் திரும்பிய அவர் அடுத்த நாளே அங்கிருந்து கர்நாடகா விரைந்தார்.

அங்கு ஷாஹாஜியைச் சென்று சந்தித்தார். தன்னை அறிமுகம் செய்து கொண்டார். ஷாஹாஜியைப் பற்றி நன்றாகவே அறிந்திருப்பதாகக் கூறி, அவர் பாதம் தொட்டு வணங்கினார். தனது கோட்டை அவரது பாதம் தொடுவதற்காகக் காத்திருக்கிறது என்று குளிர்விப்பான பேச்சை உதிர்த்தார். உடனடியாகத் தனது முதோல் கோட்டைக்கு வருகை தந்து விருந்துண்ண வேண்டும் என்றும் கேட்டுக் கொண்டார்.

பாஜி கோர்படே மீது ஷாஹாஜிக்கு எள்முனை அளவும் சந்தேகம் ஏற்படவில்லை. அவிவர் பீஜாப்பூரில் இருந்து வந்திருந்தால் அப்போதைய காலக்கட்டத்தில் நிச்சயம் சந்தேகம் துளிர்த்திருக்கும். சிவாஜியின் மீதான கோபத்தில் ஏதோ சதித் திட்டம் நடப்பதாக உணர்ந்திருப்பார். ஆனால் பாஜி கோர்படே முற்றிலும் வேறானாவராகவே நினைத்தார். இவருக்கும் சிவாஜியின் செயல்பாட்டுக்கும் எந்தவிதமானத் தொடர்பும் இல்லை என்பதால் பாஜி கோர்படேவின் அன்புக்கு அடிபணிந்தார்.

இரண்டொரு நாளில் தனது வீரர்கள் சிலரை அழைத்துக் கொண்டு முதோல் சென்றார் ஷாஹாஜி.

அரண்மனைக்குள் நுழையும்போதே அவருக்கு அதிர்ச்சி காத்திருந்தது.

வாயிற் காவலர்கள் உடை வாளைக் கழற்றிக் கொடுத்து விட்டுச் செல்லுமாறு கூறினார்கள். அத்துடன் ஷாஹாஜி மட்டும் தனியே செல்ல வேண்டும் என்றும் உத்தரவிட்டனர்.

தன்னை அவமதிப்பதாக நினைத்து காவலரை நோக்கி வாளை வீச முற்பட்டபோது ஓடிவந்து இடைமறித்த பாஜி கோர்படே, அவரைச் சமாதானப்படுத்தினார். வாயிற்காவலனை வாய்க்கு வந்தபடி திட்டினார்.

இவை அனைத்துமே நாடகம் என்பதை அறியாத ஷாஹாஜி, சமாதானமடைந்து தனது வீரர்கள் பின்தொடர அரண்மனைக் குள் நுழைந்தார்.

விருந்துக்கு முன்பாக அரண்மனையைச் சுற்றிக்காட்ட விளைந்தார் பாஜி கோர்படே.

ஷாஹாஜியும் அப்படியே ஒவ்வொரு அறையாகச் சென்று பார்வையிட்டார்.

அப்போது எதிர்பாராத ஒன்றாக ஓர் அறைக்குள் ஷாஹாஜி சென்று பார்வையிட்டபோது சட்டென்று அறையைவிட்டு வெளியே வந்த பாஜி கோர்படே, வெளியே தாழிட்டுவிட்டார். கண நேரத்தில் அங்கிருந்த அவரது படை வீரர்கள், ஷாஹாஜியின் வீரர்களைக் கைது செய்துவிட்டனர்.

இவை அனைத்துமே கண்மூடித் திறப்பதற்குள் நடந்து முடிந்துவிட்டன.

இப்படியொரு கயமைத்தனத்தை எதிர்பாராத ஷாஹாஜி திகைத்துப் போய்விட்டார்.

ஆக, ஷாஹாஜியைக் கைது செய்யும் படலம் மிக எளிதாகவே நடந்து முடிந்துவிட்டது.

அப்புறம் ஷாஹாஜியிடம், 'மன்னித்து விடுங்கள். இது சுல்தானின் கட்டளை. அவருக்குக் கீழ் பணியாற்றும் என்னால் அந்தக் கட்டளையை மீற முடியாது' என்றார் பாஜி கோர்படே.

ஷாஹாஜி சுல்தான் ஆதில்ஷாவிடம் அழைத்துச் செல்லப் பட்டார்.

விரைவாகவும், வெற்றிகரமாகவும் இந்தக் கைது படலத்தை நிறைவேற்றிய பாஜி கோர்படேவைப் பாராட்டிய சுல்தான், சிவாஜியின் எதிர் நடவடிக்கைகளுக்கு முக்கியக் காரணம் ஷாஹாஜிதான் என்று குற்றம் சாட்டினார்.

ஆனால் ஆதில்ஷாவின் குற்றச்சாட்டைத் திட்டவட்டமாக மறுத்தார் ஷாஹாஜி.

'எனது மகன் சிவாஜி உங்களுக்குத் தரவேண்டிய நிதியை மட்டுமே தராமல் மறுக்கவில்லை. எனக்குச் சேர வேண்டிய பணத்தையும் தர மறுத்துவிட்டான். அந்தப் பணம் சகாயத்ரி மலைத் தொடர் மக்களுக்குச் சொந்தமானது என்றும், அதை அவர்களின் நலன்களுக்காகவே செலவழிக்க முடியும் என்றும் உறுதியாகக் கூறிவிட்டான். மேலும் சுபா பகுதியின் தலைவனாக இருந்த எனது இளைய மனைவியின் சகோதரன் அங்குள்ள வசூலை சிவாஜிக்குத் தர மறுத்துவிட்டான். அதனால் அவனை அங்கிருந்தே துரத்தி அனுப்பிவிட்டான். சிவாஜி என் மகன்தான். ஆனால் சிறுவயது முதலே என் சொல்படிக் கேட்டு நடப்பது கிடையாது. மேலும் அவன் அதிக நாட்கள் அவனது தாயின் அரவணைப்பில் மட்டுமே வளர்ந்தவன். அத்துடன் தற்போது அவன் வளர்ந்துவிட்டான். என்னால் அவனைக் கட்டுப்படுத்த முடியவில்லை என்பதே உண்மை' என்று விரிவாக விளக்கம் அளித்தார் ஷாஹாஜி.

இந்த விளக்கம் ஆதில்ஷாவின் கோபத்தைத் தணித்தது என்பது உண்மைதான். ஆனாலும் சிவாஜியை வழிக்குக் கொண்டு வர ஷாஹாஜியைப் பணயக் கைதியாக வைத்திருப்பது அவசியம் என்றே தோன்றியது.

எனவே வேறு வழியின்றி அவரைச் சிறையில் அடைத்தார் சுல்தான்.

எப்படியும் பதறிக் கொண்டு சிவாஜி தன்னிடம் சரணடைவார் என்பது சுல்தானின் எதிர்பார்ப்பு. கைப்பற்றிய நிதி மற்றும் கோட்டைகளை மீண்டும் தன் வசமே ஒப்படைத்துவிடுவார் என்றும் எதிர்பார்த்தார். தன்னிடம் நேரில் வந்து மன்னிப்புக் கோரலாம் என்றும் நினைத்தார்.

ஆனால் ஷாஹாஜியைப் பழிவாங்கத் துடித்துக் கொண்டிருந்த சிலர், அத்துடன் அவரது கதையை எப்படியாவது முடித்துவிட வேண்டும் என்று துடித்தனர்.

எனவே சுல்தானுக்குத் தவறான அறிவுரைகளை வழங்கினர். 'தந்தையை சிறையில் அடைத்து வைத்திருப்பதால் சிவாஜி கவலைப்படாமல் இருப்பான். ஷாஹாஜிக்கு மரண தண்டனை விதித்தால் மட்டுமே பதறிக்கொண்டு தங்களிடம் வந்து சரணடைவான்' என்று கூறினர்.

இந்தக் கூற்றிலும் உண்மை இருப்பதாக நினைத்த ஆதில்ஷா, தனது முடிவை மாற்றிக் கொண்டார்.

ஷாஹாஜியை அரசவைக்கு அழைத்து வருமாறு ஆணையிட்டார்.

அதுவரை தலைநிமிர்ந்து அரசவைக்கு வந்திருந்த ஷாஹாஜி, கைகளில் விலங்கிடப்பட்ட நிலையில் தலைகுனிந்து வந்தார்.

'எனக்குச் சொந்தமான கோட்டைகளை அபகரித்தும், எனக்கு வரவேண்டிய வசூலைக் கைப்பற்றியும் அடாவடிச் செயலைச் செய்து வருகிறான் உமது மகன் சிவாஜி. இத்தகைய ராஜதுரோகம் செய்த அவன் என்னிடம் வந்து சரணடைய வேண்டும். அதற்குப் பத்து நாட்கள் அவகாசம் தருகிறேன். அதற்குள் அவன் சரணடையாவிட்டால் தங்களை உயிருடன் சமாதி அடையச் செய்யப் போகிறேன். அதாவது தங்களைச் சுற்றிலும் சுவர் ஒன்று எழுப்பப்படும். அதில் மூச்சு விடுவதற்காக ஒரு துளை மட்டும் இருக்கும். பத்து நாட்களில் சிவாஜி சரணடையாவிட்டால் அந்தத் துளையும் மூடப்பட்டுவிடும். அத்துடன் தாங்கள் ஜீவசமாதி அடைந்து விடுவீர்கள். இது என் ஆணை' என்றார் சுல்தான்.

16 ஷாஹாஜி விடுதலை

சிவாஜிக்கு அந்தச் செய்தி அதிர்ச்சியாகத்தான் இருந்தது. ஏனென்றால் கர்நாடகத்தைத் திறமை யாக நிர்வாகம் செய்துவந்த ஷாஹாஜி பீஜாப்பூர் அரசுக்குத் தவிர்க்க முடியாத பெரும் சக்தியாகவே திகழ்ந்தார். எனவே அவர் மீது எந்தவொரு கடுமையான நடவடிக்கையும் எடுப்பதற்கு ஆதில்ஷா தயக்கம் காண்பிப்பார் என்றுதான் உறுதியாக நினைத்தார்.

ஆனால் அவரது நம்பிக்கை நொறுங்கிப் போய்விடும் அளவிற்கு சுல் தான் இப்படியொரு கைது நடவடிக்கையை எடுத்து விட்டார். சிவாஜியைப் பணிய வைப்பதற்காகவே இத்தகைய நடவடிக்கையை எடுத்துள்ளார்.

அதிலும் நான்கு புறமும் சுவர் எழுப்பும் பணியை முடுக்கி விட்டிருந்தார் ஆதில்ஷா. எனவே வேகமாகவே அந்தப் பணி முடிவடைந்தது. நாலாபுறமும் சுவர் எழுப்பப்பட்டு அதற்குள் ஷாஹாஜி அடைக்கப்பட்டார். மூச்சு விடுவதற்காக ஒரு துளை மட்டுமே இருந்தது.

சிவாஜிக்கு அதிர்ச்சியாக இருந்தாலும், அடுத்த கணமே தனக்காகத் தனது தந்தை உயிர் துறப்பதை எப்படியாவது தடுத்து நிறுத்த வேண்டும் என்று உறுதிபூண்டார்.

எப்படி?

ஆதில்ஷா படைபலம் மிக்கவர். எனவே அவரோடு மோதிப் பார்ப்பது நிச்சயம் வெற்றியைத் தருவது சந்தேகமே.

அப்படியானால் என்ன செய்வது?

விவேகத்துடன் செயல்பட வேண்டும். தனது தந்தையை உயிருடன் மீட்க வேண்டும். அதேநேரத்தில் கைப்பற்றிய கோட்டைகளை இழந்து சுல்தானிடம் கைதியாகவும் சிக்கிவிடக் கூடாது.

அதற்கு என்ன செய்வது?

வெகு நேரம் யோசித்தார்.

உருப்படியான யோசனை வரவில்லை.

நேராகத் தனது தாய் ஜீஜாபாயைச் சென்று பார்த்தார். தந்தையின் நிலையை வருத்தத்தோடு அவரிடம் பகிர்ந்து கொண்டார்.

'எனது தந்தைக்கு நானே எமனாக மாறிவிட்டேனே' என்று கவலையோடு கூறினார்.

'என் தந்தையை எப்படியாவது காப்பாற்ற வேண்டும். அதற்கு நான் என்ன செய்ய வேண்டும் தாயே?' என்று ஜீஜாபாயிடம் விடை தேடினார்.

அப்போது அங்கே ஓரமாக நின்றுகொண்டிருந்த சிவாஜியின் மனைவி சாய்பாய், 'இந்த நேரத்தில் நான் ஒன்றைச் சொல்லலாமா?' என்று மெலிதாகக் கேட்டார்.

இதுவரையிலும் அரசியல் விவகாரத்தில் ஒரு வார்த்தைகூட சொல்லாத சாய்பாய் இவ்வாறு இடைபுகுந்து பேசியது அவர்கள் இருவரையும் ஆச்சரியப்படுத்தியது.

‘தைரியமாகச் சொல்’ என்று மனைவியை ஊக்கப்படுத்தினார் சிவாஜி.

‘உங்கள் தாத்தாவை அகமதுநகர் சுல்தானைக் கொன்ற பிறகு உங்கள் பாட்டி எடுத்த முடிவை நீங்களும் எடுக்கலாமே’ என்றாள்.

‘என்ன சொல்ல வருகிறாய் நீ?’ குழப்பமாகக் கேட்டார் சிவாஜி.

‘முகலாயச் சக்ரவர்த்தியின் உதவியை நாடலாம் என்கிறேன்’ என்றாள்.

ஜீஜாபாயின் தாய் மால்ஸாபாய், தன் கணவரும், மகனும் அகமதுநகர் சுல்தானால் கொல்லப்பட்டபோது சிந்துகேத்தை இழக்காமல் இருப்பதற்காக முகலாயச் சக்ரவர்த்தி ஷாஜஹானுக்கு மடல் ஒன்றை எழுதினார். அதன்பிறகுதான் சிந்துகேத் அவர்கள் கையைவிட்டுப் போகாமல் தொடர முடிந்தது.

அதேபோன்று முகலாயச் சக்ரவர்த்தி ஷாஜஹானிடம் பேரம் பேச வேண்டும் என்பதுதான் சாய்பாயின் கருத்து.

தற்போது இது பலனளிக்கக்கூடிய ஒரு யோசனைதான் என்றாலும் அதனால் சில சிக்கல்கள் ஏற்படும் என்பதையும் உணர்ந்தார் சிவாஜி.

ஷாஜஹானிடம் உதவி கேட்டால் நிச்சயம் கிடைக்கக்கூடும். ஆனால் அது ஒரு ஆபத்தில் இருந்து விலகுவதற்காக இன்னொரு பேராபத்தைத் தேடிக் கொள்வதுபோல அமைந்துவிடும். ஏனென்றால் பீஜாப்பூர் சுல்தான் ஆதில்ஷாவை விட மிகவும் ஆபத்தானவர் முகலாயச் சக்ரவர்த்தி ஷாஜஹான்.

இதில் ஒரு விஷயத்தையும் நினைவில் கொள்ள வேண்டும் என்று எண்ணினார். அதாவது இப்போதும் சிந்துகேத் படை முகலாயப் படைகளுடன் இணைந்தே இருக்கின்றன. அதனால் அவர்களுக்கு எந்தப் பிரச்சனையுமே வந்ததில்லை.

முட் செடியில் சிக்கிய புடவையைப்போல மிகவும் கவனமாக இந்த விஷயத்தைக் கையாள வேண்டும் என்று நினைத்தார்.

அதன்படி அவருக்கு ஓர் யோசனை தோன்றியது.

கொண்டானா கோட்டை மற்றும் இன்னொரு சிறிய கோட்டையான கண்டாபி கோட்டை ஆகியவற்றை ஆதில்ஷா

படைகள் வசம் திருப்பிக் கொடுத்து விட்டு, அங்கிருந்து தனது படைகளைத் திரும்பப் பெற்றுக் கொள்வது என்று திட்டமிட்டார். உடனடியாக இந்தத் திட்டத்தை செயல்படுத்தவும் செய்தார்.

எனினும் இந்தத் தகவலை ஆதில்ஷாவிற்கு நேரடியாக அவர் தெரியப்படுத்தாமல், சுல்தானின் முக்கிய அதிகாரிகள் மூலம் தகவல் போய்ச் சேருமாறு பார்த்துக் கொண்டார்.

அடுத்து அவர் செய்ததுதான் மிக முக்கியமாகக் கவனிக்க வேண்டியது.

அதாவது ஷாஜஹானுக்கு உடனே ஒரு மடல் எழுதினார். ஒரு காலத்தில் முகலாயச் சக்ரவர்த்தியின் ஊழியராக இருந்த

ஷாஹாஜியும், அவரது மகனான தானும் அவரது ஊழியர்களாக இணைந்து பணியாற்ற விரும்புவதாகத் தெரிவித்தார். அத்துடன் தற்போது ஆதில்ஷாவினால் ஷாஹாஜியின் உயிருக்கு ஏற்பட்டுள்ள ஆபத்தையும் சுட்டிக்காட்டி அவரை எப்படியாவது காப்பாற்றித் தருமாறும் கேட்டுக் கொண்டார். கூடவே இரண்டு கோட்டைகளை மீண்டும் சுல்தான் படையினரிடமே ஒப்படைத்துவிட்டதையும் குறிப்பிட்டிருந்தார்.

அந்த மடலும் மிக விரைவாகவே ஷாஜஹானைச் சென்று சேர்ந்தது.

மடலைப் படித்துப் பார்த்த ஷாஜஹான், 'பத்துக் கோட்டைகளில் இரண்டை மட்டுமே திருப்பிக் கொடுத்துள்ளான். ஆனால் அதே நேரத்தில் கைப்பற்றிய கல்யாண் நிதியைப் பற்றி எதுவுமே கூறவில்லை. இந்தப் பையன் சிவாஜி மிகவும் சாமர்த்தியசாலி தான்' என்று சொல்லிவிட்டு உரக்கச் சிரித்தார்.

தக்காணப் பீடபூமியில் அடைக்கலம் புகுந்த நாட்களில் தம்மோடு நட்பு பாராட்டித் துணை நின்றவர் ஷாஹாஜி என்னும் பழைய நினைவு ஷாஜஹானிடம் மீண்டும் விசும்பி நின்றது.

மேலும் மகன் செய்த தவறுக்காகத் தந்தையைக் கொல்வது என்பது நியாயமற்ற செயலாகவே அவருக்குத் தோன்றியது. மேலும் சிவாஜி மிக ஆற்றல் மிக்கவன் என்பதால் அவரைத் தன்னோடு சேர்த்து வைத்துக் கொள்வது உதவியாக இருக்கும் என்ற நினைப்பும் மனதின் ஒருபுறம் ஓடியது.

ஷாஹாஜியும், சிவாஜியும் தன்னோடு இணைந்தால் அகமது நகர் அரசைக் கைப்பற்றியதைப்போல பீஜாப்பூரையும் விழுங்கி ஏப்பம் விட முடியும் என்றும் நினைத்தார்.

எனவே இதுதொடர்பாக சுல்தான் ஆதில்ஷாவிற்கு மடல் ஒன்றை எழுதி அனுப்ப முடிவு செய்தார்.

அதேநேரத்தில் இந்த மாதிரியான ஓர் இரகசியத் திட்டம் நடந்து வருவதை ஆதில்ஷா அறிந்திருக்கவில்லை. மட்டுமன்றி ஷாஜஹானோடு சிவாஜி தொடர்பு வைத்துக் கொள்வார் என்பதைக் கனவிலும் அவர் நினைக்கவில்லை.

எனவே இரண்டு கோட்டைகளைத் தமது படை வசம் சிவாஜி திருப்பித் தந்துவிட்ட தகவல் அவருக்கு முழுமையான திருப்தியைத் தரவில்லை.

கல்யாண் நிதியும், மற்ற எட்டு கோட்டைகளும் திரும்ப ஒப்படைத்தால் மட்டுமே ஷாஹாஜியை விடுதலை செய்வது என்ற முடிவில் பிடிவாதமாகவே இருந்தார்.

இரண்டு கோட்டைகளை மட்டும் திரும்பக் கொடுத்துவிட்டு தனது தந்தையைக் காப்பாற்றிவிட முடியும் என்று எப்படி சிவாஜி நினைக்கிறார் என்பதில் அநேக குழப்பம் எழுந்தது சுல்தானுக்கு.

வேறு ஏதோ திட்டமிடுகிறார் என்பது மட்டும் தெரிந்தது. ஆனால் அது என்ன திட்டமாக இருக்கும் என்பது மட்டும் விளங்கவில்லை.

இதனிடையே நாட்கள் வேகமாக நகர்ந்தன.

ஷாஹாஜிக்கு விதிக்கப்பட்ட கெடு முடிய இன்னும் ஒரு நாள் மட்டுமே இருந்தது.

மீதமுள்ள எட்டுக் கோட்டைகளையும், கல்யாண் நிதியையும் சிவாஜி நாளைக்குள் திரும்பக் கொடுத்துவிட்டு சரணாடையாவிட்டால் ஷாஹாஜி உயிருடன் ஜீவசமாதி அடையப் போவது உறுதி என்ற நிலைதான் இருந்தது.

இப்படிப்பட்ட ஒரு நேரத்தில்தான் ஆதில்ஷா சற்றும் எதிர்பாராத வகையில் முகலாயச் சக்ரவர்த்தி ஷாஜஹானிடம் இருந்து மடல் ஒன்று வந்து சேர்ந்தது.

ஷாஹாஜி தனது நீண்டகால நண்பர் என்றும், அவரை மீண்டும் தமது படைத் தலைவர்களில் ஒருவராக இணைத்துக் கொள்ள இருப்பதாகவும் அந்தக் கடிதத்தில் தெரிவிக்கப் பட்டிருந்தது. அத்துடன் கைப்பற்றிய இரண்டு கோட்டைகளை சிவாஜி திரும்ப ஒப்படைத்து விட்டதைக் கருத்தில் கொண்டு ஷாஹாஜியை உடனே விடுதலை செய்ய வேண்டும் என்றும் எழுதப்பட்டிருந்தது.

இக்கடிதம் மிகப் பெரிய அதிர்ச்சியை ஏற்படுத்தியது சுல்தான் ஆதில்ஷாவிற்கு.

ஷாஹாஜி மற்றும் சிவாஜியின் மீது திடீரென்று முகலாயச் சக்ரவர்த்திக்குக் கரிசனம் ஏன் வந்தது என்பதும் அவருக்குச் சந்தேகத்தை வரவழைத்தது.

இது நிச்சயமாக சிவாஜியின் திட்டம்தான் என்பதை உணர்ந்தார் ஆதில்ஷா.

தனது அடுத்த விளையாட்டை சிவாஜி தொடங்கிவிட்டதும் அவருக்கு நன்றாகப் புரிந்தது.

ஆக, இப்போது ஷாஹாஜி ஷாஜஹானின் படைத்தலைவர் ஆகிவிட்டார். அவரை விடுவிக்காமல் போனால் அது ஷாஜஹானுக்குக் கோபத்தை வரவழைத்துவிடும்.

அதே நேரத்தில் விடுதலை செய்தால் சிவாஜி என்ற சிறுவனிடம் தோற்றுப்போனதாகவும் ஆகிவிடும். மேலும் சுல்தானின் மரியாதையும் மதிப்பும் வேகமாகக் கீழிறங்கிவிடும்.

என்ன செய்யலாம் என்று யோசித்தார் ஆதில்ஷா.

கடைசியாக ஒரு முடிவிற்கு வந்தார்.

அதாவது ஷாஜஹானைச் சமாதானப்படுத்தும் விதமாக ஷாஹாஜியை விடுதலை செய்வது. அதேநேரத்தில் அவரை பீஜாப்பூரை விட்டு வெளியே செல்லாமல் பார்த்துக் கொள்வது.

இதுவே தற்போதைக்கு சரியான வழியாக அவருக்குத் தோன்றியது.

இதனையடுத்து ஷாஹாஜியை விடுதலை செய்து அழைத்து வருமாறு படையினருக்கு உத்தரவிட்டார் சுல்தான்.

உடனடியாக எழுப்பப்பட்ட சுவர் இடிக்கப்பட்டது. உள்ளே அரை மயக்கத்தோடு இருந்த ஷாஹாஜி விடுதலை செய்யப்பட்டுவிட்டதைப் புரிந்து கொண்டார். ஏதோ சில தந்திரங்களை சிவாஜி செய்தே இந்த விடுதலை சாத்தியமாகி இருக்கிறது என்று நினைத்தார் ஷாஹாஜி.

தனது மகனைப் பற்றிப் பெருமிதம் கொண்டார். ஆனாலும் அதை வெளிக்காட்டிக் கொள்ளவில்லை.

சுல்தானிடம் அழைத்துவரப்பட்டார் ஷாஹாஜி. அப்போது ஆதில்ஷா, 'முகலாயச் சக்ரவர்த்தி அறிவித்ததுபோல நீங்கள் அவர் படையில் சேரப் போகிறீர்களா?' என்று கேட்டார்.

'எக்காரணம் கொண்டும் ஷாஜஹானிடம் போய் நான் சேரப்போவதில்லை. எதற்காக முகலாயச் சக்ரவர்த்தி அவ்வாறு கூறினார் என்று எனக்குத் தெரியவில்லை' என்றார் உறுதியாக.

இது சுல்தானுக்கு சற்று மன நிறைவைத் தந்தது. ஆனாலும் தனது முடிவுப்படி ஷாஹாஜியை பீஜாப்பூரிலேயே வைத்திருப்பது என்பதில் உறுதியாக இருந்தார்.

'தாங்கள் இன்று முதல் பீஜாப்பூரில் பரிபூரண சுதந்திரத்துடன் இருக்கலாம். எக்காரணத்தைக் கொண்டும் இந்த நகரை விட்டு வெளியேறக்கூடாது' என்று ஆணையிட்டார் சுல்தான்.

17 துக்காராம்

புலிக்குப் பயந்து சிங்கத்திடம் போய் சிக்கிக் கொண்டது போன்ற நிலையில் சிவாஜி வசமாக ஷாஜஹானிடம் மாட்டிக் கொண்டாரோ என்ற சந்தேகம் பலருக்கும் இருக்கத்தான் செய்தது.

குறிப்பாக சிவாஜியின் தந்தை ஷாஹாஜிக்கு அது நிறையவே இருந்தது. என்றாலும் தனது மகன் புத்திசாலி என்பதில் அவருக்கு அசைக்க முடியாத நம்பிக்கை இருந்தது. எனவே ஏதோ ஒரு நினைத்துக்கூடப் பார்க்க முடியாத திட்டத்தைத் தீட்டி வைத்துத் தான் இதில் ஈடுபட்டிருப்பார் என்று நினைத்தார்.

ஷாஜஹானை மற்றொரு ஆதில்ஷாவாக அலட்சியமாக சிவாஜியும் நினைத்துவிடவில்லை. ஆதில்ஷாவை விடவும் ஆயிரம் மடங்கு

எச்சரிக்கையோடு ஷாஜஹானிடம் இருக்க வேண்டும் என்பதில் தீர்மானமாக இருந்தார்.

ஷாஜஹானைப் பொருத்தமட்டில் மிகப் பெரிய நிலப்பரப்புக்குச் சொந்தமான சக்ரவர்த்தி. எனவே தினமும் பல்வேறு பிரச்சனைகளை அவர் எதிர்கொள்ள வேண்டியிருக்கும். எனவே தனது விஷயத்தில் உடனடியாக மூக்கை நுழைக்க மாட்டார் என்று கணக்கிட்டார் வீர சிவாஜி.

அவரது கணக்கும் சரியாகவே இருந்தது.

ஷாஜஹானுக்கு அப்போது நாட்டுப் பிரச்சனையைக் காட்டிலும் வீட்டுப் பிரச்சனைதான் மிகப் பெரிய தலைவலியாக இருந்தது.

அவரின் மகன்களும், மகள்களும் அதிகாரத்தைக் கைப்பற்ற பல்வேறு காய் நகர்த்தல்களில் ஈடுபட்டனர். வயதான காலத்தில் குழந்தைகளின் இந்த நடவடிக்கைகளால் எழுந்த பிரச்சனைகளை சமாளிப்பதில் ரொம்ப கவனம் செலுத்த வேண்டிய இக்கட்டான நிலைமையில் இருந்தார் ஷாஜஹான்.

எனவே ஆறு மாதங்கள் வரை எந்தப் பிரச்சனையும் இல்லாமல் சுமுகமாகக் காலத்தைத் தள்ளினார் சிவாஜி. ஆனால் அப்புறம்தான் ஷாஜஹானுக்கு சிவாஜியைப் பற்றிய நினைவு வந்தது.

'முன்பு சொன்ன விஷயமாக என்ன உத்தேசித்திருக்கிறாய்?' என்று கேட்டு சிவாஜிக்குக் கடிதம் ஒன்றை தக்காணப் பீடபூமியின் ஆளுநராக நியமிக்கப்பட்டிருந்த இளவரசர் முராத் மூலமாகக் கொடுத்தனுப்பி இருந்தார் ஷாஜஹான்.

ஆனால் விஷயத்தை சாமர்த்தியமாகத் திசை திருப்ப முடிவு செய்தார் சிவாஜி.

'ஒரு காலத்தில் என் தந்தை வசமிருந்த அகமதுநகர் பகுதி நிர்வாகத்தைத் திருப்பித் தந்தால் நிறைவாக இருக்கும்' என்று முராத் மூலமாகப் பதில் கடிதம் அனுப்பினார்.

ஆனால் பழைய உரிமைகளைத் திருப்பித் தருவதில் ஷாஜஹானுக்கு அதிக ஆர்வம் இல்லை.

எனவே, 'முகலாயருடனான சேவையில் இணையும்போது இது குறித்து ஆதாரங்களுடன் உங்கள் பங்கு நியாயத்தைச் சமர்ப்பிக்கலாம். அப்போது அது குறித்து முடிவெடுக்கப்படும்' என்றும் ஷாஜஹான் பதில் அனுப்பினார்.

அத்துடன் அந்த விஷயம் அப்படியே கிடப்பில் போடப் பட்டது.

ஆக, இந்த அமைதியான சூழலைப் பயன்படுத்தி பீஜாப்பூர் சுல்தானோடும், முகலாயர்களோடும் எந்தப் பிரச்சனைக்கும் போகாமல் இருந்தார். அத்துடன் தனது முழுக்கவனத்தையும் நிர்வாகம் மற்றும் கோட்டை பராமரிப்பில் கவனம் செலுத்த ஆரம்பித்தார் சிவாஜி.

அப்போது ஒருநாள் மாலை தனது மாளிகையில் அவர் இளைப்பாறிக் கொண்டிருந்தார். அப்போது யாத்ரீகர் ஒருவர் தெருவில் பாடிக் கொண்டே போனார்.

'அனைவரிடத்திலும் ஆண்டவன் குடியிருக்கிறான்.

அதனால் அனைவரும் வணங்கத்தக்கவரே!'

என்று அமைந்திருந்தது அந்தப் பாடல்.

ஆழமான தத்துவங்கள் அமைந்த அந்தப் பாடல் எளிமையாகப் புரியும் விதத்தில் இருந்தது.

அவரது குருநாதர் தாதாஜி கொண்டதேவ், இவ்வாறுதான் எளிய வார்த்தைகளில் அழுத்தமான தத்தவங்களைக் கற்றுத் தருவார். அதேபோன்ற பாடல் இது.

அந்த யாத்ரீகரை அழைத்து அந்தப் பாடலுக்குச் சொந்தக் காரர் யார் என்று வினா தொடுத்தார்.

'துக்காராம் பாடல் அது மன்னா. எனவே இறைவனை நெருங்கச் செய்யும் அந்தப் பாடல்களில் ஆழமும், அழுத்தமும், சிறப்பும், எளிமையும் இருப்பதில் ஆச்சரியம் இல்லை' என்றார் அந்த யாத்ரீகர்.

துக்காராமைப் பற்றிக் கேள்விப்பட்டிருக்கிறார் சிவாஜி. ஆனால் அவரை நேரில் சந்தித்தது கிடையாது.

அப்போது முதல் துக்காராமைச் சந்திக்க வேண்டும் என்ற ஆவல் எழுந்தது. அவரைப் பற்றிப் பலரிடமும் விசாரிக்க ஆரம்பித்தார்.

பாண்டுரங்க விட்டலனின் கோயில் வாசல்களில்தான் அவர் அதிகமாகக் காணப்படுவார் என்றனர். எப்போதும் கால் போன போக்கில் விட்டலனைப் பற்றிப் பாடிக் கொண்டே போய்க் கொண்டிருப்பார் என்றும் கூறினர்.

தமது வீரர்களை அனுப்பி துக்காராமைக் கண்டறிந்து வருமாறு பணித்தார்.

கந்தல் உடையில் மெலிந்த உருவத்துடன் பாண்டுரங்க விட்டலனின் கோயில் ஒன்றின் வாயிலில் அமர்ந்திருந்தவரை வீரர்கள் கண்டுபிடித்தனர்.

பல்லக்கை சுமந்து வந்த அந்த வீரர்கள் அதிலிருந்து பழங்கள், பொற்காசுகள், பட்டுத் துணிகள் அனைத்தையும்

துக்காராமிடம் ஆசி பெறும் சிவாஜி

துக்காராம் முன்பாக வைத்து அவரை வணங்கினார்கள். பின்னர் சிவாஜியின் மடலை அவரிடம் நீட்டினார்கள்.

அதைப் படித்துப் பார்த்த துக்காராம் பெரும் சிரிப்பை உதிர்த்தார். கருவறையில் இருந்த விட்டலனைப் பார்த்து, ' நான் உன்னை ரொம்பவும் தொந்தரவு செய்கிறேனா? என்னை இங்கிருந்து துரத்துவதற்காக பல்லக்கையும், பொற்காசுகளையும் அனுப்பி ஆசை காட்டுகிறாயே, இது நியாயமா?' என்று கேட்டார்.

'விட்டலனின் பக்தனான இந்தத் துக்காராம், அவன் சன்னிதானத்தை விட்டு உன் சன்னிதானத்திற்கு வருவதால் என்ன பலனை அடைந்துவிடப் போகிறான்? அரண்மனை சுகபோகங்கள் எனக்குரியது அல்ல. உணவு வேண்டுமென்றால் பிச்சை எடுத்துச் சாப்பிடுகிறேன். கந்தல் உடைகளே போதும். பட்டாடைகள் தேவை இல்லை' என்று பதில் மடல் ஒன்றைத் தீட்டி அந்த வீரர்களைத் திருப்பி அனுப்பி வைத்தார்.

துக்காராம் இல்லாமல் அவரது பதில் மடலை மட்டுமே கொண்டுவந்த வீரர்களை அதிர்ச்சியோடு பார்த்தார் சிவாஜி.

அவசரமாக அந்தப் பதில் மடலைப் படித்தார். அது அவரை என்னவோ செய்தது.

நீண்ட நேரம் தனிமையிலேயே அமர்ந்திருந்த சிவாஜி, அனைவரும் நன்றாக உறங்கிக் கொண்டிருந்த அகால இரவு வேளையில் அரண்மனையை விட்டுப் புறப்பட்டார். வீரர்கள் சொன்ன அதே இடத்திற்கு துக்காராமைத் தேடிச் சென்றார்.

துரதிர்ஷ்டவசமாக விட்டலன் கோயிலில் துக்காராம் இல்லை. வருத்தத்துடன் அங்கிருந்த காட்டில் அவரைத் தேட ஆரம்பித்தார்.

ஒரு மரத்தடியில் பேரானந்தம் தவழ அமர்ந்திருந்தார் துக்காராம்.

அவரைப் பார்த்ததும் மனம் இலேசானது. அவர் அருகில் பேசாமல் அமர்ந்து விட்டார்.

ஒரு மாமன்னர் தன்னைத் தேடி வந்து அருகே அமர்ந்திருந்தது துக்காராமை ஆச்சரியப்படுத்தவில்லை. எப்போதும் போலவே சாதாரணமாக இருந்தார் அவர்.

இதனிடையே மன்னர் சிவாஜியைக் காணாமல் அரண்மனை பதற்றம் அடைந்தது.

ஜீஜாபாய்க்கு மனதிற்குள் பொறி தட்டியது. 'துக்காராம் எங்கிருக்கிறார் என்று கண்டுபிடியுங்கள். அங்கேதான் சிவாஜி இருப்பார்' என்று வீரர்களுக்கு ஆணை பிறப்பித்தார்.

அவ்வாறே காட்டில் துக்காராம் அருகே சிவாஜியும் அமர்ந்திருந்ததை வீரர்கள் பார்த்தனர். அரண்மனைக்குத் திரும்பி வருமாறு ராஜமாதாவின் ஆணையை அவரிடம் கூறினார்கள்.

ஆனால் சிவாஜியோ பதிலேதும் பேசாமல் அவர்களை வெறித்துப் பார்த்தார். ஆனால் அவர்களோடு புறப்பட்டு வரவில்லை.

தோல்வியோடு வீரர்கள் அரண்மனைக்குத் திரும்பியதும் ஜீஜாபாய் உண்மையிலேயே கலக்கமுற்றார்.

ஏனென்றால் எதிரிகளிடம் தனது அன்பு மகனை இழக்க நேரிடும் என்ற பயம் ராஜமாதாவுக்கு என்றுமே இருந்ததில்லை. ஆனால் ஆண்டவன் அந்த மகனின் மிகப் பெரிய பலம் என்பதை அன்னை அறிவார். அதுவே மிகப் பெரிய பலவீனமாகவும் மாறக் கூடும் என்று அச்சமுற்றிருந்தார். அதுவே தற்போது நிரூபணமாகி விட்டிருப்பதாக நினைத்தார்.

தனது மகன் சிவாஜியை அழைத்து வருவதற்காக ஜீஜாபாயே காட்டிற்குப் புறப்பட்டார்.

எந்தவிதமான சலனமும் இல்லாமல் துக்காராம் முன்பாக சிலையைப் போல அமர்ந்திருந்த மகனின் அருகே போய் அமர்ந்தார் ஜீஜாபாய்.

'அனைத்தையும் துறப்பவனே அமைதியைக் காண்கிறான் என்பதை உணர்ந்துதான் நீ இங்கே வந்து அமர்ந்திருப்பதை நான் அறிவேன். நீ ஒரு தனிமனிதனாக மட்டுமே இருந்திருந்தால் இங்கிருந்து உன்னை அழைத்துப்போக நான் வந்திருக்க மாட்டேன். இன்று நீ மன்னன். இந்த மண்ணின் பெருமையை நிலைநாட்ட சுயராஜ்யக் கனவு சபதம் எடுத்துக் கொண்ட மாவீரன் என்பதை மட்டும் ஒரு கணம் நினைத்துப்பார்' என்றார்.

மேலும் சிவாஜியின் சுயராஜ்யக் கனவு மட்டுமல்லாமல் அவரது கடமைகள், கர்யோகம் குறித்து தாதாஜி கொண்டதேவ் போதித்த விஷயங்கள் உள்ளிட்ட அனைத்தையும் நினைவுபடுத்தினார் ஜீஜாபாய்.

தனது தாயாரின் பேச்சு சிவாஜியின் உள்ளத்தில் ஆழமாகப்

பதிந்தது. உண்மையில் தான் தனிமனிதன் அல்ல என்ற பேருண்மை அப்போதுதான் அவர் புத்தியில் உறைத்தது.

கனத்த மனதுடன் எழுந்த சிவாஜி தாயை வணங்கினார். துக்காராமிடம் விடைபெற்றுக் கொண்டு மீண்டும் அரண்மனையை நோக்கிக் கிளம்பினார்.

அங்கு திரும்பி வந்தபின்னரும் ஆன்மீகத் தேடல் அவரிடம் இருக்கத்தான் செய்தது.

சில மாதங்களில் துக்காராம் மரணத்தைத் தழுவினார். ஆனாலும் அவரது பாடல்களை சிவாஜி விரும்பிக் கேட்டுக் கொண்டே இருந்தார். ஆன்மீகப் பற்றாளர்களை அழைத்துப் பேசுவதில் இன்பம் கண்டார். குறிப்பாக இராமதாசர் என்னும் துறவியிடம் மணிக்கணக்கில் ஆன்மீகம் பேசினார்.

எனினும் தனது குடும்பம், நாடு ஆகியவற்றின் மீதான அன்பும் கடமையும் அவரிடம் சிறிதும் குறையவே இல்லை.

இந்நிலையில் ஒருநாள் ஜீஜாபாயின் தாயார் மால்சாபாய் மரணம் அடைந்ததாகத் தகவல் வந்தது. கண்ணீர் விட்டுக் கதறி அழுதாள்.

ஆனாலும் சிந்துகேத் சென்று தனது தாயாருக்கு இறுதி மரியாதை செலுத்தப் போகவில்லை.

18 சாம்பாஜி மரணம்

ஷாஹாஜி விடுதலையாகி நான்கு ஆண்டுகள் கடந்து போய் விட்டன. ஆனாலும் அவர் பீஜாப்பூரிலேயேதான் வாழ்வைக் கழிக்க வேண்டியதாக இருந்தது.

சாம்பாஜி, துகாபாய், வெங்கோஜி எல்லாம் அவ்வப்போது அவரை அங்கு வந்து பார்த்துச் சென்றார்கள். ஆனால் சிவாஜியால் மட்டும் வரமுடியவில்லை. சிவாஜியைப் பார்க்க வேண்டும் என்று அவர் மனம் துடியாய்த் துடித்தது. ஆனால் அது எப்படி சாத்தியமாகும்?

இந்நிலையில் கர்நாடகத்தில் ஆங்காங்கே கலவரங்கள் வெடிக்க ஆரம்பித்தன. ஷாஹாஜியைப் போல திறமைசாலி ஒருவரை ஆதில்ஷாவால் கண்டுபிடிக்க முடியாமல் போனதே இதற்கு முக்கியக் காரணம்.

எனவே வேறு வழியின்றி ஷாஹாஜியை மீண்டும் கர்நாடகா விற்கு அனுப்பி வைக்கத் தீர்மானித்தார் சுல்தான் ஆதில்ஷா.

ஆனால் இந்த முடிவால் பெரும் அதிர்ச்சிக்குள்ளானார் பாஜி கோர்ப்படே. ஷாஹாஜியை வஞ்சகமாத் தனது வலையில் வீழ்த்தி சிறைப்படுத்தி பீஜாப்பூர் சுல்தான் ஆதில்ஷாவிடம் ஒப்படைத்த மனிதர் இவர்.

மீண்டும் ஷாஹாஜிக்கு கர்நாடகப் பொறுப்பு வழங்கப் பட்டால் நிச்சயமாகத் தன்னைப் பழிவாங்கிவிடுவார் என்ற அச்சம் அவரை பீதியடையச் செய்தது.

ஓடோடிச் சென்று ஆதில்ஷாவைச் சந்தித்து ஷாஹாஜியை மீண்டும் கர்நாடகத்திற்கு அனுப்பினால் அது தனக்குப் பெரும் ஆபத்தை ஏற்படுத்திவிடும் என்ற தனது அச்சத்தை வெளிப்படுத்தினார் பாஜி கோர்ப்படே.

தனக்காகத்தான் ஷாஹாஜியை அவர் சிறைப்பிடித்து வந்ததால் அவரைக் காப்பாற்ற முடிவு செய்தார் ஆதில்ஷா.

ஷாஹாஜியை நேரில் அழைத்து பாஜி கோர்படேவிற்கு அவரால் எந்தவிதமான தொந்தரவும் இருக்கக்கூடாது என்று சத்தியம் வாங்கினார். அத்துடன் பாஜியை அழைத்து ஷாஹாஜியோடு கைகுலுக்கச் செய்து மீண்டும் நண்பர்களாக்கி விட்டார்.

இவ்வாறு பாஜி கோர்ப்படே சமாதானமாகி விட்டாலும் ஷாஹாஜி கர்நாடகம் செல்வதில் இன்னொருவருக்கும் விருப்பம் இல்லாமல் இருந்தது.

அவர் அப்சல்கான்.

ஆதில்ஷா மனைவிக்கு தூரத்துச் சொந்தம். சுல்தான் ஆதில்ஷா படைத் தளபதிகளில் மிகவும் சக்திவாய்ந்தவர். ஆறடி உயரமும், யானை பலமும் கொண்டவர்.

தனக்கு வேண்டியவர்கள் சிலரை கர்நாடகத்தில் ஷாஹாஜியின் கட்டுப்பாட்டில் முன்பிருந்த பகுதிகளை அவர்களது கட்டுப்பாட்டில் கொண்டு வருவதற்கு ஊக்குவித்துக் கொண்டிருந்தார்.

அப்படிப்பட்ட ஒரு திட்டத்திற்கு சறுக்கல் ஏற்படுகிற மாதிரி ஷாஹாஜி மீண்டும் அங்கே நியமிக்கப்படுவதாக உணர்ந்தார். அதிலும் கனககிரி என்னும் கோட்டையை அவரது

சாம்பாஜி

நெருங்கிய நண்பரான முஸ்தபா கானின் கட்டுப்பாட்டிற்குள் அநேகமாகக் கொண்டு வந்திருந்தார்.

இதுபோன்ற ஒரு சூழலில் ஷாஹாஜி அங்கு செல்வது அவரது வஞ்சகத் திட்டங்கள் அனைத்திற்கும் சமாதி கட்டப் பட்டுவிடும் என்பதைத் தெளிவாகவே புரிந்து வைத்திருந்தார்.

எனவே கர்நாடகத்தில் கலவரத்தில் ஈடுபட்டிருந்த தனது ஆட்களுக்கு ஷாஹாஜி விரைவில் அங்கு வரவிருப்பதைத் தெரிவித்து எச்சரிக்கை செய்தார் அப்சல்கான்.

இவ்வாறான ஒரு சூழலில்தான் ஷாஹாஜி பெங்களூரைச் சென்றடைந்தார். அப்போதுதான் கர்நாடகாவின் நிலவரம் மிக மோசமாக இருப்பதை அவர் உணர்ந்தார்.

அவர் அங்கு இல்லாத அந்த நான்காண்டுகளில் தன்னால் முடிந்தவரை சாம்பாஜி சமாளித்துள்ளதை நன்றாகப் புரிந்து கொண்டார். மேலும் கள நிலவரங்கள் என்னென்ன என்பது குறித்து துல்லியமாகப் பட்டியலிட்டு ஷாஹாஜியிடம் கையளிப்பு செய்தார் அவரது மகன் சாம்பாஜி.

சாம்பாஜிக்குப் பதிலாக அங்கே சிவாஜி இருந்திருந்தால் இந்நேரம் நிலமையே வேறு மாதிரியாக இருந்திருக்கும் என்பதை நினைத்து ஒரு கணம் பெருமூச்செறிந்தார்.

இதனிடையே கனககிரியில் முஸ்தபா கானின் அதிகாரம் தலைவிரித்தாடுவதாகவும், அப்பகுதிக்குத் தலைவனாக சொல்லிக் கொண்டிருப்பதாகவும் தந்தையிடம் தெரிவித்தார் சாம்பாஜி.

அப்சல்கானின் ஆதரவோடுதான் இவ்வாறு நடந்து கொண்டிருப்பதாக உணர்ந்தார் ஷாஹாஜி. முஸ்தபா கானை அடக்கப் படையுடன் சாம்பாஜியை கனககிரிக்கு அனுப்பி வைத்தார்.

சிவாஜியைப் போன்று வீரம் இருந்தாலும் அவர் அளவிற்கு சாம்பாஜியிடம் விவேகம் கிடையாது என்பதே உண்மை. தந்திரம், சமயோசிதம் போன்றவை இல்லவே இல்லை. ஆனாலும் தம்பியைப் போன்று தன்னையும் மிகச் சிறந்த வீரனாக அனைவரும் அங்கீகரிக்க வேண்டும் என்ற ஆசை மட்டும் இருந்தது. அதனால்தான் கனககிரியை மீட்கச் செல்வதில் அதிக ஆர்வம் காட்டினார்.

ஏற்கெனவே ஒற்றன் மூலமாக சாம்பாஜி தலைமையில் படை வீரர்கள் அணிவகுத்து வருவதை அறிந்திருந்தார் முஸ்தபா கான். எனவே அவரும் படையைத் திரட்டி சண்டைக்குத் தயாராக இருந்தார்.

இருந்தாலும் அப்சல் கானின் சூழ்ச்சித் திட்டத்தின்படி ஒரு நாடகத்தை அரங்கேற்றத் தயாரானார் முஸ்தபா கான். அதாவது சண்டையை விரும்பவில்லை என்றும், அதேநேரத்தில் ஒரு முக்கியமான இரகசியத் தகவலை நேரில் சொல்லத் தயாராக இருப்பதாகவும் தூது அனுப்பினார்.

சூழ்ச்சித் திட்டத்தை அறியாத சாம்பாஜியும் முஸ்தபா கானை நேரில் சந்திக்க ஒப்புக்கொண்டார்.

இருவரும் கோட்டைக்கு வெளியே ஓரிடத்தில் சந்தித்தார்கள். முக்கியத் தகவல் என்று கூறிய முஸ்தபா கான், சாம்பாஜியிடம் அந்தக் கோட்டை தனக்கே சொந்தமானது என்று கூற ஆரம்பித்தார்.

அந்தப் பகுதி தனது மூதாதையருக்குச் சொந்தமானது என்றும், அதற்கான ஆதாரங்கள் தன்னிடம் இருப்பதாகவும் கூறினார்.

அப்படியானால் அந்த ஆதாரங்களை சுல்தானிடம் காண்பித்து அவரது ஒப்புதலைப் பெற்று கோட்டையின் உரிமையை எடுத்துக் கொள்ளலாம் என்றார் சாம்பாஜி. மேலும் அதுவரை கோட்டையைத் தன் பொறுப்பில் விட்டுவிட வேண்டும் என்றும் கூறினார்.

தனது அதிகாரிகளுடன் கலந்தாலோசித்துவிட்டு வருவதாகக் கூறி கோட்டையை நோக்கி நடந்து சென்றார் முஸ்தபா கான். சாம்பாஜியும் அங்கிருந்து தனது படையை நோக்கி நடக்க ஆரம்பித்தார்.

சில அடிகள் தூரம்தான் சென்றிருப்பார், கோட்டையில் இருந்த பீரங்கி ஒன்று 'டமார்' என்ற பெருத்த ஓசையுடன் குண்டு ஒன்றை உமிழ்ந்தது. அது மிகச் சரியாக சாம்பாஜியின் முதுகைத் துளைத்துச் சென்றது.

சாம்பாஜி பிணமாக மண்ணில் சாய்ந்தார்.

தகவல் கிடைத்ததும் பதறிப்போனார் ஷாஹாஜி. அப்புறம் கோபம் கொந்தளித்தது. படையைத் திரட்டிக் கொண்டு கனககிரியை நோக்கி வேகமாகப் புறப்பட்டார்.

ஷாஹாஜியைப் பார்த்த முஸ்தபா கான் அவரிடம் மண்டியிட்டு சரணாகதி அடைந்தவாறு உயிர்ப் பிச்சை அளிக்குமாறு வேண்டினான்.

ஓங்கிய வாளை அப்படியே கீழே போட்டார். ஒரு அற்பப் புழுவைக் கொல்வது தனது வாளுக்கே இழுக்கு என்று கருதினார். முஸ்தபா கானை விலங்கிட்டு சிறையில் அடைக்குமாறு தனது வீரர்களுக்கு ஆணையிட்டார்.

அப்போது அவரது வீரர் ஒருவர் சந்தேகத்திற்கு உரிய விதமாக அப்பகுதியில் நடமாடிய ஒரு வீரனைப் பிடித்து உரிய முறையில் விசாரித்தபோது அதிர்ச்சிகரமான தகவல் அவனிடம் இருந்து கிடைத்ததாகக் கூறினார்.

'என்ன தகவல்?' என்று ஆவலோடு கேட்டார் ஷாஹாஜி.

'அவன் அப்சல்கானின் படைவீரன். அப்சல்கானிடம் இருந்து இரண்டு நாட்களுக்கு முன்பு முஸ்தபாகானுக்கு ஓலை ஒன்று வந்ததாகவும், அதைப் படித்துவிட்டு எரித்துவிடுமாறு அப்சல்கான் கூறியதாகவும் அந்த வீரன் தெரிவித்தான். முஸ்தபா கானின் வஞ்சக சதித் திட்டத்திற்கு முழுக் காரணமே அப்சல் கான்தான் என்றும் அவன் தெரிவித்தான்' என்றார் அந்த வீரர்.

வெறுத்துப் போனார் ஷாஹாஜி.

சுல்தான் ஆதில்ஷாவின் அருகில் இருந்து கொண்டே அவருக்குக் குழி தோண்டுகிறார் அப்சல்கான். ஆனால் இதை தக்க நிரூபணம் இல்லாமல் ஆதில்ஷா நம்பவே மாட்டார். அந்த அளவிற்கு அவர் அப்சல்கான் மீது நம்பிக்கை வைத்துள்ளார்.

இதனிடையே இங்கு நடந்த சம்பவங்கள் அனைத்தையும் விவரித்து சிவாஜிக்குக் கடிதம் எழுதி அனுப்பினார். 'உன் அண்ணன் சாம்பாஜியின் மரணத்தால் நான் பாதி மரணித்து விட்டேன்' என்று தனது துக்கத்தை வெளிப்படுத்தினார் அந்தக் கடிதத்தில்.

மேலும், 'வஞ்சித்தவர்களுக்கு நீதிதேவனாய், மாவீரனாய், தண்டனை வழங்கும் சக்தியற்ற நிலையில் நான் இருந்தாலும், சக்தி வாய்ந்தவனாய் நீ இருக்கிறாய் என்ற நம்பிக்கையில் நான் மன சமாதானம் அடைகிறேன். அதுவே என் மீதமுள்ள உயிரை இன்னமும் தக்க வைத்துக் கொண்டிருக்கிறது' என்று மேலும் எழுதியிருந்தார்.

இந்த வரிகளைப் படித்த சிவாஜியின் கண்கள் பனித்தன.

'இந்த வஞ்சனைகளுக்கு நீதிதேவனாய் இருந்து கண்டிப்பாக நான் தண்டனை வழங்குவேன்' என்று உரக்கக் கத்தினார்.

மகனின் உரத்தக் குரலைக் கேட்டு பதற்றத்தோடு அங்கு விரைந்து வந்தார் ஜீஜாபாய்.

முதலில் சற்றுத் தயங்கிய சிவாஜி, பின்னர் மனதைத் திடப் படுத்திக்கொண்டு அண்ணனின் மறைவை அன்னையிடம் துக்கத் தோடு தெரியப்படுத்தினார்.

துயரத்தைக் கட்டுப்படுத்த முடியாமல் குலுங்கிக் குலுங்கி அழுதாள் அன்னை. பின்னர் ஒருவாறு தன்னை அடக்கிக் கொண்டு வீராவேசத்தோடு சொன்னார், 'என் மனம் ஆறவில்லை. பெற்ற மனம் பதைக்கிறது. வயிறு எரிகிறது. உன் அண்ணனைக் கொன்றவனைக் கண்டிப்பாக நீ தண்டிக்க வேண்டும். அந்தச் செய்தி கிடைத்தால்தான் என் மனம் ஆறுதல் அடையும்' என்றாள்.

'தகுந்த நேரம் வரட்டும். நிச்சயமாக அவனுக்கு உரிய தண்டனையை நான் வழங்குவேன்' என்று அன்னையிடம் உறுதி அளித்தார் சிவாஜி.

19 அப்சல்கானின் சூழ்ச்சி

சாம்பாஜி கொல்லப்பட்டதில் முழுமையான மகிழ்ச்சியை அப்சல்கான் அடையவில்லை என்பதே உண்மை. ஷாஹாஜியைத் தந்திரமாகக் கொல்வதற்கான சூழ்ச்சித் திட்டத்தைத்தான் அப்சல்கான் வகுத்திருந்தார். ஆனால் துரதிர்ஷ்டவசமாக சாம்பாஜி கதை முடிந்துவிட்டது.

என்றாலும் கைது செய்யப்பட்ட முஸ்தபாகானை ஷாஹாஜி கொல்லாமல் விட்டு வைத்திருப்பதைத்தான் அப்சல் கானால் புரிந்துகொள்ள முடியவில்லை. வயதாகி விட்டதால் ஷாஹாஜி வேகம் குறைந்து விட்டதாக நினைத்தார்.

ஆதில்ஷாவிற்கும் வயதாகி விட்டதை நினைத்த அப்சல்கான்

அதிகாரத்தைத் தனது கையில் எடுக்க வேண்டிய காலக்கட்டம் நெருங்கிவிட்டதாக நினைத்தார்.

ஆதில்ஷா்வின் மனைவி அவருக்கு சகோதரி முறை வேண்டும். அதேபோல ஆதில்ஷாவின் மகன் அலி ஆதில்ஷா அத்தனை திறமைசாலி கிடையாது. எனவே அவர்கள் இருவரையும் தனது கட்டுப்பாட்டிற்குள் கொண்டு வருவது மிக எளிது என்றும் சிந்தித்தார்.

எப்படியோ ஷாஹாஜி தப்பித்துவிட்டார் என்றாலும் இனிமேல் அவரால் தனக்குத் தொல்லை இருக்காது என்றும் நம்பினார். அதேநேரத்தில் அவரது மகன் சிவாஜியால் அதிகத் தொந்தரவு வரும் என்பதையும் அறிந்தே இருந்தார்.

எனவே ஆதில்ஷா இருக்கும்போதே சிவாஜியின் கதையை முடித்துவிட்டால் தனக்கு எந்தவிதமான எதிர்ப்புமே இருக்காது என்று நினைத்தார்.

அதற்காக ஒரு நயவஞ்சகத் திட்டத்தோடு ஒருநாள் ஆதில்ஷாவிடம் பேச ஆரம்பித்தார்.

'தங்களுக்குத் துரோகம் இழைத்த சிவாஜி மீது எந்தவித நடவடிக்கையும் எடுக்காமல் இருப்பது நியாயமா?' என்று ஆதில்ஷாவிடம் மெல்லக் கேட்டார்.

'அவனைத் தொட்டால் நிச்சயமாக முகலாயர்களோடு எப்போது வேண்டுமானாலும் சேர்ந்து கொண்டு நமக்கு ஆபத்தை ஏற்படுத்திவிடுவான். எனவே அவன் விஷயத்தில் சற்றுக் கவனமாக இருக்க வேண்டும்' என்றார் ஆதில்ஷா.

'அவனோடு நேரடியாக சண்டைக்குப் போனால்தான் ஆபத்து. அதைவிடுத்து ஷாஹாஜியிடம் நடந்ததுபோலத் தந்திர மாக அவனிடமும் நடந்து கொண்டு அவன் கதையை முடித்துவிட வேண்டும்' என்றார் அப்சல்கான்.

ஏதோ ஒரு தந்திரமான திட்டத்தோடுதான் இந்த விஷயத்தை அப்சல்கான் தொடங்கி இருப்பதைப் புரிந்து கொண்டார் ஆதில்ஷா.

அப்சல்கானும் அப்படியே தனது வஞ்சகத் திட்டத்தை அவரிடம் விவரித்தார்.

'ஜாவ்லி பகுதி சிவாஜி அரசாளும் பகுதிக்கு அருகில் இருக்கிறது. ஜாவ்லி மன்னர் சந்திராராவ் தங்களின் நீண்டகால

நண்பர். தங்களுக்குக் கப்பம் கட்டி வருபவர். அந்தப் பிரதேசத்தில் நமது சிறு படையைத் தங்கச் செய்ய வேண்டும். சிவாஜி தனியாக அவ்வப்போது உலாவும் பழக்கம் உள்ளவன். அவனது நடவடிக்கைகளை நமது ஒற்றர்கள் மூலம் அறிந்துகொண்டு அவன் தனியாக உலவிக் கொண்டிருக்கும்போது திடீரென்று

அப்சல்கான்

தாக்குதல் நடத்தி அவனது கதையை முடித்துவிடலாம்' என்று தனது யோசனையை விவரித்தார் அப்சல்கான்.

ஆதில்ஷா யோசிக்க ஆரம்பித்துவிட்டார்.

தந்திரத்தைத் தந்திரத்தால்தான் வெல்ல வேண்டும்.

ஜாவ்லி பிரதேசத்து மன்னர்கள் சந்திராராவ் என்றே அழைக்கப்பட்டார்கள். மோர் இனத்தைச் சேர்ந்த மராட்டிய வீரர்கள் அவர்கள். அவர்களின் மூதாதையர்களில் ஒருவர் பீஜாப்பூர் ஆதில்ஷாஹி சுல்தான்களில் முன்னோடியாக இருந்த ஒருவருக்குப் படைத்தலைவராக இருந்தவர்.

அகமதுநகர் சுல்தானுடன் அப்போதைய பீஜாப்பூர் சுல்தான் நடத்திய போர் ஒன்றில் மோர் இனத்தின் மூதாதையர் காட்டிய வீரம் காரணமாக அந்தப் போரில் பீஜாப்பூர் சுல்தான் வெற்றி பெற்றிருந்தார்.

அதனால் மகிழ்ந்துபோன சுல்தான் ஜாவ்லி பிரதேசத்தை அவருக்கே கொடுத்துவிட்டார். அப்போது முதல் அந்தப் பகுதியில் மோர் வழித்தோன்றல்கள்தான் அரசாட்சி செய்து வருகிறார்கள்.

எனவே ஜாவ்லி பிரதேச மன்னர் ஆதில்ஷா என்ன சொன்னாலும் மறுப்பேதும் தெரிவிக்காமல் செய்வார்.

அப்படியானால் என்ன மாதிரியான தந்திர யுக்தியைப் பயன் படுத்தலாம் என்று யோசித்தார் ஆதில்ஷா.

ஷாஹாஜியைப் பிடிப்பதற்கு பாஜி கோர்ப்படேயைப் பயன் படுத்தியதுபோல சிவாஜியை ஒழிப்பதற்கு பாஜி ஷாம்ராஜ் என்ற துடிப்புள்ள இளைஞனைப் பயன்படுத்துவது சரியாக இருக்கும் என்று நினைத்தார் ஆதில்ஷா.

பாஜி ஷாம்ராஜை அழைத்துப் பேசினார்.

காரியம் அனைத்தும் விறுவிறுவென்று வேகம் பெற்றது.

பீஜாப்பூரில் இருந்து ஆயிரம் குதிரை வீரர்களுடன் பாஜி ஷாம்ராஜ் ஜாவ்லி பிரதேசத்திற்குள் நுழைந்தான்.

இந்தத் தகவல் உடனடியாக ஒற்றர்கள் மூலம் சிவாஜிக்குத் தெரிவிக்கப்பட்டது. சிவாஜியின் ஒற்றர் படை மிகமிகத் திறமை யானது.

மேலும் சாதாரண மக்கள், வணிகர்கள் என்று அனைத்துச்

சமூகத்தினரும் சிவாஜியின் மீது அன்பும் பாசமும் மரியாதையும் வைத்திருந்தார்கள்.

எனவே சிவாஜிக்கு எதிரான செயல் எந்த மூலையில் நிகழ்ந்தாலும் அது உடனடியாக அவர் பார்வைக்குச் சென்று விடும்.

இந்தத் தகவலைக் கேள்விப்பட்ட சிவாஜியின் கோபம் ஜாவ்லி மன்னரின் மீதுதான் திரும்பியது.

சகாயத்ரி மலைத்தொடரின் மராட்டிய பகுதியில் ஜாவ்லி பிரதேசத்தைத் தவிர பிற பிரதேசங்கள் அனைத்தும் சிவாஜிக்குச் சொந்தமாக இருந்தன. எனவே ஜாவ்லியையும் கைப்பற்றுமாறு நண்பர்கள் அனைவரும் சிவாஜியை வற்புறுத்தினார்கள்.

ஆனால் அதற்கு சிவாஜி இணங்கவில்லை. ஏனென்றால் அவர் கைப்பற்றிய பிரதேசங்கள் அனைத்தும் மண்ணின் மைந்தர்களால் ஆளப்பட்டவை கிடையாது. அந்நியர்கள் ஆட்சி செய்து கொண்டிருந்ததால் அவற்றைக் கைப்பற்றினார்.

ஆனால் ஜாவ்லி பிரதேசம் மராட்டியரால் ஆளப்பட்டு வருவதால் அதைக் கைப்பற்றுவது முறையாக இருக்காது என்றே அதற்கு மறுப்புத் தெரிவித்திருந்தார்.

நம்மவர் என்று நினைத்தவரே இப்போது எதிரிக்கு இடம் கொடுத்துத் தன்னோடு சண்டை செய்வதற்கு இடமளித்ததை சிவாஜியால் பொறுத்துக்கொள்ளவே முடியவில்லை.

கோபம் கொப்பளித்தது.

மளமளவென்று தயாரானார்.

பாஜி ஷாம்ராஜ் ஜாவ்லி பிரதேசத்தில் சில மைல்கள் தொலைவில் இருக்கும் பார்காட் மலைப்பகுதியில் இரசியமாக முகாமிட்டுத் தங்கி இருப்பதாகத் தகவல் கிடைத்தது.

எதிரிகள் சற்றும் எதிர்பாராத நிலையில் அங்கு சென்று அதிரடியாகப் பெரும் தாக்குதலை நிகழ்த்தினார்.

அந்தச் சண்டை சில மணி நேரங்கள் கூட நீடிக்கவில்லை. சமாளிக்க முடியாமல் உயிருக்குப் பயந்து தப்பியோடினான் பாஜி ஷாம்ராஜ்.

அப்புறம் சிவாஜியின் கவனம் ஜாவ்லி மன்னரை நோக்கித் திரும்பியது.

மண்ணின் மைந்தர்.

சகோதரர்.

முதலில் அவருக்கு அறிவுரை கூற வேண்டும். அப்படியும் திருந்தாவிட்டால் அடுத்தகட்ட நடவடிக்கை எடுக்கலாம் என்று நினைத்தார் சிவாஜி.

அந்த மண் மீதும், மண்ணின் மைந்தர்கள் மீது அபரிமித

மான பற்றும் பாசமும் ஈர்ப்பும் கொண்டிருந்தார் என்பதை இதன் வாயிலாக நாம் புரிந்து கொள்ளலாம்.

மறுநாளே மன்னர் சந்திரராராவைச் சந்திக்கக் கிளம்பினார்.

ஆனால் சந்திரராராவ் சிவாஜியைப் பற்றி மோசமான அபிப்ராயத்தையே வைத்திருந்தார் என்பதே உண்மை. பீஜாப்பூர் சுல்தானையே எதிர்த்த சிவாஜி, அக்கம்பக்கத்தில் உள்ள பகுதி களையெல்லாம் தன்வசப்படுத்தி இருந்தாலும் ஜாவ்லியைக் கைப்பற்ற முயற்சி செய்யாதது தங்கள் மீதிருக்கும் பயத்தால்தான் என்று தப்பாக நினைத்துக் கொண்டிருந்தார்.

மோர் பரம்பரை வீரப்பரம்பரையாக இருந்தாலும் அப்போது மன்னராக இருந்த சந்திரராராவ், குடிப்பழக்கத்திற்கு அடிமையாக இருந்தார். மேலும் அந்த சமூகத்திற்கான வீரம் அவரிடம் அவ்வளவாக இல்லை என்பதே உண்மை.

ஜாவ்லி அரண்மனையில் சந்திரராராவை நேரில் சந்தித்து உரையாடிய சிவாஜி, அவரது வீரப் பரம்பரையைப் பற்றி நினைவூட்டிப் பேசினார். அனைவரும் மண்ணின் மைந்தர்கள் என்பதையும் நினைவுபடுத்தினார்.

ஆனால் அதையெல்லாம் காதில் வாங்கிக் கொள்ள ஜாவ்லி மன்னர் தயாராக இல்லை. சிவாஜியின் தந்தை மன்னர் பரம்பரை கிடையாது என்றும், பீஜாப்பூர் சுல்தானின் தயவால் வாழ்ந்து கொண்டிருப்பவர் என்றும் ஏளனமாகப் பேசினார். அத்துடன் அக்கம்பக்கத்துக் கோட்டைகளை ஏமாற்றிக் கைப்பற்றிக் கொண்டு ஓர் அரசனாக நினைத்துக் கொள்வது வேடிக்கையாக இருப்பதாக சிவாஜியை நக்கலாக வேறு பேசினார்.

மண்ணின் மைந்தர் என்பதால் பொறுமை காத்தார் சிவாஜி. எதிரி படைவீரர்களுக்கு ஜாவ்லி மண்ணில் இடம் கொடுத்தது நியாயமற்ற செயல் என்று கூறினார்.

ஆனால் ஜாவ்லி மன்னரோ, தமது நிலப்பகுதிக்கு வந்து அவர்களைத் தாக்கியது மிகப் பெரிய தவறு என்றும், அதற்காக மன்னிப்புக் கேட்பதுதான் முறை என்றும் பேச ஆரம்பித்தார்.

அத்துடன் தன் அருகில் இருக்கும் சிவாஜியை பிடித்து வைத்துக் கொண்டு பீஜாப்பூர் சுல்தான் ஆதில்ஷாவிடம் ஒப்படைத்தால் என்ன என்ற வஞ்சக எண்ணமும் அவரைச் சூழ்ந்து கொண்டது.

சிவாஜியின் தந்தை ஷாஹாஜியை பாஜி கோர்ப்படே கைது செய்ததைப்போல சிவாஜியைக் கைது செய்யலாம் என்று நொடிப் பொழுதில் தீர்மானித்தார் ஜாவ்லி மன்னர்.

அதை மிகுந்த தந்திரமாகச் செய்து முடிக்க முனைந்தார்.

அதுவரை அலட்சியமாகவும் ஏளனமாகவும் சிவாஜியிடம் நடந்து கொண்டவர் திடீரென்று நட்புடன் நடக்க ஆரம்பித்தார்.

ஏதோ தெரியாமல் சுல்தானுக்கு ஆதரவாக நடந்து கொண்ட தாகவும், இனிமேல் நண்பர்களாக இருக்கலாம் என்றும் வலிய முன்வந்தார். இனிமேல் தான் எப்படி நடந்துகொள்ள வேண்டும் என்றும் சிவாஜியின் யோசனையைக் கேட்டார் ஜாவ்லி மன்னர்.

பீஜாப்பூர் அரசுக்குக் கப்பம் கட்டுவதை இனிமேல் நிறுத்திக் கொள்ள வேண்டும் என்றும், அதில் பாதித் தொகையை தனக்குத் தரவேண்டும் என்றும் கூறினார். அவ்வாறு இயலவில்லை என்றால் தான் கேட்கும் போதெல்லாம் 5 ஆயிரம் குதிரை வீரர்களைத் தந்து உதவ வேண்டும் என்று யோசனை கூறினார்.

அதைக்கேட்ட ஜாவ்லி மன்னர், தனது சகோதரர் மற்றும் மகனிடம் இதுகுறித்து ஆலோசித்துச் சொல்வதாகவும், அதுவரை அங்கு இளைப்பாறிக் கொண்டிருக்குமாறும் கேட்டுக் கொண்டார்.

பின்னர் அங்கிருந்து உள்ளே சென்றார். மகனையும், சகோதரரையும் அழைத்துப் பேசினார். அவர்கள் சிவாஜியின் யோசனையை ஏற்றுக்கொண்டால் சுல்தானின் கோபத்தை எதிர் கொள்ள வேண்டியிருக்கும் என்று எச்சரித்தார்கள்.

சிவாஜியைக் கைது செய்வதற்காகவே இவ்வாறு நடிப்பதாகக் கூறிய சந்திராராவ், தான் போய் சிவாஜியிடம் நட்பாகப் பேசிக் கொண்டிருப்பதாகவும், அந்தச் சமயத்தில் வீரம் செறிந்த இருபது வீரர்களை அழைத்துக் கொண்டு அரண்மனை வாயிலுக்கு வெளியே அவர்கள் காத்திருக்க வேண்டும் என்றும் அறிவுறுத்தி னார்.

வெளிப்புறமாக படை வீரர்கள் ஏராளமானோரை குவித்து வைக்குமாறும், ஒருவேளை சிவாஜி தப்பித்து வெளியே ஓடினாலும் நமது வீரர்கள் அவனைப் பிடித்துக் கொள்ள முடியும் என்றும் சொன்னார்.

சிவாஜியை சங்கிலியால் பிணைத்துவிட்டு சுல்தானுக்குத் தெரிவிக்க வேண்டும் என்றும், ஆயிரம் வீரர்களை அனுப்பியும் செய்ய முடியாத காரியத்தை கனகச்சிதமான செய்து முடித்தது சுல்தானுக்கு மகிழ்ச்சியைத் தரும் என்றும் புளங்காகிதத்தோடு பேசினார் ஜாவ்லி மன்னர்.

அனைவரும் உற்சாகமாகிவிட்டார்கள்.

இன்னும் சிறிது நேரத்தில் சிவாஜியைக் கைது செய்யப் போகும் பரபரப்பில் அவர்கள் வேகமெடுத்தார்கள்.

சந்திரராவ் சிவாஜி இருந்த அறைக்குள் நுழைந்தார்.

அங்கே சிவாஜியைக் காணவில்லை.

குழப்பமான அவர் வீரர்களிடம் விவரம் கேட்டார்.

ஏதோ அவசர வேலை இருப்பது திடீரென்று நினைவிற்கு வந்ததாகவும், அதனால் பேசுவதற்கு இன்னொரு முறை அங்கு வருவதாகச் சொல்லிவிட்டுப் போய்விட்டார் என்றும் அவர்கள் பதிலளித்தனர்.

பதைபதைத்துப்போன ஜாவ்லி மன்னர், வேகவேகமாக வெளியே வந்து சிவாஜியைத் தேடினார். தமது வீரர்களையும் தேடச் சொன்னார்.

அப்போது அவர்கள், அதற்குள் சிவாஜி பல காத தூரம் போயிருப்பார் என்றார்கள். குதிரையில் மின்னல் வேகத்தில் அவர் சென்றதைப் பார்த்ததாக அவர்கள் கூறினார்கள்.

ஏமாற்றத்தில் விக்கித்துப் போய் நின்றார் சந்திரராவ்.

20 சிவாஜியின் அதிரடி

உண்மையில் ஜாவ்லி மன்னரின் கெடுமதி எண்ணத்தைப் புரிந்து கொண்டுதான் அங்கிருந்து கிளம்பிச் சென்றார் சிவாஜி.

நக்கலும் நையாண்டியும் ஏளனமும் கேலியும் கிண்டலுமாக பேசிக் கொண்டிருந்த சந்திராராவ், திடீரென்று தனது நிலைப் பாட்டை மாற்றிக் கொண்டு நட்பு பாராட்டத் தொடங்கியதும் உஷாரானார் சிவாஜி.

அறிவிலும் புத்திசாலித்தனத்திலும் உயர்ந்தும் சிறந்தும் விளங்கிய சிவாஜிக்கு இந்த மாதிரியான மாற்றத்தை மோப்பம் பிடிப்பது அத்தனை கஷ்டமா என்ன?

அப்புறம் தனது சகோதரனிடமும் மகனிடமும் கலந்து ஆலோசித்துவிட்டு வருவதாகச் சொல்லி உட்புறம் சென்றதும் அவரது சந்தேகம் நன்றாகவே வலுத்துவிட்டது.

சதித்திட்டம் தீட்டி தன்னைப் பிடித்து வைக்க நினைப்பதை நன்றாகவே யூகித்துக் கொண்டார். ஒரே மண்ணைச் சேர்ந்த சகோதரன் என்ற நட்பில் தீவிரம் காட்டாமல் சமாதானம் செய்து கொள்ள விரும்பியும், அந்த அரிய வாய்ப்பை ஜாவ்லி மன்னர் பயன்படுத்தத் தவறிவிட்டார் என்றே சொல்ல வேண்டும். தன்னைப் பற்றி அளவிற்கு அதிகமாக உயர்வாகவும், சிவாஜியைப் பற்றி முட்டாள்தனமாக ரொம்பத் தாழ்வாகவும் எடை போட்டு விட்டார்.

அதுதான் உண்மை.

அதிவேகப் பாய்ச்சலில் அரண்மனையை வந்தடைந்த சிவாஜி தனது நண்பர்களோடு அவசர சந்திப்பை நிகழ்த்தினார். ஜாவ்லி அரண்மனையில் நடந்தவற்றை விளக்கினார். வஞ்சகமாகத் தன்னைச் சிறைப்பிடிக்க அவர்கள் முயற்சித்ததை விளக்கிக்கூறிய போது நண்பர்கள் கோபத்தில் வெகுண்டெழுந்தனர். ஜாவ்லி மன்னரைச் சும்மா விடக்கூடாது என்று உணர்ச்சிவசப்பட்டார் கள்.

அதற்காகத்தான் அங்குள்ள பாதுகாப்பு ஏற்பாடுகள் எப்படி இருக்கின்றன என்பதையும் தான் கூர்ந்து கவனித்து வந்துள்ளதாக சொன்னார் சிவாஜி.

சிவாஜியின் அந்தச் சாமர்த்திய செயலை எண்ணி வியப்பின் உச்சத்தை அடைந்தார்கள் நண்பர்கள்.

சிவாஜி விளக்கமாக விவரித்தார்.

உள்ளும் புறமும் எவ்வளவு வீரர்கள் பாதுகாப்புப் பணியில் ஈடுபடுத்தப்பட்டுள்ளனர், அவர்களிடம் என்ன மாதிரியான ஆயுதங்கள் இருக்கின்றன, எப்பேர்ப்பட்ட ஆயத்த நிலையில் இருக்கிறார்கள் என்பதை எல்லாம் விளக்கிக் கூறியபோது அனைவரும் பிரமித்துப் போய்விட்டார்கள்.

புதிய இடத்தின் பாதுகாப்பு மற்றும் காவல் நிலவரங்களை மிகவும் நுட்பமாக அறிந்து கொண்டு வந்திருப்பது சிவாஜியின் தலைமைப் பண்பை மிகத் துல்லியமாக வெளிப்படுத்தியது என்றே கூறவேண்டும்.

அப்புறம் தனது திட்டத்தை விவரிக்க ஆரம்பித்தார்.

முதலில் இரண்டு பேர் ஜாவ்லி போய் சந்திராராவ் மோரிடம் பேச வேண்டும் என்று அனைத்தையும் விவரமாகக் கூறினார். சிவாஜியின் இந்தத் திட்டத்தை அனைவரும் ஆமோதிக்க அது உடனடியாக அமல்படுத்தப்பட்டது.

ரகுநாத் பல்லாள் மற்றும் சம்பாஜி காவ்ஜி என்ற இருவர் தேர்ந்தெடுக்கப்பட்டு ஜாவ்லிக்குச் சென்றார்கள்.

சிவாஜி சார்பாக இருவர் வந்திருப்பதாகத் தகவல் கிடைத்ததும் சந்திராராவிற்கு சந்தோஷம் அடங்கவில்லை. பயந்து ஓடிய சிவாஜி தனக்குப் பதிலாகத் தனது ஆட்களை அனுப்பி சமரசம் பேச வந்திருப்பதாக நினைத்தார்.

இருவரும் மன்னரைப் பணிவாக வணங்கிவிட்டு தங்களோடு அழைத்து வந்தவர்களை உள்ளே அழைத்தார்கள். அவர்கள் கரங்களில் தாம்பாளங்கள். அனைத்திலும் மலர் மாலைகள், பழங்கள் என்று காட்சியளித்தன.

அவை அனைத்தும் மன்னருக்கு எதிரே ஒழுங்குற வைக்கப் பட்டன. பின்னர் அந்த ஆட்கள் அனைவரும் அங்கிருந்து வெளியே சென்றுவிட்டனர். அவர்கள் அனைவருமே சாதாரண பொதுமக்கள் வேடத்தில் வந்த சிவாஜியின் படை வீரர்கள் என்ற உண்மையை ஜாவ்லி மன்னர் அறிந்திருக்கவில்லை.

வெளியேறிய அந்த வீரர்கள் அனைவரும் கோட்டைக்கு அருகாமையில் தங்க வைக்கப்பட்டனர்.

வந்திருந்த சீதனங்களைப் பார்த்துக் குழப்பமடைந்த மன்னர் அது என்ன என்று வினவினார்.

‘தங்கள் மகளைத் தன் வாழ்க்கைத் துணைவியாக மணம் முடிக்க எங்கள் மன்னர் சிவாஜி தீர்மானித்திருக்கிறார். அதற்கான சம்மதத்தைக் கேட்டுப் பெறுவதற்காக நாங்கள் இங்கே வந்துள்ளோம்’ என்றார்கள்.

அதைக்கேட்டு சற்றே அதிர்ச்சியடைந்த ஜாவ்லி மன்னர், சற்றே அமைதியாக இருந்துவிட்டு, ‘சிவாஜிக்கு என் பெண்ணை மணமுடித்துக் கொடுப்பதில் எனக்கும் சம்மதம்தான். ஆனால் எங்களின் அந்தஸ்துக்கு உங்கள் சிவாஜி இணையாக இல்லை என்பதால் யோசிக்க வேண்டி இருக்கிறது’ என்றார்.

“தங்களைவிட சிவாஜி அந்தஸ்தில் உயர்ந்தவராகவே

இருக்கிறார். நீங்கள் பிறக்கும்போதே ஜாவ்லியின் மன்னராக இருந்தீர்கள். இப்போதும் அப்படியேதான் இருக்கிறீர்கள். ஆனால் சிவாஜி அப்படிக் கிடையாதுதான். அவர் பிறக்கும்போது

சாதாரண குடிமகன்தான். ஆனால் இன்றோ தங்களைவிட மூன்று மடங்கு நிலத்திற்குச் சொந்தக்காரர். தங்களைவிட மிகப் பெரிய மன்னர். தாங்கள் ஆண்டுதோறும் கப்பம் கட்டிக் கொண்டிருக்க வேண்டியிருக்கிறது. ஆனால் சிவாஜி அப்படிக் கிடையாது' என்று கோபமாக வார்த்தைகளை உயர்த்திப் பேசினார் ரகுநாத் பல்லாள்.

இதைக் கேட்டதும் மன்னருக்கு ஆத்திரம் தலைக்கேறியது. அருகில் மது அருந்திக் கொண்டிருந்த அவரது தம்பி இன்னும் அதிகக் கோபமடைந்தார்.

சம்பாஜி

இதைப் பார்த்த சம்பாஜி காவ்ஜி, ‘சமாதானமாகப் பேசி திருமண நிகழ்வை சந்தோஷமாக நிகழ்த்துவதை விட்டுவிட்டு இப்படி மன்னருக்குக் கோபம் வருகிற மாதிரி நடந்து கொள்கிறாய். இதற்கு மேலும் உன்னை உயிரோடு விட்டு வைத்தால் இந்தச் சுபகாரியம் நிகழாமலேயே போய்விடக்கூடும். அது நம் மன்னர் சிவாஜிக்கு இழைத்த துரோகமாகிவிடும்’ என்று கோபமாகக் கூறிவிட்டு உறையில் இருந்து கத்தியை உருவினார்.

இதைப் பார்த்த மன்னரின் தம்பி பதறிப்போனார். ஆனால் சந்திரராராவோ தனது தம்பியை சைகையால் தடுத்து நிறுத்தினார். அவர்கள் இருவரும் சண்டையிட்டு ஒருவரையொருவர் கொல்லட்டும் என்று நினைத்தார்.

ஆனால் அவர் எதிர்பார்த்தது வேறுவிதமாக மாறிவிட்டது. கத்தியை உருவிய சம்பாஜி, ரகுநாத் பல்லாளை நோக்கிப் பாய்ந்து தாக்குவதற்குப் பதிலாக இமை மூடித் திறப்பதற்குள் ஜாவ்லி மன்னரை நோக்கிப் பாய்ந்தார்.

இதைக் கொஞ்சமும் எதிர்பாராத மன்னர் திமிறி எதிர்த்துத் தாக்க முற்படுவதற்குள், மன்னரின் வாயை உறுதியாகப் பொத்தியது சம்பாஜியின் கரம். பின்னர் இன்னொரு கையில் தயாராக வைத்திருந்த கத்தியால் மன்னரின் கழுத்தைக் கரகரவென அறுத்துவிட்டார்.

என்ன விபரீதம் நடக்கிறது என்று யோசிப்பதற்குள் மன்னரின் தம்பி மீது பாய்ந்து அவரது வாயை முதலில் பொத்தினார் ரகுநாத் பல்லாள். மறு கையால் அவரது உடலை இறுக்கமாகப் பிடித்துக் கொண்டார்.

மன்னரைக் கொன்றுவிட்ட சம்பாஜி மின்னல் வேகத்தில் அவரது தம்பியை நோக்கி வந்து அவரது கழுத்தையும் அதே கத்தியால் அறுத்துக் கொன்றார்.

அனைத்தும் சில நொடிப் பொழுதுகளில் நடந்துவிட, இறந்து கிடக்கும் இருவர் உடலையும் ஒருகணம் அவர்கள் உற்றுப் பார்த்தார்கள். இன்னும் உயிர் இருக்கிறதா என்பதற்காகத் தான் அவ்வாறு பார்த்தார்கள்.

அப்புறம் வேகமாக அந்த அறையை விட்டு வெளியேறினார் கள். அங்கிருந்த காவலர்கள் யாருக்கும் சந்தேகம் வந்துவிடக் கூடாது என்று கவனமாக கோட்டை வாயிலுக்கு வந்த அவர்கள் தங்கள் குதிரைகளில் வேகமாக ஏறினார்கள். அங்கிருந்த தங்கள்

வீரர்களிடம், 'கிளம்புங்கள் வீரர்களே' என்று உரக்கக் கத்திக் கொண்டே வேகமாகப் புறப்பட்டார்கள்.

அதற்குள் மன்னரும், அவரது தம்பியும் கொல்லப்பட்டு விட்ட தகவல் அறிந்து ஜாவ்லி வீரர்கள், 'அவர்களைப் பிடியுங்கள்... அவர்களைப் பிடியுங்கள்' என்று கத்தியவாறே அவர்களைத் தடுக்க முனைந்தார்கள்.

எவ்வளவோ வேகமாகப் பின்தொடர்ந்தும் ஜாவ்லி வீரர்களால் அவர்களைப் பிடிக்கவே முடியவில்லை.

தப்பித்து வந்தவர்கள் அடர்ந்த காட்டு வழியாகத் திரும்பி வந்துகொண்டிருந்தபோது அவர்களுக்காகவே அங்கே தயாராகக் காத்திருந்தார் சிவாஜி, வீரர்களுடன்.

தனது திட்டத்தைக் கச்சிதமாக சம்பாஜியும், ரகுநாத்தும் முடித்துவிட்டதை அறிந்த சிவாஜி மகிழ்ச்சி அடைந்தார். அப்புறம் சுறுசுறுப்பானார். தமது வீரர்களை அழைத்துக் கொண்டு அந்த நடுநிசியில் ஜாவ்லியை நோக்கிப் புயலெனப் புறப்பட்டார்.

அங்கே மன்னரும், அவரது தம்பியும் கொல்லப்பட்ட அதிர்ச்சியில்தான் அனைவருமே இருந்தனர். எனவே சிவாஜி வீரர்களோடு எதிர்த்துப் போரிடும் வேகம் அவர்களிடம் மிகக் குறைவாகவே இருந்தது.

மேலும் எதிர்த்துப் போரிட சிறந்த வழிகாட்டியாக மன்னர் இல்லாததால் அவர்களால் சிவாஜி படையினரோடு ஒழுங்கு முறையோடு எதிர்த்து சண்டையிட முடியவில்லை.

அத்துடன் சிவாஜியைப் பற்றியும் அந்த மக்களும், வீரர்களும் நன்கு தெரிந்து வைத்திருந்தனர். தங்களைப் போன்ற சாமான்யர்களுக்கு சிவாஜி நிறைய உதவிகளைச் செய்வார் என்று அவர்கள் கேள்விப்பட்டிருந்த காரணத்தால் தங்கள் நாட்டை சிவாஜி ஆண்டால் சிறப்பாக இருக்கும் என்றும் யோசிக்க ஆரம்பித்தார்கள்.

இப்படிப்பட்ட காரணங்களால் ஜாவ்லியைக் கைப்பற்றுவது ரொம்ப எளிதாக இருந்தது. விரைவிலேயே போர் முடிவுக்கு வந்தது.

மராட்டியப் பகுதியின் சகாயத்ரி மலைத்தொடரை ஒட்டிய ஜாவ்லி பிரதேசமும் வெற்றி கொள்ளப்பட்டதால் ஒட்டு மொத்தமாக இப்போது சிவாஜியின் வசமாகிவிட்டது.

21 சுல்தான் மரணம்

பீஜாப்பூர் சுல்தான் முகமது ஆதில்ஷா முதுமை காரணமாக நோய்வாய்ப்பட்டிருந்தார். தனது கடைசி நிமிடங்களில் இருந்த அவரைப் பார்ப்பதற்காக ஷாஹாஜி பீஜாப்பூர் வந்திருந்தார்.

ஷாஹாஜியின் கரங்களைப் பற்றிக் கொண்ட சுல்தான், சாகும் தருவாயில் இருக்கும் நிலையில் தனக்கொரு சத்தியம் செய்து தரவேண்டும் என்று கேட்டுக்கொண்டார்.

நெகிழ்ந்துபோன ஷாஹாஜி அதற்குச் சம்மதம் தெரிவித்தார்.

சிவாஜி வெற்றி மேல் வெற்றியாகப் பெற்று வருவதையும், சக்ரவர்த்தி ஷாஜஹானும் சிவாஜியோடு நட்புறவாக

இருப்பதை விரும்புவதாகவும் சற்றே விரக்தியோடு குறிப்பிட்டார். அவரது இறப்புக்குப் பிறகு அவரது மகனைக் கைவிட்டுவிடக் கூடாது என்றும், கடைசிவரை இந்த அரசின் பக்கமே இருக்க வேண்டும் என்றும் கேட்டுக் கொண்டார்.

ஷாஹாஜியும் அப்படியே நடந்து கொள்வதாக சத்தியம் செய்து கொடுத்தார்.

அடுத்த ஒரு மாதத்தில் பீஜாப்பூர் சுல்தான் ஆதில்ஷா மரணமடைந்துவிட்டார்.

அவருக்குப் பிறகு அவரது மகன் அலி ஆதில்ஷா பதவி ஏற்றார். அவருக்கு அப்போது வயது 19 மட்டுமே. அலி ஆதில்ஷா பெயரைச் சொல்லிக் கொண்டு அவரது தாயும், மாமன் முறையான அப்சல்கானுமே ஆட்சி செய்ய ஆரம்பித்தார்கள்.

அப்போது அலி ஆதில்ஷாவிற்குத் துரதிர்ஷ்டமான காலம் என்றே சொல்ல வேண்டும். முகலாயச் சக்ரவர்த்தி ஷாஜஹானின் மூன்றாவது மகன் ஔரங்கசீப் முகலாயப் பேரரசின் தக்காணப் பீட பூமியின் ஆளுநராகப் பொறுப்பேற்றார். பதவியில் அமர்ந்த உடனே கோல்கொண்டா பகுதியைக் கைப்பற்றி அங்கிருந்த பெருமளவிலான செல்வத்தைத் தனதாக்கிக் கொண்டார்.

ஔரங்கசீப் மிகச் சிறந்த வீரர். கூரிய அறிவு படைத்தவர். படைகளை நடத்திச் செல்வதில் மிகச் சிறந்தவர். வியூகங்கள் வகுப்பதில் அவருக்கு இணையாக யாருமே கிடையாது என்று சொல்லலாம். திட்டமிடுவதிலும், அதை நடைமுறைப்படுத்துவதி லும் அபாரத் திறன் உடையவர். ஆடம்பரத்தை அடியோடு வெறுப்பவர். ஆனால் மிக மோசமான சந்தேக மனம் படைத்தவர்.

இப்படிப்பட்ட ஔரங்கசீப்பின் பார்வை அடுத்ததாக பீஜாப்பூரின் மீது விழுந்தது.

அதற்கும் ஒரு காரணம் இருந்தது.

தனக்கு எதிரானவர்களுடன் நெருக்கமான நட்பு கொண்டிருப்பவர்கள் எல்லாம் தனது எதிரிகளே என்று நினைக் கும் குணம் உள்ளவர் ஔரங்கசீப். அவரது மூத்த சகோதரர் தாரா ஷிகோவைத் தனது எதிரியாகவே நினைத்தார் ஔரங்கசீப். அந்தத் தாரா ஷிகோவுடன் மறைந்த பீஜாப்பூர் சுல்தான் முகமது ஆதில்ஷா நெருக்கமான நட்பைக் கொண்டிருந்தார். எனவே ஆதில்ஷா மீது ஏராளமான கோபத்தில் இருந்தார் ஔரங்கசீப்.

அலி ஆதில்ஷா

முகமது ஆதில்ஷா மரணமடைந்து விட்டாலும் அவர் மீதான கோபம் மட்டும் தணியவே இல்லை.

ஆதில்ஷா உயிரோடு இருந்தபோதே பீஜாப்பூர் மீது படை எடுக்க முயற்சித்தார் ஔரங்கசீப். ஆனால் அவரது தந்தை ஷாஜஹானுடன் ஒப்பந்தம் ஒன்றைச் செய்துகொண்டு

தேவையான அனைத்தையும் செய்து கொடுத்தார் முகமது ஆதில்ஷா.

அத்துடன் ஷாஹாஜியை மரண தண்டனையில் இருந்து விடுவிக்குமாறு ஷாஜஹான் சொன்னபோது எந்தவிதமான எதிர்ப்பும் காட்டாமல் அவரை விடுதலை செய்தார்.

எனவே பீஜாப்பூர் மீது அப்போது போர் தொடுக்க வலிமையான காரணங்கள் எதுவும் இல்லாமல் போனதால் அந்த முயற்சியைக் கைவிட்டார் ஔரங்கசீப்.

அந்த வகையில் இப்போது அவருக்குப் புதிய காரணம் ஒன்று கிடைத்துவிட்டது. அதாவது தற்போதைய பீஜாப்பூர் சுல்தான் அலி ஆதில்ஷா முந்தைய முகமது ஆதில்ஷாவின் மகன் தான் என்பதில் சில சந்தேகங்கள் இருப்பதாகத் தெரிய வந்துள்ளது.

எனவே முகலாயச் சக்ரவர்த்தி ஷாஜஹானின் அனுமதி பெறாமல் பீஜாப்பூர் சுல்தானாக அலி ஆதில்ஷா நீடிக்கக்கூடாது என்று அவருக்கு மடல் ஒன்றை அனுப்பி வைத்தார்.

மேலும் சக்ரவர்த்தி ஷாஜஹானின் அனுமதி கிடைத்ததும் பீஜாப்பூர் மீது போர் தொடுக்கப் போவதாகவும் அந்த மடலில் தெரிவித்திருந்தார்.

அந்த மடலைப் பார்த்ததும் நடுங்கிப் போய்விட்டார் அலி ஆதில்ஷா. என்ன கேட்டாலும் தருவதற்குத் தயாராக இருப்பதாகவும், அதை ஏற்றுக்கொண்டு தன்னைத் தொடர்ந்து ஆட்சி புரிய அனுமதிக்க வேண்டும் என்றும் பதில் மடலை ஔரங்கசீப்புக்கு அனுப்பி வைத்தார் அலி ஆதில்ஷா.

ஆனால் அந்தக் கடிதத்தை ஒரு பொருட்டாகவே மதிக்காமல் கிழித்துக் குப்பையில் எறிந்தார் ஔரங்கசீப்.

எப்படியாவது பீஜாப்பூரைத் தனது கட்டுப்பாட்டின் கீழ் கொண்டுவந்தே தீரவேண்டும் என்பதில் குறியாக இருந்தார்.

ஆனால் குடும்பத்தில் நிலவிவந்த குழப்பமான நிலையில் சட்டென்று படை குவித்து பீஜாப்பூரைக் கைப்பற்ற முடியவில்லை.

ஔரங்கசீப் குடும்பத்தில் அப்படியென்ன குழப்ப நிலை?

முகலாயச் சக்ரவர்த்தி ஷாஜஹானின் மனைவி மும்தாஜ் மஹல். அவர்களுக்கு ஏழு குழந்தைகள். ஜஹானாரா மூத்த மகள்.

மற்றும் ரோஷனாரா, கவ்ஹாரா பேகம் ஆகிய மகள்கள். தாரா ஷிகோ, ஷா ஷுஜா, ஔரங்கசீப், முராத் பக்ஷ் ஆகிய மகன்கள்.

இவர்களில் கடைசியில் கிவ்ஹாரா பேகத்தைப் பிரசவிக்கும் போதுதான் மும்தாஜ் மரணமடைந்தாள். மூத்த மகள் ஜஹானாரா தான் குழந்தைகள் அனைவரையும் தாய்போல வளர்த்து ஆளாக்கினாள்.

ஷாஜஹான் தர்பார்

எனவே ஜஹானாரா மீது அதிகப்படியான அன்பைச் செலுத்தினார் ஷாஜஹான். மும்தாஜ் மஹல் இறந்ததும் மேலும் அவரது மனைவியர் மூவர் உயிரோடிருந்த நிலையிலும் பட்டத்தரசிக்கு இணையான பாதுஷா பேகம் பதவியைத் தமது மூத்த மகள் ஜஹானாராவுக்கு வழங்கினார் ஷாஜஹான்.

அதற்கடுத்தபடியாகத் தமது மூத்த மகன் தாரா ஷிகோவ் மீது அளவற்ற பாசம் வைத்திருந்தார்.

இதுபோன்ற ஒரு சூழலில் அத்தனை குழந்தைகளும் ஜஹானாராவைத் தாயாக நினைத்தபோது அவரது மற்றொரு மகள் ரோஷனாரா மட்டும் அக்கா ஜஹானாராவைத் தனக்குப் போட்டியாகவே நினைத்தாள்.

இதனிடையே அவரது மகன்கள் நால்வருக்குள்ளும் யார் அடுத்த சக்ரவர்த்தியாவது என்பதில் கடுமையான போட்டி நிலவி வந்தது. அதற்குக் காரணம் ஷாஜஹானுக்கு வயதாகிக் கொண்டே வந்ததால் இந்தப் போட்டியின் வேகமும் அதிகரித்துக் கொண்டே இருந்தது.

மூத்தவள் ஜஹானாராவைப் பொருத்தமட்டில் தாரா ஷிகோ சக்ரவர்த்தியாவதையே பெரிதும் விரும்பினாள். எனவே அதற்குப் போட்டியாக ஔரங்கசீப் சக்ரவர்த்தியாக வேண்டுமென்று ஆதரவுக்கரம் நீட்டினாள் ரோஷனாரா.

நான்கு மகன்களில் தாரா ஷிகோ மிகவும் நல்லவராக இருந்தார். ஆனால் அறிவு, ஆற்றல், தலைமைப் பண்பு, வலிமை போன்றவற்றில் ஔரங்கசீப்தான் முன்னிலை வகித்தார்.

தமது மகன் தலைநகரிலேயே இருந்தால் ஆட்சியைப் பிடிப்பதற்காக சதிச் செயல்களில் ஈடுபடுவார்கள் என்று கருதிய ஷாஜஹான் நாலா புறங்களிலும் அவர்களை ஆளுநர்களாக நியமித்து தலைநகரில் தங்கவிடாமல் பார்த்துக்கொண்டார்.

அவ்வாறு வெவ்வேறு இடங்களில் அவர்கள் இருந்தாலும் தமது தந்தை மீதும், அரியணை மீதும் தான் கவனம் இருந்து வந்தது. தலைநகரில் நடப்பதை உடனுக்குடன் தெரிந்து கொள்ளும் அவசியமும் அவர்களுக்கு இருந்தது.

ரோஷனாரா மூலமாகத் தலைநகரத் தகவல்கள் அவ்வப்போது ஔரங்கசீப்புக்குக் கிடைத்தவண்ணம் இருந்தது.

ஔரங்கசீப் கவனத்திற்குரியவராகவே இருந்தார். அவர் சற்றே அதீத புத்திசாலியாகவும் இருந்தார்.

அதிகமாகச் சிரிப்பை உதிர்க்க மாட்டார். ஷாஜஹானைப் போல கட்டிடக் கலையில் அவருக்கு நாட்டம் எதுவும் இல்லை. ஒரு முக்கிய வேலையில் ஈடுபட்டால் அதை வெற்றிகரமாகச் செய்து முடிக்கும்வரை ஓயவே மாட்டார். உடன்பிறப்புகளில் ரோஷனாராவைத் தவிர வேறு யாரோடும் நெருக்கமான நட்புடன் இருக்கவில்லை. இறைபக்தி அதிகம் உண்டு. குரான் முழுவதையும் மனப்பாடமாகச் சொல்வார். வடிகட்டின கஞ்சனாகவும் இருந்தார். மது அருந்தும் பழக்கம் கிடையாது. ஒரு காரியம் ஆக வேண்டுமென்றால் அதற்கான நபர்களோடு திடீர்ப் பாசத்தைக் கொட்டி காரியத்தைச் சாதிப்பதில் கில்லாடி. மற்றவர் களை எடைபோடுவதில் வல்லவர். தனிப்பட்ட முறையில் அவரை யாராவது ஏமாற்றி இருந்தால் யானையைப்போல ஓரமாக அந்த கோபத்தை வைத்துக் கொண்டே இருப்பார். சமயம் பார்த்து பழி தீர்த்தும் விடுவார். பயம் என்பது கொஞ்சமும் கிடையாது. அதேநேரத்தில் செய்யும் செயலில் எந்தவிதமான அலட்சியமும் இருக்காது.

இப்படிப்பட்ட குணங்களுக்குச் சொந்தக்காரர்தான் ஔரங்கசீப்.

பீஜாப்பூர் மீது தாக்குதல் நடத்துவதற்குத் தயாரான நிலையில் அவரது தந்தை ஷாஜஹானின் உடல்நிலை மோசமடைந்ததாகத் தகவல் வரவே தாக்குதல் திட்டத்தை அப்போதைக்கு ஒத்திவைத்தார்.

22 சிவாஜியின் சாணக்கியம்

ஔரங்கசீப்பின் அதிரடி நடவடிக்கைகளைக் கூர்ந்து கவனித்துக் கொண்டிருந்த சிவாஜி, அவரிடம் மிகுந்த எச்சரிக்கை யோடு இருக்க வேண்டும் என்பதைப் புரிந்துகொண்டார். பீஜாப்பூரைக் கைப்பற்றிவிட்டால் அடுத்து அவரது கவனம் தென் பகுதியை நோக்கிச் செல்லக்கூடும். இல்லை யென்றால் தனது பக்கம் திரும்பவும் வாய்ப்பு இருப்பதாகக் கருதினார் சிவாஜி.

ஏற்கெனவே பீஜாப்பூர் எல்லைப் பகுதியான கல்யாணி மற்றும் பீதர் கோட்டைகளைக் கைப்பற்றிவிட்டதால் ஔரங்கசீப் தனது தாக்குதலில் வேகமெடுத்து வருவதாக உணர்ந்தார்.

எனவே ஒரு அற்புதமான திட்டத்தை அவர் மனம் உருவாக்கியது. உடனடியாக ஔரங்கசீப்பிற்கு ஒரு மடல் அனுப்பினார்.

அதில், முகலாய சாம்ராஜ்யத்தோடு தமது பிரதேசத்தையும் இணைத்துக் கொள்ளத் தயாராக இருப்பதாகவும், பீஜாப்பூருக்கு எதிரான தாக்குதலில் தமது படையையும் அனுப்பி வைக்கத் தயாராக இருப்பதாகவும் தெரிவித்திருந்தார்.

அரசியலில் நடிப்பும், வஞ்சகமும், தந்திரமும், பொய்யான பாராட்டுக்களும் மிகவும் அவசியம் என்னும் இரகசியத்தைத் தெரிந்து வைத்திருந்தார் சிவாஜி. அதனால்தான் இப்படியொரு மடலை எழுதி அனுப்பினார்.

மேலும் முகலாயர்களின் படையோடு ஒப்பிடும்போது சிவாஜியின் படைபலம் மிகவும் குறைவானதே. ஏன், பீஜாப்பூர் படையுடனும் தமது படைபலத்தை ஒப்பிட முடியாத அளவிற்குத் தான் இருந்தது என்ற உண்மையும் அவருக்கு நன்றாகவே தெரியும். அதனால்தான் இப்படிப்பட்ட தந்திரங்களை அவர் பிரயோகித்து வந்தார் என்பதே உண்மை.

சிவாஜியின் கடிதத்தைப் படித்துப் பார்த்த ஔரங்கசீப் சற்றே மகிழ்ச்சி அடைந்தார். சிவாஜியின் படைபல உதவியை நம்பி முகலாயர்கள் இல்லை என்றாலும், தனது விசுவாசத்தைக் காட்டி இருக்கும் அந்த மராட்டிய இளைஞனை ஒருமுறை நேரில் சந்திக்க வேண்டும் என்று ஆவலுற்றார் ஔரங்கசீப்.

அப்போதுதான் தலைநகரில் அவரது தந்தை ஷாஜஹானின் உடல்நிலை மிகவும் மோசமாக இருப்பதாகவும், ஜஹானாராவின் முழுக்கட்டுப்பாட்டில் தந்தை இருந்து வருவதாகவும் குறிப்பிட்டு ரோஷனாரா கடிதம் ஒன்றை அனுப்பியிருந்தாள்.

இந்தச் சூழலில் சிவாஜிக்கு ஒரு பதில் மடலை அனுப்பி வைத்தார் ஔரங்கசீப்.

'முகலாயப் பேரரசுடன் உன்னை இணைத்துக் கொள்ள விருப்பம் தெரிவித்தது எனக்கு மகிழ்ச்சியை அளிக்கிறது. முறையாக எமது அரசவைக்கு வந்து உனக்குக் காத்திருக்கும் பதவியைப் பெற்றுக் கொள்ளவும்' என்று அந்த மடலில் எழுதப் பட்டிருந்தது.

அந்த மடலைக் கண்ணுற்ற சிவாஜி, மற்றவர்களைவிடவும் ஔரங்கசீப் புத்திசாலி என்பதைப் புரிந்துகொண்டார். எதிர்

காலத்தைப் பற்றியும் உடனடியாக முடிவு செய்யும் திறமை அவருக்கு இருப்பதை அந்த மடல் உணர்த்தியது.

தக்காணப் பீடபூமியில் ஔரங்கசீப் இருக்கும்வரை ரொம்பவும் எச்சரிக்கையாக இருக்க வேண்டும் என்று நினைத்தார்.

ஔரங்கசீப்பின் தற்போதைய நிலையைத் தெரிந்து கொள்ள ஒற்றர்களைப் பணித்தார். சில நாட்களில் அவர்களும் முக்கியத் தகவல் ஒன்றைத் தெரிவித்தார்கள்.

தலைநகரில் ஏதோ பெரிய அளவில் பிரச்சனை இருக்கிறது என்றும், ஔரங்கசீப்பின் சகோதரி ரோஷனாரா இரண்டு நாளுக்கு ஒருமுறை செய்தி அனுப்பிக் கொண்டே இருப்பதாகவும் கூறினார்கள். மற்ற அத்தனை வேலைகளையும் ஓரங்கட்டிவிட்டு அந்தச் செய்திகள் குறித்தே தீவிர ஆலோசனையில் அவர் மூழ்கிக் கிடப்பதாகவும் ஒற்றர்கள் தெரிவித்தார்கள்.

ஆக, ஔரங்கசீப்பின் கவனம் தற்போது பீஜாப்பூர் மீது கிடையாது. அது தலைநகரை நோக்கிப் பாய்ந்து கொண்டிருக்கிறது.

எதிரி வலிமையானவனாக இருந்தாலும் அவனது கவனம் வேறு எங்காவது இருக்கும் பட்சத்தில் அவனிடம் பயம் கொள்ள அவசியமே இல்லை என்பதைப் புத்திசாலித்தனமாகப் புரிந்து கொண்டார்.

எனவே தனது திட்டத்திற்கு இதுவே சரியான தருணம் என்று கருதிய சிவாஜி, அதிரடிச் செயலில் உடனடியாகக் களமிறங்கினார்.

முன்பு தனது தந்தை வசமிருந்த ஜுன்னார் மற்றும் அகமது நகர் ஆகிய பகுதிகள் தற்போது முகலாயர்கள் வசமிருப்பதாகவும், அவற்றைத் தனக்குத் திருப்பித் தரவேண்டும் என்றும் சக்ரவர்த்தி ஷாஜஹானிடம் சிவாஜி கேட்டிருந்தார்.

அடுத்தமுறை தலைநகருக்கு வரும்போது அதற்கான ஆதாரங்களைக் கொண்டுவந்தால் அதுகுறித்து முடிவெடுப்பதாக ஷாஜஹானும் கூறியிருந்தார்.

தற்போது ஔரங்கசீப்பின் கவனம் தலைநகர் மீது படிந்து கிடப்பதால் இந்தத் தருணத்தைப் பயன்படுத்திக் கொண்டு அந்தப் பகுதிகளை முற்றுகையிட்டார் சிவாஜி.

செல்வச் செழிப்பான ஜுன்னார் பகுதியை முற்றுகையிட்டு அங்குள்ள செல்வங்களை அள்ளிக் கொண்டார்.

அப்புறம் அகமதுநகர் மீதும் தாக்குதல் நடத்தி அங்குள்ள செல்வங்களையும் அள்ளியபோது அவர் சற்றும் எதிர்பாராத ஒன்று நடந்தது.

சிவாஜியின் தாக்குதல் விவரத்தை அறிந்து ஔரங்கசீப் படை ஒன்று அங்கு விரைந்து வந்துவிட்டது. அந்தப் பெரும் படையை எதிர்த்துப் போரிடுவது புத்திசாலித்தனம் கிடையாது என்பதைப் புரிந்துகொண்டு கிடைத்த செல்வங்களுடன் வேகமாகப் பின்வாங்கிக் கொண்டது சிவாஜியின் படை.

இச்சம்பவத்தால் ஔரங்கசீப் கோபம் அடைந்துவிடக்

கூடாது என்பதற்காக அவரைச் சமாதானப்படுத்தும் விதமாகக் கடிதம் ஒன்றை அனுப்பி வைத்தார்.

ஜுன்னார் மற்றும் அகமதுநகர் பற்றிய தமது கோரிக்கை குறித்து முடிவெதுவும் எடுக்காத நிலையில் பொறுமை இழந்து தமக்குச் சொந்தமான அந்தப் பிரதேசத்தின் செல்வ வளத்தைக் கைப்பற்ற முடிவெடுத்ததாகக் குறிப்பிட்டிருந்தார்.

தங்களின் அனுமதியைப் பெற்றே இச்செயலைச் செய்திருக்க வேண்டும் என்றும், அவசரப்பட்டுச் செய்தமைக்காகத் தன்னை மன்னித்தருளுமாறும் அந்தக் கடிதத்தில் எழுதியிருந்தார் சிவாஜி.

சிவாஜியின் கடிதத்தைப் படித்ததும் கோபம் சற்றுத் தணிந்தது என்றாலும் அதற்கான பதிலடியைக் கொடுக்காமல் விடக்கூடாது என்ற எண்ணமும் இருக்கத்தான் செய்தது.

அதுதொடர்பாக முடிவெதுவும் எடுப்பதற்குள் தலைநகரில் இருந்து அவரது சகோதரி ரோஷனாராவின் பரபரப்பான கடிதம் ஒன்று வந்து சேர்ந்தது. எனவே ஔரங்கசீப்பின் கவனம் முழுவதும் திசை திரும்பிவிட்டது.

சக்ரவர்த்தி ஷாஜஹானின் உடல்நிலை மோசமடைந்து விட்டதாகவும், ஷாஜஹானாபாத் மாளிகையில் இருப்பதாகச் சொல்லப்படும் அவர் தற்போது தாரா ஷிக்கோவ் மற்றும் ஜஹானாராவின் முழுக்கட்டுப்பாட்டில் இருப்பதாகவும் அதில் குறிப்பிடப்பட்டிருந்தது.

எனவே தலைநகரில் அபாயச் சூழ்நிலை நிலவுவதைத் தெளிவாகப் புரிந்துகொண்ட ஔரங்கசீப் அடுத்தகட்ட நடவடிக்கைக்குத் தயாரானார்.

இரு தினங்களுக்கு முன்புதான் ஒரு பெருந்தொகையை அபராதமாகச் செலுத்த வேண்டும் என்று பீஜாப்பூர் சுல்தான் அலி ஆதில்ஷாவிற்கு மடல் அனுப்பியிருந்தார். என்ன கேட்டாலும் தரத்தயாராக இருப்பதாகக் கூறியிருந்த அலி ஆதில்ஷாவும் அவர் கேட்ட பணத்தை உடனடியாக அனுப்பி இருந்தார். அதைப் பத்திரப்படுத்திக் கொண்டு அவசரமாகத் தலைநகரை நோக்கிப் பயணப்பட்டார் ஔரங்கசீப்.

அவரைப் போலவே அவரது மற்ற சகோதரர்களான ஷா ஷுஜா வங்கத்தில் இருந்தும், முராத் குஜராத்தில் இருந்தும் தலைநகரை நோக்கி விரைந்தார்கள்.

காட்சிகள் வேறு மாதிரியாகத் திரும்பின. சக்ரவர்த்தி ஷாஜஹானின் படைகள், இரண்டாவது சகோதரரான ஷா ஷூஜாவின் படைகளோடு சண்டையிட்டு வெற்றி பெற்றன. உயிருக்குப் பயந்து ஷா ஷூஜா எங்கோ தப்பியோடி விட்டார்.

இதனைத் தொடர்ந்து கடைசி சகோதரர் முராத்துடன் ஒப்பந்தம் ஒன்றைச் செய்து கொண்டார் ஔரங்கசீப். இருவரும் சேர்ந்து தாரா ஷுகோவை எதிர்ப்பது என்பதாக இருந்தது அந்த ஒப்பந்தம். மேலும் வெற்றி பெற்ற பிறகு அந்த அகண்ட ராஜ்யத்தை இருவரும் சரிசமமாகப் பங்கிட்டுக் கொள்ளலாம் என்றது அந்த ஒப்பந்தம்.

அப்படியே தாரா ஷுகோவை எதிர்த்து சகோதரர்கள் இருவரும் கடுமையாகச் சண்டையிட்டனர். கடைசியில் தாரா ஷிகோவின் படை தோல்வியடைந்தது. தாரா ஷிகோ கைது செய்யப்பட்டு சிறையில் அடைக்கப்பட்டார்.

அதன்பின்னர் சகோதரர் முராத்தின் தயவு ஔரங்கசீப்புக்குத் தேவைப்படாத காரணத்தால் அவரையும் தந்திரமாகச் சிறையில் அடைத்தார். மட்டுமல்லாமல் தனது தந்தை ஷாஜஹானையும் சிறையில் அடைத்தார்.

இத்தனையும் கச்சிதமாக நிறைவேறியதும் முகலாய சாம்ராஜ்யத்தின் சக்ரவர்த்தியாகத் தன்னை அறிவித்துக் கொண்டார்.

அரியணையில் ஏறி அமர்ந்ததும் தாரா ஷுகோவுக்கு மரண தண்டனை விதித்து ஆணையிட்டார்.

சில தினங்களில் தக்காணத்தைச் சேர்ந்த ஒற்றன் ஔரங்கசீப்பைச் சந்தித்து, சிவாஜிக்கு எதிராக அப்சல்கானைப் பெரும் படையுடன் அலி ஆதில்ஷா அனுப்ப முடிவு செய்திருப்ப தாகக் கூறினான்.

இந்தச் செய்தியைக் கேட்ட ஔரங்கசீப்புக்கு அது நல்ல சேதியாகவே அமைந்தது. சண்டையில் யாராவது ஒருவர் ஒழிந்து போவது உறுதி என்பதால் அது தனக்குப் பயனுள்ளதாகவே அமையும் என்று நினைத்தார். எனவே பொறுத்திருந்து பார்க்க விரும்பினார்.

23 சிவாஜியின் தந்திரம்

அலி ஆதில்ஷாவின் அச்சம் தற்காலிகமாகக் குறைந்திருந்தது. தலைநகரில் மிகப் பெரிய பிரச்சனை உருவாகி இருந்ததால் ஔரங்கசீப்பினால் கொஞ்ச நாட்களுக்குத் தொல்லை ஏதும் இருக்காது என்று சற்று நிம்மதி அடைந்தார்.

ஆனாலும் சிவாஜியினால் ஏற்பட்டிருந்த பயம் நீடித்துக் கொண்டேதான் இருந்தது. ஔரங்கசீப் தலைநகருக்குச் சென்ற பின்னர் பீஜாப்பூர் சுல்தானுக்குச் சொந்தமான கொங்கண் பிரதேசத்தில் சில பகுதிகளை சிவாஜி கைப்பற்றிவிட்டார்.

தங்களுக்குச் சொந்தமான பிரதேசங்கள் பலவும் இவ்வாறு சிவாஜியின் வசமாகிக் கொண்டே வருவதால் பீஜாப்பூருக்கும் அந்த நிலைமை வந்தாலும் வந்துவிடும் என்ற கவலை சுல்தானுக்கு ஏற்பட்டது. இதற்கு ஏதாவது வழிவகை செய்ய வேண்டும் என்று விரும்பினார் அலி ஆதில்ஷா.

அகமது ஆதில்ஷா உயிரோடிருந்தபோது ஷாஹாஜியைத் தந்திரமாக சிறையில் அடைத்ததுபோல, இப்போதும் அவரைக் கைது செய்தால் சிவாஜியை வழிக்குக் கொண்டுவரலாம் என்று யோசனை தெரிவித்தார் அப்சல்கான்.

ஆனால் இறக்கும் தருவாயில் ஷாஹாஜியைப் பகைத்துக் கொள்ளக்கூடாது என்று தமது தந்தை தன்னிடம் கூறி இருப்பதால் அந்தத் திட்டத்தை நிராகரித்தார் அலி ஆதில்ஷா.

அப்படியானால் வேறு என்ன திட்டம் உள்ளது?

ஒரே திட்டம்தான் உண்டு.

அதாவது ஏதாவது தந்திரங்கள் செய்து சிவாஜியைக் கைது செய்ய வேண்டும். அல்லது கொன்றுவிட வேண்டும். அப்போது தான் நிம்மதியாக ஆட்சி செய்ய முடியும் என்று யோசனை தெரிவித்தார் அப்சல்கான்.

அதுவே சரியான யோசனை என்று ஆமோதித்தார் சுல்தான்.

அதனைத் தொடர்ந்து 12 ஆயிரம் குதிரை வீரர்கள், 3 ஆயிரம் மாவல் வீரர்கள், பீரங்கிகள், ஏராளமான வெடி மருந்துகள், யானைகள் என்று ஒரு பெரும் படை தயாரானது.

இந்தப் பெரும்படை அப்சல்கான் தலைமையில் பீஜாப்பூரில் இருந்து புறப்பட்டது. ராஜ மாதாவும், அலி ஆதில்ஷாவும் அப்சல்கானை வாழ்த்தி அனுப்பிவைத்தார்கள்.

சிவாஜி மீது தாக்குதல் நடத்துவதற்காக அந்தப் படை வீராவேசமாகப் புறப்பட்டுச் சென்றது.

வழியில் துல்ஜாப்பூர் அருகே பவானிதேவி கோயிலைப் பார்த்தார்கள். பவானிதேவி சிவாஜியின் இஷ்ட தெய்வம். அக்கோயிலுக்குச் சென்று வணங்காமல் எந்தப் போருக்கும் கிளம்ப மாட்டார்.

அப்சல்கான் பெரும் படையுடன் கோயிலை நோக்கி வருவதை அறிந்த பூசாரி, பவானி அம்மனின் சிலையை எடுத்துக் கொண்டு பின்புற இரகசிய வழியில் தப்பியோடி விட்டார்.

கோயிலில் விக்ரகம் இல்லாததைக் கண்டு பரிகசித்த அப்சல் கான், தன்னைக் கண்டு அம்மனே அங்கிருந்து ஓடிப்போனதாகக் கொக்கரித்தார்.

பின்னர் அந்தப் படை பண்டரிபுரத்தை அடைந்தது. அங்கு விட்டலன் கோயில் இருந்தது. அப்சல்கான் பெரும் படையுடன் வருவதைப் பார்த்த அர்ச்சகர்கள் மூலவரை எடுத்துக் கொண்டு பீமா நதியின் ஆழமான பகுதியில் மறைத்து வைத்துவிட்டனர்.

அங்கும் கோயிலில் கடவுள் சிலையைக் காணாததால் அப்சல்கானுக்குக் கோபம் பொத்துக்கொண்டு வந்தது. ஆத்திரத்தில் கோயிலில் இருந்த சில சிலைகளை உடைத்தெறிந்து விட்டுப் பயணத்தைத் தொடர்ந்தார்.

அவர்களின் பயணம் பூனாவை நோக்கியதாக அமைந்தது.

இவ்வாறு சிவாஜியைக் கைது செய்வதற்காக வெறியோடு அப்சல்கான் புறப்பட்டு வந்து கொண்டிருப்பதை பவானி அம்மனே சிவாஜிக்குத் தெரியப்படுத்தி விட்டாள்.

எப்படி?

துல்ஜாப்பூர் பவானி கோயில் இடிந்து கிடப்பதைப்போல சிவாஜிக்குக் கனவு வந்தது. அதைக்கண்டு பதறிப்போன சிவாஜிக்கு பவானி தேவி கலகலவென்று பயங்கரமாக சிரிக்கும் சப்தம் கேட்டது. 'பதற்றப்படாதே. நான் உன்னுடன் இருக்கிறேன்' என்று தேவி கூறினாள்.

அவ்வளவுதான். சட்டென்று விழித்துக் கொண்டார். கனவு கலைந்தது.

அதிகாலையிலேயே அங்குவந்த ஒற்றன் அப்சல்கான் பெரும் படையோடு வந்து அட்டூழியங்களைச் செய்வதாகக் கூறினான்.

சிவாஜி கண்ட கனவு பலித்தது.

'பவானி துணை இருக்கிறாள். தைரியமாகப் போரிடுவோம். வெற்றி நமதே' என்று உற்சாகத்தோடு வீரர்களிடம் கூறினார்.

உடனே போர்த் தந்திரங்களை வகுத்தார். திறந்த வெளியில் சண்டையிடுவது புத்திசாலித்தனமாக இருக்காது என்று நினைத்தார். அவர்களுக்குப் பழக்கப்படாத ஓரிடத்தைத் தேர்வு செய்து அங்கிருந்து சண்டையிடுவதே பலன் தரும் என்றும் நம்பினார்.

அப்படிப்பட்ட இடம் எது?

ஜாவ்லிக்கு அருகே இருக்கும் பிரதாப்கட் கோட்டை தேர்வு செய்யப்பட்டது. அடர்ந்த காடு சூழ்ந்த மலைப் பிரதேசத்தில் அமைந்துள்ள பாதுகாப்பான கோட்டை அது.

வழக்கம்போல பவானி தேவியின் முன்பாக நீண்ட நேரம் பிரார்த்தனையில் ஈடுபட்ட பிறகு போருக்குக் கிளம்பியது அந்தப் படை சிவாஜியின் தலைமையில்.

ஆக ராஜ்கட் மாளிகையில் இருந்து ஜாவ்லியின் பிரதாப்கட் கோட்டைக்கு இடம் மாறினார் சிவாஜி.

இந்த விவரம் அப்சல்கானுக்குத் தெரியவந்தது. எனவே பிரதாப் கோட்டையை நோக்கிச் செல்ல முடிவெடுத்தார். ஆனால் அந்த இடம் அடர்ந்த காட்டுப்பகுதியில் இருப்பதால் மிகவும் ஆபத்தானது என்று அவருடன் சென்ற மாவல் படைத் தளபதி எச்சரித்தார்.

அதனால் சற்றே தயங்கிய அப்சல்கான் அப்படியானால் மாற்று வழி என்ன என்று யோசிக்க ஆரம்பித்தார்.

சிவாஜியின் குடும்பம் மொத்தமும் ராஜ்கட் மாளிகையில் இருக்கிற விவரம் நினைவிற்கு வந்தது. அங்கே அதிரடியாகப் போய் அவன் குடும்பம் முழுவதையும் அள்ளியெடுத்து கைது செய்தால் என்ன என்ற கொடூரமான குறுக்கு யோசனை தோன்றியது.

ஆனால் அது அவ்வளவு எளிதல்ல என்பதை அந்தப் பகுதியை நன்கறிந்த மாவல் வீரர்கள் சுட்டிக்காட்டினார்கள். ஆபத்து வரும் நேரத்தில் சிவாஜியின் குடும்பம் அங்கிருந்து சகாயத்ரி மலைக்கு இடம்பெயர்ந்துவிட முடியும் என்றும், அங்கே சென்று அவர்களைப் பிடிக்க வழியே கிடையாது என்றும் அவர்கள் தெளிவாகக் கூறியதால் அந்தத் திட்டத்தைக் கைவிட வேண்டிய நிலை ஏற்பட்டது.

எப்படியாவது சிவாஜியைப் பிடித்தே தீரவேண்டும். எப்படி?

தீவிரமாக யோசிக்க ஆரம்பித்தார் அப்சல்கான்.

என்ன மாதிரியான தந்திரத்தைப் பயன்படுத்தலாம் என்பதாக இருந்தது அவரது யோசனை.

ஆனால் அந்த நேரத்தில் தலைநகரில் மற்றொரு அதிரடி நிகழ்ந்திருந்தது. அந்தச் செய்தி சிவாஜியின் செவிகளை வந்து அடைந்தது.

ஔரங்கசீப் தனது மூத்த சகோதரர் தாரா ஷிக்கோவிற்கு மரண தண்டனை வழங்கிவிட்டார். தாராவின் தலையை வெட்டி, அதைப் பட்டுத் துணியில் கட்டிச் சிறையில் இருக்கும் அவரது தந்தை ஷாஜஹானுக்கு அனுப்பி வைத்தார்.

மகனின் தலையைப் பார்த்து அதிர்ந்துபோன ஷாஜஹான் மூர்ச்சையாகிவிட்டார். இன்னமும் அவருக்கு நினைவு திரும்பவே இல்லை.

இந்தச் செய்தி கிடைத்ததும் கலிகாலம் முற்றிப்போனதாக வருத்தமும் கோபமும் ஒருசேர வந்தது சிவாஜிக்கு.

இதுபோன்ற ஒரு சூழலில் ஔரங்கசீப்பின் கவனம் தென் திசைநோக்கித் திரும்ப வாய்ப்பே கிடையாது.

அப்படியானால் இப்போதைக்குத் தலைவலியாக இருப்பது அப்சல்கான் மட்டுமே.

அவனை எப்படியாவது சமாளித்தே ஆகவேண்டும்.

எப்படி?

அப்சல்கான் பூனாவிற்குச் செல்லும் யோசனையைக் கைவிட்டு, தற்போது வாய் என்ற இடத்தில் தமது படையுடன் தங்கி இருப்பதாகத் தகவல் கிடைத்தது.

தமது இரகசியத் திட்டத்தை நிறைவேற்ற ஒரு வீரனைத் தேர்ந்தெடுத்தார். அந்த வீரனின் உறவினர் ஒருவன் அப்சல்கான் படையோடு இணைந்துள்ள மாவல் படை வீரன். அவன் மூலமாகக் காய் நகர்த்தலில் ஈடுபட்டார்.

சிவாஜியின் திட்டத்தைத் தெளிவாகப் புரிந்துகொண்ட அந்த வீரன், மாவல் படையில் உள்ள தனது உறவினரைச் சென்று சந்தித்தான். சிவாஜி மிகவும் குழப்பமாகவும் அச்சத்தோடு இருப்பதால் அந்தப் படையில் இருந்து விலகி அப்சல்கான் படையோடு இணைய வேண்டும் என்று விரும்புவதாக உறவினரிடம் கூறினான்.

பிரதாப்கட் கோட்டை

அப்சல்கான்

உறவினரும் சிவாஜிக்கு என்ன பயம் என்பதை அறிய மிகுந்த ஆவலோடு இருந்தான்.

'அப்சல்கானை எதிர்த்துப் போரிட்டால் தோல்வி உறுதி என்பதால் தான் ராஜ்கட்டில் இருந்து பிரதாப்கட் கோட்டையில் பதுங்கி இருக்கிறார். எனினும் ரொம்ப நாட்கள் அங்கேயே பதுங்கிக் கிடப்பது ஆபத்தில் போய் முடியும் என்றும் சிவாஜி அஞ்சுகிறார். தமது மனைவி, குழந்தைகள் என்று அமைதியாக வாழ்வதே இப்போது அவரது விருப்பமாக உள்ளது. கைப்பற்றிய கோட்டைகள் அத்தனை யையும் பீஜாப்பூர் சுல்தானிடம் திரும்ப ஒப்படைத்துவிட்டு ஏதாவது சிறிய இடத்தைக் கேட்டு வாங்கி அங்கே நிம்மதியாக வாழ்ந்தால் போதும் என்று சொல்ல ஆரம்பித்துவிட்டார். எனவே இதற்கு மேலும் அந்தப் படையில் இருப்பதால் எந்தப் பயனும் இல்லை. அதனால்தான் இங்கு சேர்வதற்காக வந்தேன்' என்றான் அந்த வீரன்.

இந்த இரகசியத்தை அந்த மாவல் வீரன் அப்படியே அச்சுப் பிசகாமல் அப்சல்கானிடம் போய்ச் சொன்னான்.

இதைக்கேட்ட அப்சல்கான் மகிழ்ச்சியில் துள்ளிக்குதித்தார். சிவாஜியின் மனம் பலவீனமடைந்துள்ள இந்தச் சூழலைச் சரியாகப் பயன்படுத்திக் கொள்ள வேண்டும் என்று தீர்மானித்தார்.

இந்த இரகசியத் தகவலைக் கூறிய மாவல் வீரனுக்கு நிறைய பொற்காசுகளை வாரி வழங்கினார்.

பின்னர் அவரிடம் திவானாகப் பணியாற்றிய பண்டிதரும், சிறந்த பேச்சாளருமான கிருஷ்ணாஜி பாஸ்கரை அழைத்தார்.

அமைதித் தூதுவரைப்போலச் சென்று சிவாஜியைச் சந்தித்துப் பேசுமாறு பிரதாப்கட்டிற்கு அனுப்பி வைத்தார்.

அப்படியே கிருஷ்ணாஜி பாஸ்கரும் அங்கு சென்று சிவாஜியைச் சந்தித்தார்.

பக்திப் பழமாகக் காட்சியளித்த கிருஷ்ணாஜியை வரவேற்ற சிவாஜி வந்த விவரத்தைக் கேட்டார்.

'போர் நடந்தால் அது இரண்டு பக்கமும் பேரழிவைத்தான் ஏற்படுத்தும். அதைத் தங்களைப் போலவே அப்சல்கானும் விரும்பவில்லை. தற்போது வாய் பகுதியில் முகாமிட்டிருக்கும் அப்சல்கான் தங்களோடு அமைதிப் பேச்சுவார்த்தை நடத்தத் தயாராக இருக்கிறார். தற்போது தாங்கள் கைப்பற்றியுள்ள கோட்டைகளைத் தாங்களே வைத்துக் கொள்ள பீஜாப்பூர் சுல்தானிடம் சிபாரிசு செய்யவும், பீஜாப்பூர் அரசவையில் உயர்ந்த பதவியைத் தங்களுக்குப் பெற்றுத்தரவும் அப்சல்கான் தயாராக இருக்கிறார். இதற்கு மேல் எந்தவொரு பீஜாப்பூர் ராஜ்யத்தின் பகுதியையும் கைப்பற்ற மாட்டேன் என்னும் ஒற்றை வாக்கை மட்டும் தாங்கள் கொடுத்தால் போதும்' என்றார்.

கிருஷ்ணாஜியின் பேச்சைக் கூர்ந்து கவனித்த சிவாஜி சற்று நேரம் அவரையே பார்த்துக் கொண்டிருந்தார்.

'வயதில் பெரியவரான தாங்கள் மிகுந்த பக்திமான் என்பது தங்களைப் பார்த்தாலே தெரிகிறது. தினமும் இறைவனைத் தொழுகிறீர்கள். ஆனால் நீங்கள் வணங்கும் தெய்வம் குடி கொண்டிருக்கும் கோயில்களை இடித்து அட்டகாசம் செய்கிறார் அப்சல்கான். ஆனால் அவருக்கு நீங்கள் சேவகம் செய்கிறீர்கள். ஏன் இந்த முரண்பாடு? நமது மண்ணில் நமது மக்கள் தங்கள் நம்பிக்கைக்கு ஏற்ப கடவுளை வணங்கும் உரிமை கூட இல்லை என்பது ஏற்புடையதுதானா? நமது மக்கள் சகல உரிமைகளுடன் சுபிட்சமாக வாழ வேண்டும் என்று நான் நினைப்பது தவறா? அதற்காகக் கடுமையாகப் போராடி வருகிறேன். நான் வெற்றியை அடைகிற தருவாயில் நீங்கள் வந்து அமைதிப் பேச்சுவார்த்தைக்கு அழைக்கிறீர்கள். நீங்களும் இந்த மண்ணின் மைந்தர் என்பதை நினைவில் வைத்துக் கொள்வீர்கள் என்று நம்புகிறேன். இறை பக்தி நிரம்பிய தங்களிடம் கடவுள் மீது ஆணையாகக்

கேட்கிறேன், உண்மையில் அமைதிப் பேச்சுவார்த்தைக்காகத்தான் அப்சல்கான் அழைக்கிறாரா?' என்று கேட்டார் சிவாஜி.

இறைவன் மீது ஆணையாகக் கேட்ட காரணத்தால் பொய் சொல்ல கிருஷ்ணாஜியால் முடியவில்லை. ஆனால் தனது ஆட்சியாளருக்குத் துரோகம் இழைக்கவும் மனம் வரவில்லை.

ஆழ்ந்து யோசித்துவிட்டுச் சொன்னார், 'பசுவைப் போல புலி வேஷமிட்டாலும் உண்மையில் அதன் குணம் மாறுவதில்லை'.

இந்தப் பதிலில் அனைத்தும் அடங்கிவிட்டது.

அப்சல்கானின் உண்மையான எண்ணம் தெள்ளத் தெளிவாகவே புரிந்துவிட்டது. அதற்கேற்ப தனது அடுத்த திட்டத்தை வகுக்க ஆரம்பித்தார்.

கிருஷ்ணாஜி பாஸ்கருடன் தமது சார்பாக பண்டாஜி கோபிநாத் என்பவரைத் தூதுவராக அப்சல்கானிடம் அனுப்பி வைத்தார்.

சிவாஜியின் ஆலோசனைக் குழுவில் மூத்தவராகவும், வெகுளியான தோற்றமும் உடையவராக இருந்தார் பண்டாஜி. விவகாரமான புத்திசாலி அவர்.

அப்சல்கானிடம் என்ன சொல்ல வேண்டும் என்பதைத் தெளிவாகக் கூறிய சிவாஜி, அங்குள்ள நிலவரங்களைக் கூர்ந்து கவனித்து வந்து தகவல் சொல்ல வேண்டும் என்றும் பண்டாஜியைப் பணித்தார்.

வாய் பகுதிக்குச் சென்றதும் அப்சல்கானைச் சந்தித்த பண்டாஜி கோபிநாத், அவரிடம் ரொம்பவும் பணிவாகவும் மரியாதையாகவும் நடந்துகொண்டார். அப்புறம் சிவாஜி கூறியவற்றை அப்படியே வரிவிடாமல் நம்புகிற விதத்தில் அப்சல் கானிடம் தெரிவித்தார்.

'சுல்தானிடம் பொது மன்னிப்பையும், வாழத் தேவையான ஒரு சிறு பகுதியை மட்டுமே எதிர்பார்த்த எம் மன்னர் சிவாஜிக்கு இருப்பது எதையும் இழக்கத் தேவையில்லை என்று தாங்கள் தெரிவித்தது மிக்க மகிழ்ச்சியை அளித்துள்ளது. தங்களின் பெருந்தன்மைப் போற்றி மகிழும் என் மன்னர், இங்கு வந்து உங்களிடம் பேசுவதற்கு அச்சப்படுகிறார். அதிகார பலமிக்க தாங்கள் அங்குவந்து பேசுவதை அவர் விரும்புகிறார். தங்களுக்கு

உரிய சகல மரியாதைகளையும் வழங்குவதற்கும் அவர் தயாராக இருக்கிறார்' என்று கூழைக்கும்பிடு போட்டவாறு கேட்டுக் கொண்டார் பண்டாஜி கோபிநாத்.

ஆனால் சிவாஜியின் இருப்பிடம் மிகவும் ஆபத்தானது என்பதால் அங்கு செல்வதற்கு அப்சல்கானுக்கு யோசனையாக இருந்தது. என்றாலும் சிவாஜி பீஜாப்பூர் படைபலத்தைக் கண்டு நடுங்கிக் கொண்டிருப்பதால் அவரால் எதுவும் ஆபத்து ஏற்படாது என்று நம்பிக்கை ஊட்டினார் கிருஷ்ணாஜி பாஸ்கர்.

அதற்கு அப்சல்கான், 'பேச்சுவார்த்தைக்குப் பெரும் படையோடு செல்வதுதான் உகந்தது. அதற்கான வசதிகளை சிவாஜி செய்துதர வேண்டும். குறுகலான காட்டு வழிகளை சற்று அகலப்படுத்தித் தர வேண்டும். தங்குவதற்கு நல்ல வசதிகளைச் செய்து தரவேண்டும். படை வீரர்கள் உட்பட அனைவருக்கும் உணவு, தண்ணீர் வசதி செய்து கொடுக்க வேண்டும். இதற்குச் சம்மதித்தால் அங்கு சென்று பேச்சுவார்த்தை நடத்தத் தயாராக இருக்கிறேன்' என்றார்.

'அப்படியே அனைத்தையும் எங்கள் மன்னரிடம் கூறி சம்மதம் பெற்றுத் தருகிறேன்' என்றார் பண்டாஜி கோபிநாத்.

வெளியே வந்தவர் அங்குள்ள ஒவ்வொரு படைப் பிரிவாகச் சென்று அவர்களுக்கு இனிப்பு வழங்குகிற மாதிரி துல்லியமாக நோட்டமிட்டார்.

24 அபசகுனங்கள்

அப்சல்கான் கூறிய விஷயங்களை பண்டாஜி கோபிநாத் விவரமாகக் கூறியதும் தனது நண்பர்களையும், ஆலோசகர்களையும் அழைத்து அடுத்த கட்ட நடவடிக்கை குறித்து ஆலோசிக்க ஆரம்பித்தார் சிவாஜி.

அப்சல்கான் விருப்பப்படியே காட்டில் பாதையை அகலப்படுத்தி, அவரும், அவர் படைகளும் தங்குவதற்கான ஏற்பாடுகளைச் செய்வதே சரியானது என்று தனது கருத்தை வெளியிட்டார் சிவாஜி.

மேலும் அப்சல்கான் ஒழிக்கப் பட்டால் மட்டுமே அடுத்த முன்னேற்றப் பாதைகளில் செல்ல முடியும் என்பதால் அப்சல்கான் கோரிக்கைகளை ஏற்பதைத் தவிர இப்போதைக்கு வேறு வழியே இல்லை என்றார்.

ஆனால், மலைக்காடுகளுக்கு நடுவே இருக்கும் இந்த இடத்தின் மிகப் பெரிய பலமே எதிரிகள் இங்கே ஊடுருவுவதில் இருக்கும் சிரமங்கள்தான்.

அப்படிப்பட்ட நிலையில் அவர்கள் இங்கே வருவதற்கு ஏற்பாடுகள் செய்து கொடுப்பது மிகப் பெரிய முட்டாள்தனம் என்று படைத் தலைவர்கள் சிலர் சந்தேகம் தெரிவித்தார்கள்.

அவர்களின் சந்தேகத்தைப் போக்கும்விதமாக சிவாஜி ஒரு அற்புதமான, வியக்கத்தக்க யோசனை ஒன்றை முன்வைத்தார். அந்த யோசனையைக் கேட்டு அனைவருமே வாயடைத்துப் போய் விட்டனர்.

அது என்ன யோசனை?

'மகாபாரதத்தில் அபிமன்யுவிற்கு சக்கரவியூகத்தின் உள்ளே போக முடிந்தது. ஆனால் அவனால் அங்கிருந்து வெளியே வர முடியவில்லை. அதனால் அவன் உயிரையே இழக்க நேரிட்டது. அதேபோன்ற வியூகத்தை நாமும் ஏன் அமைக்கக்கூடாது? இந்தக் காட்டிற்குள் நுழைந்த அப்சல்கான் வெளியே தப்பித்துச் செல்ல முடியாதபடி வியூகம் அமைப்போம். நமது முயற்சிக்கு பவானி தேவியின் துணை நிச்சயம் கிட்டும்' என்றார்.

அவ்வாறு சொன்னதோடு நிறுத்திக் கொள்ளாமல் அந்த சக்கர வியூகம் எப்படி இருக்க வேண்டும் என்பதையும் விளக்கமாகக் கூறினார்.

அனைவரும் சிவாஜியின் முயற்சிக்கு முழுமையான ஆதரவை அளித்ததும், அப்சல்கானுக்குக் கடிதம் ஒன்றை எழுதி அனுப்பினார் சிவாஜி.

அவரும், அவரது படையினரும் எந்தவிதமான தடங்கலும் இல்லாமல் காட்டிற்குள் வருவதற்குத் தேவையான அனைத்தையும் செய்து கொடுப்பதாக உறுதியளித்திருந்தார். மேலும் வழித்தடம் ஏற்படுத்துவதற்காக பதினைந்து நாட்கள் மட்டும் தனக்கு அவகாசம் தருமாறும் கேட்டுக் கொண்டார்.

சிவாஜியின் மடலைப் படித்துப் பார்த்த அப்சல்கானுக்கு அப்போதும் முழுநம்பிக்கை வரவில்லை. கிருஷ்ணாஜி பாஸ்கரிடம் மறுபடியும் தீவிரமாக ஆலோசனை நடத்தினார்.

'நாம் செல்வதற்கு உரிய ஏற்பாடுகளை சிவாஜி செய்து முடித்ததும், அவை ஆபத்தின்றி இருக்கிறதா என்பதை உறுதிப்

படுத்திய பிறகே அங்கே செல்வோம்' என்று கிருஷ்ணாஜி கூறியதும் சமாதானமானார் அப்சல்கான்.

பிரதாப்கட் கோட்டை அமைந்துள்ள காட்டுப்பகுதியில் உள்ள கிராம மக்களைத் தொடர்புகொண்டு அப்சல்கான் படை வருவதற்குத் தேவையான ஏற்பாடுகளை இரவு பகலாகச் செய்ய ஆரம்பித்தனர்.

அனைத்தும் கனகச்சிதமாக நிறைவு பெற்றதும் அப்சல் கானுக்குத் தகவல் அனுப்பப்பட்டது. அவரும் ஏற்பாடுகள் சரியான முறையில், ஆபத்தில்லாத வகையில் அமைந்துள்ளதா என்பதை உறுதிப்படுத்திக் கொண்டார். அதன்பிறகே அப்சல்கான் தமது பெரும்படையுடன் பிரதாப்கட் கோட்டை அமைந்துள்ள மலைக்காட்டை நோக்கிப் புறப்பட்டார்.

வாய் பிரதேசத்தை விட்டு வெளியேறி சற்று தொலைவு சென்ற நிலையில் ஓர் அபசகுனம் நிகழ்ந்தது. வழியில் இருந்த சிறிய ஓடையில் அவர்களின் பீரங்கி ஒன்று தவறி விழுந்து விட்டது. ரொம்பவும் குறுகலான ஓடை என்பதால் சில வீரர்கள் மட்டுமே ஓடையில் இறங்க முடிந்தது. ஆனாலும் அவர்களால் பீரங்கியைத் தூக்க முடியவில்லை.

பின்னால் வந்துகொண்டிருந்த அப்சல்கான் என்னவென்று விசாரித்தார். அப்புறம் அவரே கீழே இறங்கி அங்கிருந்த வீரர்களை விலகச் சொல்லிவிட்டு தனியொருவராய் ஓடைக்குள் இறங்கி அந்த பீரங்கியைத் தூக்கி வெளியே எடுத்தார்.

அப்சல்கானின் வலிமையைப் பார்த்து வீரர்கள் அனைவரும் வியப்பில் விக்கித்துப் போய் நின்றார்கள்.

அதற்கடுத்து மற்றொரு அபசகுனமும் நிகழ்ந்தது.

சற்றுத் தொலைவு சென்றதும் வழியில் ஒரு பைத்தியம் போலக் காட்சியளித்த பரதேசி ஒருவன் நின்று கொண்டிருந்தான். படையின் கடைசிப் பகுதி அவனைக் கடந்தபோது அந்தப் பரதேசி மிகுந்த சப்தமாக, 'ஒரு தலையில்லாத முண்டத்தை நம்பி இத்தனை பெரிய படை போகிறதே' என்று கத்தினான்.

அது அப்சல்கானின் காதிலும் விழுந்துவிட்டது. அந்தப் பரதேசியைப் பிடித்து வருமாறு ஆணையிட்டார். அவரது வீரர்கள் போவதற்குள் அந்தப் பரதேசி மாயமாகி இருந்தான்.

'வாய்த் திமிர் இருக்கிற அளவிற்கு தைரியம் இல்லாத கோழை' என்று எரிச்சலாகச் சொல்லிச் சிரித்தார் அப்சல்கான்.

இதேபோல் இன்னொரு அபசகுனமும் நிகழ்ந்தது.

இரவு நேரத்தில் ராத்தொண்டி கணவாயை அவர்கள் அடைந்தனர். அங்கு அவர்கள் அனைவரும் தங்குவதற்கு சிறப்பான ஏற்பாட்டை சிவாஜி செய்திருந்தார். எனவே இரவு பொழுதை இனிதாக அவர்கள் கழித்தனர்.

மறுநாள் காலை மீண்டும் அவர்கள் பயணம் தொடங்கியது. அப்சல்கான் யானை மீதேறி பயணத்தைத் தொடர்ந்தார். சிறிது தொலைவு செல்வதற்குள் அந்த யானை நகர மறுத்தது. எவ்வளவோ முயற்சிகள் மேற்கொண்டும் அது நகரவே இல்லை. எனவே வேறு வழியில்லாமல் மற்றொரு யானை மீதேறி பயணத்தைத் தொடர்ந்தார் அப்சல்கான்.

ஆக மூன்று அபசகுனங்கள் அந்தப் பயணத்தின்போது நிகழ்ந்துவிட்டது.

ஓடையில் பீரங்கி விழுந்தது, தலையில்லா முண்டம் என்று ஒரு பரதேசி கூறியது, யானை நகர மறுத்தது ஆகிய மூன்று அபசகுனங்களும் மிகப் பெரிய ஆபத்தை முன்னரே அறிவிப்பது போல பீஜாப்பூர் படையைச் சேர்ந்த பலரும் நினைத்தனர்.

மாவல் வீரர்களோ நிச்சயமாக அங்கே ஏதோ ஒரு பெரிய ஆபத்து காத்திருப்பதாக உறுதியாகக் கூறினார்கள்.

சிவாஜி மாந்தரீகம் அறிந்தவர். பவானி தேவியின் அருள் அவருக்கு நிறையவே உண்டு. சூழ்ச்சிகளை வெல்லும் சூட்சுமம் அறிந்தவர். இதுவரை தோல்வியை அடைந்திராதவர். ரொம்பவும் ஆபத்தானவர். மலை எலி என்ற பெயரைப் பெற்றவர். மலையில் தீப்பற்றிக் கொண்டாலும் மலை எலி மட்டும் தன்னைப் பாதுகாத்துக் கொண்டு தப்பித்துவிடும்.

இப்படியாக சிவாஜியைப் பற்றி மாவல் வீரர்கள் பலவாறு பேசி அத்தனை வீரர்களின் தைரியத்தையும் சீர்குலைத்தனர்.

மேலும் பாதையின் இருபுறமும் பல கண்கள் தங்களைக் கண்காணித்துக் கொண்டிருப்பதாகவும், இங்கு ஏதோ ஒருவித அமானுஷ்ய சக்தி தெரிவதாகவும் கிலியை வேறு ஏற்படுத்தினார் கள்.

வீரர்களின் இந்தப் பயத்தைப் பற்றி அப்சல்கானுக்குத் தெரிய வந்தது. அபசகுனங்கள் மீதும், அமானுஷ்யங்கள் மீதும் நம்பிக்கை வைத்தவர்கள் எல்லாம் எதற்காகப் போருக்கு வரவேண்டும் என்று கத்தினார்.

எதிரிகளை வீழ்த்துவதை மட்டுமே குறியாகக் கொண்டு முன்னேறுபவன்தான் உண்மையான வீரன் என்றார்.

ஆனாலும் உண்மையில் காடுகளில் சிவாஜியின் படையைச் சேர்ந்த நேதாஜ பால்கரின் படைவீரர்கள் பதுங்கி இருந்து கொண்டு அவர்களைக் கண்காணித்துக் கொண்டே இருந்தார்கள் என்பதுதான் உண்மை.

எனவே அதன்பிறகு அவரது படைவீரர்கள் யாரும் தங்கள் பயத்தை வெளிக்காட்டிக் கொள்ளவில்லை. ஆனால் இரகசியமாகத் தங்களுக்குள் இதைப்பற்றிக் கிசுகிசுத்துக் கொண்டு தான் இருந்தார்கள்.

ஒருவழியாக அப்சல்கானும், அவனது படையும் பிரதாப்கட் கோட்டையை நெருங்கியது, கோட்டைக்குச் சற்று தூரத்தில்

சகல வசதிகளுடன் மிகப் பெரிய முகாம் ஒன்று அமைக்கப் பட்டிருந்தது.

பண்டாஜி கோபிநாத் அப்சல்கானை வரவேற்று கோட்டைக்கு வெளியே இருந்த பெரிய கூடாரத்தைக் காட்டி அங்குதான் பேச்சுவார்த்தை நடைபெற இருப்பதாகக் கூறினார்.

கூடாரத்தின் உள்ளே பட்டு மெத்தைகள் இருந்தன. திரைச் சீலைகள் அழகுற அசைந்தாடிக் கொண்டிருந்தன. தரையில் சிவப்புக் கம்பளம் விரிக்கப்பட்டிருந்தது.

கூடாரத்தைப் பார்த்த கிருஷ்ணாஜி பாஸ்கர் திருப்தி தெரிவித்தார்.

அப்புறம், 'பேச்சுவார்த்தையின்போது பேச்சுவார்த்தை நடத்தப்போகும் தாங்களும், எங்கள் மன்னரும் நிராயுதபாணியாக இருக்க வேண்டும். ஒரேயொரு ஆயுதத்தை மட்டுமே தரித்தபடி தலா இருவர் அவர்களுடன் இருந்தால் போதும். இது எங்கள் மன்னரின் அபிப்பிராயம்' என்றார் பண்டாஜி கோபிநாத்.

'அவ்வாறு இல்லை என்றால்?' என்று கோபமாகக் கேட்டார் அப்சல்கான்.

'பேச்சுவார்த்தையில் எங்கள் மன்னர் சிவாஜி கலந்து கொள்ள மாட்டார்' என்றார்.

'இவ்வளவு தூரம் எங்களை வரவழைத்துவிட்டுப் பேச மறுக்கிறார் என்றால் அதை நான் எப்படி ஏற்றுக்கொள்வேன்?' என்று இன்னும் அதிகக் கோபமாகக் கத்தினார் அப்சல்கான்.

'மன்னிக்கவும் மன்னா. தங்களின் பலத்தைப் பார்த்து எங்கள் மன்னர் பயப்படுகிறார் என்பதே உண்மை' என்று தயங்கித் தயங்கிக் கூறினார் பண்டாஜி கோபிநாத்.

'மிகப் பெரிய கோழையாக இருப்பாரோ உங்கள் மன்னர் சிவாஜி' என்று நக்கலாகக் கூறிய அப்சல்கான், 'சிவாஜியின் கோரிக்கையை ஏற்றுக்கொள்வதாகப் போய்ச் சொல்' என்றார் திமிருடன்.

அன்றைய தினம் இனிதாகவே கழிந்தது.

25 அப்சல்கான் மரணம்

மறுநாள் காலைப் பொழுது விடிந்தது.

அதிகாலையிலேயே குளித்து முடித்து பவானி தேவியின் விக்ரகம் முன்பாக அமர்ந்து நீண்ட நேரம் ஆழ்ந்த பிரார்த்தனை செய்தார் சிவாஜி. தேவியிடம் மனம்விட்டுப் பேசினார். கடைசியில் தேவியின் ஆசிர்வாதம் கிடைத்ததை அவர் உளப் பூர்வமாக உணர்ந்தார். உடம்பெங்கும் பரவச மானது. புதிய சக்தியைப் பெற்ற மாதிரி உணர்ந்தார்.

அதேபோல அப்சல்கானும் தயாராகி விட்டார். அவரைப் பல்லக்கில் தூக்கி வந்தார்கள். பேச்சுவார்த்தை

நடைபெற இருந்த கூடாரத்திற்குள் முதலில் சையத் பாண்டா நுழைந்து அங்குலம் அங்குலமாகப் பார்வையிட்டான். திரைச் சீலைகளுக்குப் பின்னால் யாராவது ஒளிந்து கொண்டிருக்கிறார்களா என்று பார்த்தான்.

சையத் பாண்டா சிறந்த வாள் வீரன். பலசாலியும் கூட. அவன் ஒருவன் மூன்று பேருக்குச் சமம் என்றால் பார்த்துக் கொள்ளலாம்.

அதன்பிறகே அப்சல்கான் கூடாரத்திற்குள் நுழைந்தார். அவரைத் தொடர்ந்து கிருஷ்ணாஜி பாஸ்கரும் உள்ளே சென்றார்.

செல்வச் செழிப்புடன் அலங்கரிக்கப்பட்டிருந்த அந்தக் கூடாரத்தைப் பார்த்து வியப்புற்ற அப்சல்கான், இங்கிருந்து சிவாஜியை உயிரோடு பிடித்துக் கொண்டு போக முடியுமா அல்லது பிணமாகத்தான் கொண்டு செல்ல வேண்டுமா என்ற யோசனையில் ஆழ்ந்தார்.

இதனிடையே அப்சல்கானுடன் சையத் பாண்டாவும், கிருஷ்ணாஜி பாஸ்கரும் உள்ளே இருப்பதாக சிவாஜிக்குத் தெரிவிக்கப்பட்டது. சையத் பாண்டாவைப் பற்றி ஏற்கெனவே அவர் அறிந்திருந்ததால் அவன் உள்ளே இருப்பது தனது திட்டத்திற்கு ஏற்புடையதாக இருக்காது என்று நினைத்தார். எனவே தானும், அப்சல்கானும் தங்களுடன் ஒருவரை மட்டுமே துணைக்கு வைத்துக் கொள்ள வேண்டும் என்றும், சையத் பாண்டா உள்ளே இருப்பது தனக்கு அச்சமாக இருப்பதாகவும் பண்டாஜி கோபிநாத்திடம் சொல்லி அனுப்பினார்.

அப்சல்கானிடம் சையத் பாண்டாவை வெளியே அனுப்ப சிவாஜி கூறியிருப்பதாகச் சொன்னதும் மிகக் கடுமையாகக் கோபப்பட்டார் அப்சல்கான்.

ஆனால் அவரைச் சமாதானப்படுத்தினார் கிருஷ்ணாஜி பாஸ்கர். அப்சல்கானின் வலிமையை நினைவூட்டி சிவாஜியை ஒரு கையாலேயே வெற்றி கொள்ளும் திறன் இருப்பதைச் சுட்டிக் காட்டினார்.

அதன்பிறகே அப்சல்கானும் அதற்குச் சம்மதம் தெரிவித்தார். சையத் பாண்டே கூடாரத்திற்கு வெளியே அனுப்பப்பட்டான்.

இப்போது கூடாரத்திற்குச் செல்ல சிவாஜி தயாரானார்.

எப்படி?

இரும்புக் கவசம் அணிந்து கொண்டு அதற்கு மேல் வெண்ணிறத்தாலான பட்டாடையை அணிந்து கொண்டார். தலையில் பாதுகாப்பிற்காக இரும்புத் தொப்பியை அணிந்து அதற்கு மேல் தலைப்பாகையை அணிந்துகொண்டார்.

நான்கு ரம்பப் பற்கள் கொண்ட புலி நகத்தை இடது கை விரல்களில் அணிந்து கொண்டார். வலது மணிக்கட்டில் கூர்மையான கத்தி ஒன்றைச் செருகிக் கொண்டார். அவர் அணிந்திருந்த நீளமான முழுக்கைச் சட்டை அவற்றை வெளியே தெரியாமல் மறைத்திருந்தது.

கூடாரத்திற்குப் புறப்பட்ட சிவாஜியுடன் சம்பாஜி காவ்ஜியும் ஜீவ மஹல்லாவும் இடுப்பில் ஒரு வாள், கையில் ஒரு வாள் வைத்துக் கொண்டு பின்தொடர்ந்தார்கள்.

கூடாரத்திற்குள் ஜீவ மஹல்லாவோடு சிவாஜி நுழைவதற்கு முன்பாக கண்களை மூடி ஏதோ பிரார்த்தனை செய்தார். பவானி தேவியின் அருள் முழுமையாகக் கிடைத்ததை உணர்ந்தார்.

சுற்றுமுற்றும் ஒருமுறை நன்கு பார்த்தார். கூடாரத்திற்கு வெளியே சையத் பாண்டா நீண்ட வாளைத் தூக்கிச் சுமந்தவாறு நின்றிருந்தார். சற்றுத் தொலைவில் அப்சல்கானை சுமந்து வந்த பல்லக்கும், பல்லக்கைத் தூக்கிக் கொண்டு வந்த வீரர்கள் சிலரும் இருந்தார்கள்.

கூடாரத்திற்குள் நுழைந்தார் சிவாஜி.

உடனே சிவாஜியை அப்சல்கானுக்கு அறிமுகம் செய்து வைத்தார் கிருஷ்ணாஜி பாஸ்கர். அதேபோல சிவாஜிக்கும் அப்சல்கானை அறிமுகப்படுத்தினார்.

சிவாஜியின் அருகே வேகமாக வந்த அப்சல்கான் அவரை ஆரத்தழுவினார். ஏழடி உயரமான அப்சல்கானின் மார்பு வரையே சிவாஜி இருந்தார். அதுவே அப்சல்கானுக்கு வேடிக்கை யாகவும் ஏளனமாகவும் இருந்தது.

அணைத்தவாறே சிவாஜியின் தலையைப் பக்கவாட்டில் தள்ளி அவர் தலை தன் உடம்புக்கும் கைக்கும் இடையே வந்ததும் திடீரென்று சிவாஜியே எதிர்பாராதவாறு தனது வலுவான இரும்புக்கரத்தால் கழுத்தை நெருக்க ஆரம்பித்தார்.

அப்சல்கானின் அசுரப் பிடியில் இருந்த தனது தலையை விடுவித்துக் கொள்வதற்காக எவ்வளவோ முயற்சி செய்தும் சிவாஜியால் முடியவில்லை.

மூச்சு முட்டியது.

மயக்க நிலையை அடைவதைப்போல உணர்ந்தார்.

எக்காரணம் கொண்டும் பிடியைத் தளர்த்திவிடக் கூடாது என்பதில் உறுதியாக இருந்த அப்சல்கான், மற்றொரு கையால் தன் வாளை எடுத்து சிவாஜியின் வயிற்றில் மிருக பலத்தோடு குத்தினான். எனினும் இரும்புக் கவசம் அணிந்திருந்ததால் வாளின் முனைதான் மழுங்கியது.

அப்போது இருண்டுபோயிருந்த சிவாஜியின் கண் பார்வையில் சகல வீரதீரத்தோடு பவானி தேவி காட்சியளித்தாள். தேவியிடம் இருந்து அபார பலத்தைப் பெற்றவராக உணர்ந்தார். பலமாகத் திமிறியபடி தன் கையில் அணிந்திருந்த ரம்பம் போன்ற புலி நகத்தால் அப்சல்கானின் வயிற்றைக் கீறினார் சிவாஜி. அப்படியே மற்றொரு கையில் மறைத்து வைத்திருந்த கத்தியால் சரமாரியாகக் குத்துவிட்டார்.

இரும்புக்கவசம் அணிந்திருப்பதை உணர்ந்து கொண்ட அப்சல்கான் பயங்கர அதிர்ச்சியடைந்தார். அவர் கழுத்தை நெறித்த யாருமே இதுவரை உயிருடன் தப்பியதில்லை. முதல் முறையாக சிவாஜி தப்பிவிட்டார். தனது அசுர பலத்தையும் மீறி அவரால் எப்படித் தப்பிக்க முடிந்தது என்பதும் அப்சல்கானுக்குத் திகைப்பை ஏற்படுத்தியது.

மட்டுமல்லாமல் முதன்முதலாகக் கத்திக் குத்தை வாங்கியது நம்பவே முடியாத அதிர்ச்சியாக இருந்தது.

வலி உயிர்போனது.

ஆனாலும் விடாமல் தனது வாளால் சிவாஜியின் உச்சந் தலையில் ஓங்கி வெட்டினார்.

அந்த வாளும் சிவாஜியின் தலைப் பாகையைக் கிழித்தே தவிர தலையைக் காயப்படுத்தவில்லை. தலையிலும் பாதுகாப்பாக இரும்புத் தொப்பியை அணிந்திருந்தது அதிர்ச்சியின் உச்சமாக அப்சல்கானுக்கு அமைந்தது.

இரத்தம் அதிகமாக வெளியேறிக் கொண்டே இருந்ததால் சிவாஜியின் கழுத்தை இறுக்கிக் கொண்டிருந்த பிடி சற்றே தளர்ந்தது.

உடனே அருகிலிருந்த ஜீவ மஹல்லாவின் வாளை உருவி அப்சல்கானின் தோள்பட்டையில் வேகமாகத் தாக்கினார் சிவாஜி. அலறியபடியே வேகமாக வெளியே ஓடினார் அப்சல்கான்.

அதைப்பார்த்து அதிர்ந்துபோன சையத் பாண்டா, சிவாஜியைத் தாக்குவதற்காகத் தனது நீண்ட வாளை ஓங்கினான். ஆனால் அதற்குள் ஜீவ மஹல்லா, தனது மற்றொரு வாளால் சையத் பாண்டாவின் வலது கரத்தை வெட்டி வீழ்த்தினான். அவன் அலறித் துடித்த அதே வேளையில் அவன் தலை மீதும் வாளால் தாக்கவே துடிதுடித்து அங்கேயே மடிந்து வீழ்ந்தான் சையத் பாண்டா.

அதைப் பார்த்து அதிர்ந்துபோன அப்சல்கான் பலத்த காயங்களோடு எப்படியாவது உயிர் தப்பித்தால் போதும் என்று நினைத்து பல்லக்கை நோக்கி ஓடினார். அவரது வீரர்களும் அப்சல்கானைக் காப்பாற்றுவதற்காகத் தயாரானபோது அங்கே நின்றிருந்த சிவாஜியின் படைவீரர்கள் அவர்களைத் தாக்க ஆரம்பித்தார்கள்.

அதனால் பல்லக்கில் தப்பிச் செல்ல முடியாத அப்சல்கான் வேகமாக வெளியே ஓட முயன்றார்.

ஆனால் அவரைத் துரத்திச் சென்ற சம்பாஜி காவ்ஜி அப்சல் கானின் தலையைத் தனது வாளால் வெட்டிக் கொன்றான். பின்னர் அந்தத் தலையை மட்டும் எடுத்துக் கொண்டு வந்து சிவாஜியிடம் நீட்டினான்.

பின்னர் இஸ்லாமிய மதச் சம்பிரதாயத்தின்படி அப்சல்கானின் உடல் அடக்கம் செய்யப்பட்டது.

அப்சல்கான் கொல்லப்பட்ட தகவல் தெரிந்ததும் அவரது பீஜாப்பூர் படையினர் செய்வதறியாது திகைத்தனர். ஆனால் அவர்களைச் சூழ்ந்து கொண்டு சிவாஜியின் படை வீரர்கள் தாக்குதல் நடத்தினார்கள்.

எப்படியும் வெற்றி பெறப் போவதில்லை என்பதை உணர்ந்த அந்த வீரர்கள் அனைவரும் சரணடைந்தனர். போரும் முடிவுக்கு வந்தது.

ஆக, தனக்கு மிகப் பெரிய சவாலாக இருந்த அப்சல்கானை அழித்ததன் மூலம் மிகப் பெரிய வெற்றியை அடைந்திருந்தார் சிவாஜி.

அப்சல்கானுடன் அவரது மூன்று மகன்களும் போர் முனைக்கு வந்திருந்தார்கள். அவர்களில் இருவர் சிறைப்பிடிக்கப் பட்டனர். ஆனால் அவரது மூத்த மகன் ஃபசல்கான் படுகாயம் அடைந்தும் சில வீரர்களுடன் தப்பி ஓடிவிட்டதாக அறிந்தார் சிவாஜி.

எப்படி அவனால் தப்பிக்க முடிந்தது?

அந்த மலைப்பகுதியில் உள்ள கிராமம் ஒன்றின் தலைவனாக இருந்த கண்டோஜி கோபடை என்பவனுக்கு நிறைய பொன்னும் பொருளும் கொடுத்து, அவன் உதவியோடு அங்கிருந்து தப்பிச் சென்றுவிட்டதாகத் தகவல் கிடைத்தது.

எதிரியைக்கூட மன்னித்துவிடலாம், ஆனால் துரோகியை மட்டும் மன்னிக்கவே கூடாது என்ற கருத்து உள்ளவர் சிவாஜி. எனவே கண்டோஜி கோபடையை உடனே கைது செய்து கொண்டு வருமாறு உத்தரவிட்டார்.

கைது செய்யப்பட்ட கண்டோஜிக்கு மரண தண்டனை விதித்துத் தீர்ப்பளித்தார்.

போருக்குப் பிறகு பீஜாப்பூர் படையில் இருந்து நிறைய பெற்றார் சிவாஜி. நூறு யானைகள், 7 ஆயிரம் குதிரைகள், ஆயிரம் ஒட்டகங்கள், பீரங்கிகள், துப்பாக்கிகள், வெடிமருந்து கள், ஏராளமான பொற்காசுகள், பணம் போன்றவற்றைப் பெற் றார். அத்துடன் ஆயிரக்கணக்கான பீஜாப்பூர் படை வீரர்கள் சிவாஜி படையோடு தங்களை இணைத்துக் கொண்டார்கள்.

காயமடைந்த எதிரி வீரர்களுக்கு உரிய சிகிச்சைகள் அளிக்கப்பட்டன. அவர்கள் தங்கள் ஊருக்குச் செல்ல வசதி செய்து தரப்பட்டது.

இவை அனைத்திற்கும் மேலாக சுந்தர்ராவ் காட்கே என்பவரை சகல மரியாதைகளுடன் பீஜாப்பூர் எல்லை வரை அழைத்துச் சென்று விட்டது சிவாஜியின் மதிப்பை பலமடங்கு உயர்த்தியது.

யார் அந்த சுந்தர்ராவ் காட்கே?

சிவாஜியின் தந்தை ஷாஹாஜியின் மிக நெருங்கிய நண்பர்.

உறுதியான மராட்டிய வீரர். பீஜாப்பூரில் சிறுவனாக இருந்தபோது அவரோடு நெருங்கிப் பழகி இருக்கிறார் சிவாஜி. மதிப்பிற்கும் மரியாதைக்கும் உரியவர்.

இந்தப் போரில் அவரும் பங்கேற்று பீஜாப்பூர் சுல்தானுக்காக தீவிரமாகப் போராடித் தோற்றுள்ளார். சிவாஜியின் படை வீரர்கள் அவரையும் கைது செய்து சிறையில் அடைத்துவிட்டனர்,

கைதியாக நின்ற சுந்தர்ராவ் காட்கேவைப் பார்த்த சிவாஜி அவர் விலங்கை அகற்றச் செய்து அவரது பாதத்தில் விழுந்து வணங்கினார்.

அதைப் பார்த்து சிவாஜியின் படை வீரர்கள் மட்டுமல்லாமல் பீஜாப்பூர் வீரர்களும் திகைத்து நின்றார்கள்.

தோற்றவர் காலில் வென்றவர் விழுந்த அதிசயம் அங்குதான் நிகழ்ந்தது.

இப்படிப்பட்ட ஒரு மரியாதையை சுந்தர்ராவ் காட்கேயே எதிர்பார்க்கவில்லை. நெகிழ்ந்துபோனவர் உச்சிமுகர்ந்து சிவாஜியை மனப்பூர்வமாக ஆசிர்வதித்தார்.

அவரைத் தனது படையில் இணைத்துக் கொள்ள ஆவலாக இருப்பதாக சிவாஜி தெரிவித்தார்.

ஆனால் பீஜாப்பூர் சுல்தானிடம் பல காலமாகச் சேவகம் செய்து பழகிவிட்டதால் அங்கிருந்து தன்னால் அணி மாற முடியாது என்று திட்டவட்டமாகக் கூறிவிட்டார்.

அதற்கு மேலும் அவரை வற்புறுத்துவது தவறு என்று பண்பைக் கடைப்பிடித்தவராக அவருக்கு நிறைய பொற்காசுகள் வழங்கி பாதுகாப்பாக பீஜாப்பூர் எல்லை வரை அழைத்துச் செல்லுமாறு தமது வீரர்களிடம் பணித்தார் சிவாஜி.

இதனிடையே அப்சல்கானின் தலையை பட்டுத் துணியில் நன்றாகச் சுற்றித் தனது அன்னை ஜீஜாபாயிடம் தனது காணிக்கையாகக் கொடுத்துவிட்டு வருமாறு வீரர்களைப் பணித்தார்.

அந்த வீரர்களும் அப்படியே ஜீஜாபாயிடம் சென்று அந்தப் பரிசைக் கொடுத்தார்கள்.

அது என்ன பரிசாக இருக்கும் என்று யோசனையோடு பிரித்துப் பார்த்தபோது அதில் அப்சல்கானின் தலை இருந்ததைக் கண்டு அதிர்ந்து போனாள்.

பின்னர் உணர்ச்சிப் பெருக்குடன், 'சிவாஜியைப் பெற்றதற்கு அவனது தாய் பெருமைப்படுகிறாள் என்று போய்ச் சொல்லுங்கள் வீரர்களே' என்று ஆனந்தக் கண்ணீர் மல்கக் கூறினாள்.

இது நிகழ்ந்தது 1659ஆம் ஆண்டு என்று அறியப்படுகிறது.

26 கோட்டை முற்றுகை

சிவாஜிக்குக் கிடைத்த இமாலய வெற்றி இது. மராட்டியப் பிரதேசத்தின் நாட்டுப்புறங்களில் இந்த வெற்றியைத் தொடர்ந்து சிவாஜிக்கு அமோக வரவேற்பு கிடைத்தது. வரலாற்று நாயகன் என்னும் பெருமையைப் பெற்றார்.

போரின்போது பெரும் எண்ணிக்கையில் ஆயுதங்கள், கவசங்கள், குதிரைகள் உள்ளிட்ட பலவற்றைக் கைப்பற்றியது அவர்களின் இராணுவ பலத்தை வளர்ப்பதற்கும், கட்டமைப்பதற்கும் உதவிகரமாக இருந்தது.

இந்த வெற்றிக்குப் பிறகு பீஜாப்பூர் மீது பெரும் போர் தொடுப்பது என்று முடிவெடுத்தார் சிவாஜி மகராஜ். படைபல அதிகரிப்பு அவருக்குப் புதிய தெம்பைக் கொடுத்திருந்தது.

சஹாஜி, நேதாஜி பால்கர் மற்றும் தமது தலைமையில் பீஜாப்பூர் மீது போர் தொடுப்பது என்று முடிவெடுத்தார். இதில் நேதாஜி பால்கர் என்பவர் மராட்டிய குதிரைப்படைத் தலைவர்.

இந்நிலையில் சஹாஜிக்கு உடல்நலக் குறைவு ஏற்பட்டது. எனவே திட்டமிட்டபடி தாக்குதல் நடத்த முடியாமல் போனது. எனினும் நேதாஜி தலைமையிலான படை, சுல்தான் அலி ஆதில்ஷாவிற்கு எதிராகச் சிறிய அளவிலான தாக்குதலை நடத்துவது என்று தீர்மானிக்கப்பட்டது.

அலி ஆதில்ஷாவும் சும்மா இருக்கவில்லை. சிவாஜியைத் தோற்கடிப்பதற்காக ஆப்கானிஸ்தான் படையினரை அதிகமாகக் கொண்டிருந்த புஷ்தான் இராணுவத்தை ஏவிவிட்டார். அந்தப் படையினரும் மராட்டிய வீரர்களோடு மிகப் பெரிய தாக்குதலில் ஈடுபட்டனர்.

ஆனால் புஷ்தான் இராணுவத்தை பலம் வாய்ந்த மராட்டிய வீரர்கள் நிலைகுலையச் செய்ததோடு, அடித்துத் துவம்சம் செய்து விட்டனர். இத்தகைய அசுரத்தனமான மராட்டிய வீரர்களின் தாக்குதலைக் கண்டு அஞ்சிய பீஜாப்பூர் படைகள், சிவாஜி மகராஜிடம் நிபந்தனையற்ற முறையில் சரணடைந்தனர். அத்துடன் அனைத்தும் சுமுகமாக முடிவிற்கு வந்தது.

சிவாஜி வெற்றியின் உச்சத்தில் இருந்தார்.

இத்தகைய சரணாகதியால் அவமானமும் ஆத்திரமும் அடைந்த சுல்தான், சிவாஜியின் மகத்தான சக்தியை எப்படியும் தோற்கடித்து, பிரதாப் கட் இழப்பை ஈடுகட்டியே ஆக வேண்டும் என்று கங்கணம் கட்டினார்.

பீஜாப்பூரின் புதிய ஜெனரல் ருஸ்தாம் ஜமான் தலைமையில் 10 ஆயிரத்திற்கும் அதிகமான எண்ணிக்கையிலான வீரர்கள் கொண்ட படை உருவாக்கப்பட்டது. இந்தப் படை கூடவே 5 ஆயிரம் குதிரைப் படையுடன் சிவாஜி மகராஜ் படைக்கு எதிராக 1659ஆம் ஆண்டு டிசம்பர் 28ஆம் நாளன்று கோல்ஹாபூர் என்னும் இடத்தில் மிகப் பெரிய தாக்குலை நடத்தியது.

இந்தத் தாக்குதலைப் பற்றி முன்கூட்டியே அறிந்திருந்த சிவாஜி மகராஜ், மிகப் பெரிய முன்னணி தாக்குதலுக்குத் திட்டமிட்டார். குதிரைப் படைகளை எதிரிப் படையினரின் இருபுறம் இருந்தும் தாக்குதல் நடத்தி வெற்றியை உறுதி செய்வது என்பது அவரது திட்டம்.

நேதாஜி பால்கர்

அப்படித்தான் கோல்ஹாபூர் தாக்குதலும் நிகழ்ந்தது. மராட்டிய படையின் மரண அடிக்கு ஈடுகொடுக்க முடியாமல் திணறிய பீஜாப்பூர் படை தோல்வி முகத்தில் தத்தளித்தது.

படைத் தலைவர் ருஸ்தாம்ஜமானோ கேவலமான முறையில் யுத்த களத்தை விட்டு ஓடியே போய்விட்டார். போரில் பீஜாப்பூர் படை சுமார் 2 ஆயிரம் குதிரைகள் மற்றும் 12 யானைகளை இழந்தது.

இன்னும் சொல்லப்போனால் அலி ஆதில்ஷாவிற்கு இது ஒரு கேவலமான தோல்வியாகவே அமைந்தது.

இந்தத் தோல்வியை அடுத்து பீஜாப்பூர் சுல்தானை விடவும் அதிகமாகக் கவலைப்பட்டவர் ஔரங்கசீப்தான். ஏனென்றால் மராட்டிய அச்சுறுத்தலை முடிவுக்குக் கொண்டு வருவதற்காக முகலாய சக்ரவர்த்தி அப்போதுதான் தயாராகிக் கொண்டிருந்தார்.

ஆக, இந்த வெற்றியைத் தொடர்ந்து சிவாஜி அங்கிருந்து ஜாவலி கெடிக்குச் சென்றார். அப்போது நேதாஜி பால்கரை புனா பிரதேசத்தில் இருந்து கவனிக்குமாறு பணித்தார்.

அல்லியேதில் ஷா என்பவர் தனது வீரர்களைத் தயார்ப் படுத்தி வருகிறார் என்கிற தகவல் கிடைத்ததும் நேதாஜி அந்த விவரத்தை சிவாஜிக்குத் தெரியப்படுத்தினார்.

உடனே அதிரடியாக நேதாஜியுடன் இணைந்து

ஔரங்கசீப்

அல்லியேதில் ஷாவின் அதிகாரத்தில் இருந்த கோட்டைகள் பலவற்றையும் வென்றார்.

அச்சமயம் சிவாஜிக்குப் பலம் சேர்க்கும் விதமாக ஹிலால்கான் என்பவர் அவருடன் கரம் சேர்த்தார்.

இதனிடையே பனால் கெடியை சிவாஜி கைப்பற்றிவிட்ட செய்தி அல்லியேதில் ஷாவிற்குக் கிடைத்ததும் பதற்றம் அடைந்தார். உடனே இது விவரத்தை ஔரங்கசீப்புக்குத் தெரியப் படுத்தினார்.

இதைக்கேட்ட ஔரங்கசீப் கடுங்கோபமுற்றார். தனது படைத் தளபதிகளில் ஒருவரான சுலுபுகான் என்பவரைப் பெரும் படையுடன் அங்கு அனுப்பிவைத்தார். சர்தார் ருஸ்தும்கான் என்பவரும் சுலுபுகானுடன் இணைந்து பனால் கெடியை மீண்டும் வென்றெடுப்பதற்காக அங்கு விரைந்தனர்.

முடியுமா சிவாஜியிடம்?

தோல்விதான் அவர்களுக்குப் பரிசாகக் கிடைத்தது. ஆனாலும் அவர்கள் துவண்டுபோகாமல் மீண்டும் மீண்டும் தாக்குதல் நடத்தினார்கள். இவ்வாறு 16 முறை அவர்கள் போர் செய்தும் சிவாஜியை அவர்களால் வெற்றி கொள்ளவே முடிய வில்லை.

இதனிடையே ஜெயவலி உள்ளிட்ட ஔரங்கசீப்புக்குச் சொந்தமான பல பகுதிகளையும் மளமளவென்று தன்வசம் வீழ்த்திக் கொண்டிருந்தார் சிவாஜி.

பனால்கெடியில் இருந்த சிவாஜியை அங்கேயே முடக்கி வைத்துவிட வேண்டும் என்று கர்னூலில் இருந்த ஹோஹர்கான் என்பவரை அனுப்பி வைத்தார் ஔரங்கசீப். ஐந்து மாதம் வரையிலும் பனால்கெடியை முற்றுகையிட்டுப் போரை நடத்தினார்.

அப்படி இருந்தும் வெற்றி பெற முடியாமல் போனது.

இது ஔரங்கசீப்பிற்கு ஏமாற்றத்தைக் கொடுத்தது. சிவாஜி யின் போர்த்திறன் ஔரங்கசீபைப் பெரிதும் வியப்படையச் செய்தது. உடல் வலிமை மட்டுமல்லாமல் அறிவுத் திறனும் உடைய சிவாஜியை உயிரோடு பிடித்து வரச் செய்து நேரில் பார்க்க ஆசை எழுந்தது. ஆனால் அவர் அருகில் நெருங்கக்கூட முடியாது என்றுதான் அனைவரும் கூறியதால் என்ன செய்வது என்ற ஆழ்ந்த யோசனையில் இருந்தார்.

திடீரென்று ஒரு யோசனை. அவர் எப்படி இருப்பார் என்பதையாவது தெரிந்து கொள்ள வேண்டும் என்பதால் அவர் ஓவியம் கிடைத்தாலே போதும் என்று தோன்றியது.

சிறந்த ஓவியர் ஒருவரை அழைத்து, எப்படியாவது சிவாஜியை தூரத்தில் இருந்தாவது பார்த்து ஓவியமாக வரைந்து கொண்டு வருமாறு ஆணையிட்டார்.

அந்த ஓவியரும் பலதடவை சிவாஜியைப் பார்ப்பதற்காகப் பகீரத முயற்சிகளில் ஈடுபட்டார். முடியவே இல்லை. ஒருநாள் வழக்கம்போல சிவாஜி வரும் வழியில் ஓரமாக மறைந்து நின்று கொண்டிருந்தார். வழக்கம்போலவே குதிரையில் வேகமாக வந்த சிவாஜி, குதிரையில் இருந்து கொண்டே சோளக் கதிரைப் பறித்துச் சோளத்தைத் தானும் தின்று, குதிரைக்கும் கொடுத்துக் கொண்டே அதே வேகத்தில் பாய்ந்து சென்றார்.

அந்த நொடிப் பொழுது காட்சியைப் பார்த்த ஓவியர், அதையே ஓவியமாக வரைந்தார். நேராகச் சென்று ஔரங்கசீப்பிடம் கொடுத்தார்.

அந்த ஓவியத்தை இமை மூடாது வெகுநேரம் பார்த்தவர், சிவாஜியை வெல்வது எளிதானதல்ல என்ற முடிவுக்கு வந்தார்.

சிவாஜியைத் தோற்கடிப்பதற்கு சக்திவாய்ந்த தனது தாய்மாமா ஷய்ஸ்டகானால் மட்டுமே முடியும் என்று நினைத்தார். எனவே அவருடன் 10 ஆயிரத்திற்கும் மேற்பட்ட படை வீர்களை போர்க்களத்திற்கு அனுப்பத் தயாரானார் ஔரங்கசீப்.

துர்க்தாஜ், உசைன், ஹைதர், நாம்தார் கான், கர்தாலப் கான், உஜ்பெக் கான், பதெக் ஜங்க் மற்றும் பானு சிங், சியாம் சிங், ராய் சிங், சிசோதியா, பிரத்யூமன் போன்ற ராஜபுத்திரர் களுடன் 1660ஆம் ஆண்டு ஜனவரி மாதத்தில் அந்தப் படை உருவாகியது.

பீஜாப்பூர் படையுடன் இணைந்து மராட்டியப் பேரரசை எதிர்க்க வேண்டும் என்பதுதான் அவரது திட்டம். அத்துடன் சிவாஜியைத் தோற்கடித்ததும் மராட்டியப் பேரரசைத் தமது படைக் கட்டுப்பாட்டில் கொண்டுவர வேண்டும் என்றும், சுல்தான் அலி ஆதில்ஷாவிடம் ஒப்படைக்கக் கூடாது என்றும் தெளிவாகவே தனது மாமா ஷயிஸ்டகானுக்கு உத்தரவிட்டிருந்தார் ஔரங்கசீப்.

பெரும்படையுடன் கிளம்பிய ஔரங்கசீப்பின் மாமா

ஷயிஸ்டகான்

ஷயிஸ்டகான் என்பவர் சக்கிராபதி துருக்கம் என்னும் இடத்தை முற்றுகையிட்டார்.

அதேவேளையில் சுல்தான் அலி ஆதில்ஷா, தமது வலிமை வாய்ந்த படைத்தலைவர்களில் ஒருவரான ஜோஹர்கானை போர்க்களத்திற்கு அனுப்பினார். 40 ஆயிரம் படை வீரர்களோடு அவரும் புறப்பட்டார்.

எப்படியாவது சிவாஜி மகராஜைத் தோற்கடித்தே ஆக வேண்டும் என்ற வெறி பீறிட்டுப் பாய்ந்து கொண்டிருந்தது சுல்தானிடம்.

அப்போது கோலாப்பூருக்கு அருகே இருந்த பன்ஹாலா கோட்டையில் முகாமிட்டிருந்தார் சிவாஜி மகராஜ். அவருடன் 8 ஆயிரம் மராட்டிய வீரர்கள் இருந்தனர்.

1660ஆம் ஆண்டு மார்ச் 2ஆம் தேதி அன்று பன்ஹாலா செல்லும் அனைத்து வழிகளையும் அடைத்து கோட்டையை முற்றுகையிட்டது ஜோஹர்கான் தலைமையிலான பீஜாப்பூர் சுல்தான் படை.

அப்போது மராட்டியப் படைத் தலைவர் நேதாஜி பால்கர், சுல்தான் ஆதில்ஷாவின் பீஜாப்பூர் கோட்டையைக் கைப்பற்று வதற்காகத் தமது படையுடன் அங்கு முகாமிட்டிருந்தார். பீஜாப்பூர் பன்ஹாலாவில் இருந்து வெகு தொலைவில் இருந்ததால் அந்தச் சமயத்தில் சிவாஜிக்கு உதவ அவரால் இயலவில்லை.

பன்ஹாலா கோட்டையின் மீது பீஜாப்பூர் சுல்தான் படை தொடர்ந்து மிகப் பெரிய அளவிலான பீரங்கிக் குண்டுகளுடன்

பன்ஹாலா கோட்டை

தாக்குதல் நிகழ்த்திக் கொண்டிருந்தது. ஆயினும் கோட்டை மிக வலிமையானதாக இருந்ததால் பீரங்கித் தாக்குதல் போதுமானதாக இல்லை என்று நினைத்தார் ஜோஹர்கான்.

உடனே வேறொரு யோசனை செய்தார். ராஜ்பூர் துறைமுகத்தில் இருந்த பிரிட்டீஷ்காரர் ஹென்றி ரிவிங்டன்னைத் தொடர்பு கொண்டு தொலைதூரத் தாக்குதல் நிகழ்த்தக்கூடிய நவீனரக பீரங்கிகளைத் தந்து உதவுமாறு கேட்டார்.

அவரும் உதவ முன்வரவே, பன்ஹாலா கோட்டை உடைய ஆரம்பித்தது.

ஆனால் எப்படியாவது கோட்டையைக் காப்பாற்றிவிட வேண்டும் என்பதில் உறுதியாக இருந்தார்கள் மராட்டியர்கள். சுல்தான் படை முகாம்கள் மீது அவ்வப்போது தாக்குதல் நடத்தினாலும் அதனால் பெரிய அளவில் பலனேதும் கிடைக்கவில்லை.

இச்சூழலில் மராட்டியப் படை வீரர்கள் பாஸ்கர் மற்றும் கொண்டாஜி பார்ஜன்ட் ஆகிய இருவரும் தந்திர விளையாட்டு ஒன்றில் ஈடுபட்டனர். தங்களை பிரிட்டீஷ் அதிகாரி போன்றும், அலி ஆதில்ஷா படையைச் சேர்ந்த ஒரு வீரரைப் போன்றும் மாறுவேடம் பூண்டனர்.

அதிரடியாக சுல்தான் முகாமிற்குள் நுழைந்த அவர்கள் மரண தாக்குதலை நிகழ்த்தினார்கள். ஹென்றி ரிவிங்டன் மற்றும் அவருடனிருந்த கூட்டாளிகள் மீது பெருந் தாக்குதலை நிகழ்த்தினார்கள். அங்கிருந்த பீரங்கிகளை அழித்ததோடு தங்களையும் பலியாக்கிக் கொண்டார்கள்.

இச்சம்பவத்தினால் கலங்கிப்போன ஜோஹர்கான், பன்ஹாலா கோட்டையின் முற்றுகையை இன்னும் தீவிரமாக்கினார். ஈ, காக்காகூட நுழைய முடியாத அளவிற்கு பாதுகாப்பைப் பலப்படுத்தினார்.

கடுமையான மழையிலும் முற்றுகையை மேலும் இறுக்கமாக்கிக் கொண்டது பீஜாப்பூர் வீரர்களை எரிச்சலடையச் செய்தது. உடல் அளவில் மட்டுமல்லாமல் மன அளவிலும் அவர்கள் சோர்ந்து போயினர்.

இந்த விவரம் ஜீஜாபாய்க்குத் தெரியவந்தது. எப்படியாவது சிவாஜியை அங்கிருந்து விடுவிக்க வேண்டும் என்று நினைத்து நேதாஜியுடன், தமது படைத்தலைவர் ஷிலால்கான் என்பவரைப் படை வீரர்களோடு அனுப்பி வைத்தார்.

எனினும் மராட்டியப் படை வீரர்கள் எண்ணிக்கையில் மிகக் குறைவாகவே இருந்தது. அந்தப் படையை ஷயிஸ்டகான் வழியிலேயே இடைமறித்தார். அங்கு கடும் சண்டை நிகழ்ந்தது. அதில் ஷிலால்கானின் மகன் கொல்லப்பட்டார்.

அத்தருணத்தில் சிவாஜியின் கனவில் பவானி தேவி தோன்றி அவருக்குச் சில ஆலோசனைகளை வழங்கினாள். அதாவது பன்ஹாலா கோட்டையில் இருந்து எப்படித் தப்பிக்க வேண்டும் என்பதற்கான சில வழிமுறைகளை தேவி அவருக்கு உரைத்தாள்.

எப்படியாவது பன்ஹாலா கோட்டையில் இருந்து தப்பித்து அருகில் இருந்த விஷால்கட் கோட்டைக்குப் போய்விட வேண்டும். பின்னர் வீரர்களின் பலத்தை அதிகரித்துக் கொண்டு ஜோஹர்கான் மீது தொடர்ச்சியான தாக்குதலை நிகழ்த்த வேண்டும் என்ற திட்டத்தை வகுத்தார் சிவாஜி மகராஜ்.

எனவே வழக்கம்போல பேச்சுவார்த்தை நடத்த விரும்புவதாகவும், தங்குவதற்கான இடவசதி, புரிந்துணர்வு, கருணை ஆகியவற்றை எதிர்பார்ப்பதாகவும் கடிதம் மூலம் ஜோஹர் கானுக்கு தெரியப்படுத்தினார்.

தனது இந்தத் திசைதிருப்பும் செயலின்போது மற்றொரு தந்திரத்தையும் செய்தார் சிவாஜி. அதாவது, பீஜாப்பூர் மீது தாக்குதல் நடத்த உதவுவதற்காக நிறைய பணம் மற்றும் பொருட்களை ஜோஹர்கானுக்கு சிவாஜி கொடுத்து உதவுவதாக ஒரு வதந்தியைத் திட்டமிட்டுப் பரப்பினார்.

இந்தச் செய்தி பீஜாப்பூர் படை வீரர்களை சோர்வடையச் செய்தது. ஏற்கெனவே தளர்ந்து போயிருந்த அவர்கள் இப்போது முற்றிலுமாக விரக்தி நிலையைத் தொட்டிருந்தார்கள்.

இதுபோன்ற ஒரு சந்தர்ப்பத்தைப் பயன்படுத்திய சிவாஜி மகராஜ், 1660ஆம் ஆண்டு ஜூலை 12ஆம் நாளன்று இரவு பத்து மணி வாக்கில் திரியம்பக பாஸ்கர் என்பவரைப் பன்ஹாலா கோட்டையில் இருக்கச் செய்துவிட்டு இரகசியமாக அங்கிருந்து தப்பித்துச் சென்றார்.

தப்பிக்கும் முன் எதிரிகளின் கவனத்தைத் திசை திருப்ப சிவாஜி போன்ற தோற்றமுடைய சிவகாஷித் என்பவருக்கு மகராஜ் போன்ற உடை அணிவித்தனர். பின்னர் அவர் அங்கிருந்த சில வீரர்களுடன் கோட்டையை விட்டு வெளியே சென்றார்.

சிவாஜி மகராஜ்தான் தப்பித்துச் செல்வதாக நினைத்த

விஷால்கட் கோட்டை

பீஜாப்பூர் வீரர்கள் அவரைச் சூழ்ந்து கைது செய்து விசாரிக்கத் தொடங்கினர்.

ஆனால் அதே நேரத்தில் சிவாஜி மகராஜ் பன்ஹாலா கோட்டையில் இருந்து சில வீரர்களுடன் எளிதாகத் தப்பித்து விஷால்கட் கோட்டையை நோக்கி வேகமெடுத்தார். உண்மையான சிவாஜி மகராஜ் தந்திரமாக அங்கிருந்து தப்பிச் சென்றுவிட்டது பிறகுதான் அவர்களுக்குப் புரிந்தது.

விஷால்கட் கோட்டையை நெருங்குவதற்கு சில மைல்கள் தூரமே இருந்தது. அதற்குள் எதிரிகளின் குதிரைப்படை அங்கே பின்தொடர்ந்து பாய்ந்து வந்து கொண்டிருந்தது. அவர்களிடம் பிடிபடாமல் தப்பித்துவிட வேண்டும் என்பதில் தீவிரமாக இருந்தார் சிவாஜி மகராஜ்.

அப்போது அவரது வீரர்களில் ஒருவரான பாஜி பிரபு தேஷ்பாண்டே என்பவர் சிவாஜியைக் காப்பாற்றத் தானாகவே முன்வந்தார். இதனையடுத்து அவருடன் 300 வீரர்கள் செல்ல அனுமதிக்கப்பட்டனர். விஷால்கட்டில் இருந்து சுமார் நான்கு மைல்கள் தொலைவில் காஜாபூர் என்னும் இடத்திற்கு அருகில் இருந்த கோட்கிண்டி என்னும் இடத்தில் இருந்த மலைப்பாதை ஒன்றில் எதிரிகளை வழிமறித்துப் போராடத் தயாராக இருந்தது.

எதிரிகளுடன் கடுமையான யுத்தம் நடத்தினார் தேஷ் பாண்டே. உடல் முழுவதும் இரத்தம் பீறிட்டு ஒழுகிய நிலையிலும் தொடர்ந்து சண்டையிட்டுக் கொண்டே இருந்தார்.

அந்தச் சமயத்தில் சிவாஜி மகராஜ் அந்த இடத்தைக் கடந்து விஷால்கட் கோட்டையைப் பாதுகாப்பாக அடைந்தார். அதற்கு அடையாளமாக அங்குள்ள கோட்டையில் இருந்து பீரங்கியின் முழக்கம் கேட்டது. அதன்பின்னரே நிம்மதிப் பெருமூச்சு விட்டார் தேஷ்பாண்டே

ஆக, 1660ஆம் ஆண்டு ஜூலை 13ஆம் தேதி மாலை 6 மணி அளவில் விஷால்கட்டை அடைந்தார் மகராஜ்.

இந்த யுத்தத்தில் மராட்டிய வீரர்கள் 300 பேருமே பலியாகி விட்டனர். பீஜாப்பூர் சுல்தான் படை வீரர்களில் 1,286 பேர் மரணமடைந்தனர்.

இதன்பிறகு சுல்தான் நம்பிக்கை இழந்துவிட்டார். ஔரங்கசீப்பும் சமரச ஒப்பந்தம் செய்து கொள்வதே தற்போதைக்கு நல்ல வழி என்று நினைத்தார். சஹாஜியின் மூலம் போர் நிறுத்த ஒப்பந்தம் செய்துகொள்ளப்பட்டது. சிவாஜி மகராஜின் பேரரசு சுதந்திர நாடாக அதிகாரப்பூர்வமாக அறிவிக்கப்பட்டது.

இதனிடையே சிவாஜி ஒரு தந்திரம் செய்தார். பனால்கெடியை ஜோஹர்கானிடம் ஒப்படைத்துவிட்டு வருமாறு திரியம்பக பாஸ்கருக்குக் கட்டளைப் பிறப்பித்தார். அவரும் அப்படியே செய்தார்.

இந்த விவரத்தை அறிந்த அலி ஆதில்ஷா, சிவாஜியிடம் லஞ்சமாகப் பணம் பெற்றுக்கொண்டு அவரை ஜோஹர்கான் தப்பிக்க வைத்துவிட்டதாக வந்த செய்தி வதந்தி அல்ல என்றும், சத்தியமான உண்மை என்றும் தவறாக நினைத்தார். அந்தப் பணத்தைத் தன்னிடம் தருமாறு அவரைப் பணித்தார்.

இதனால் பெரும் கோபமடைந்த ஜோஹர்கான் தமது படையுடன் கர்னூலுக்கே திரும்பிச் சென்றுவிட்டார். பணத்தைக் கொடுக்காமல் திரும்பிச் சென்றதால் இன்னும் ஆத்திரம் அதிகமான ஆதில்ஷா, ஜோஹர்கானை வஞ்சகமாகக் கொன்று விட்டு வருமாறு தமது படையை ஏவினார். அவர்களும் அப்படியே கர்னூல் சென்று நஞ்சு கொடுத்து அவரைக் கொன்று விட்டனர்.

27 சிறையில் ஆங்கிலேயர்கள்

பாஜி பிரபு தேஷ்பாண்டே, ஷிபோசிங் ஜாதவ், புலோஜி, பண்டால் சமூகத்தினர் மற்றும் கோட்கண்ட் யுத்தத்தில் போராடிய வீரர்கள் அனைவரையும் கௌரவிக்கும் வகையில் கோட்கண்ட் என்னும் பெயர் பவன்கண்ட் என்று பெயர் மாற்றம் செய்யப்பட்டது.

பாஜி பிரபு மற்றும் அவருடன் இருந்தவர்களின் துணிச்சலுக்கு மதிப்பளிக்கும் வகையில் நினைவுச் சின்னம் எழுப்பப்பட்டது. அது இன்றும் அங்கு இருப்பது குறிப்பிடத் தக்கது. தக்காணத்தைச் சேர்ந்த மராட்டியர்கள் அதிகாரப்பூர்வ மாக அங்கீகரிக்கப்பட்ட சக்தியாகத் திகழ்ந்தார்கள். சஹாஜியின் மரணம் வரை இந்நிலை நீடித்தது.

பின்னர் ரத்னகிரி கடற்கரைப் பகுதியில் உள்ள ராஜாப்பூர் கோட்டையில் இருந்த பிரிட்டிஷாரின் பக்கமாக சிவாஜியின் கவனம் திரும்பியது.

பிரதாப்கட் யுத்தத்திற்கு முன்னர், ஹென்றி உட்பட பல பிரிட்டிஷ் அதிகாரிகளை மராட்டியர்கள் கடுமையாகத் தாக்கி கைது செய்தனர். எனினும் பின்னர் அவர்கள் 'சிவாஜி மகராஜ் பாதையில் ஒருபோதும் குறுக்கிட மாட்டோம்' என்று உறுதி அளித்ததை அடுத்து விடுதலை செய்யப்பட்டனர்..

யுத்தத்திற்கு முன்னதாக அவர்களுக்கு அப்ஜல்கான் தனது கப்பல்களை அளித்திருந்தார். ஆனால் யுத்தத்திற்குப் பின்னர் அவற்றை மராட்டியர்களிடம் திருப்பிக் கொடுக்க அவர்கள் மறுத்துவிட்டனர்.

அதனால் கோபமுற்ற சிவாஜி மகராஜ், ஹென்றி மற்றும் அவரது அதிகாரிகளை மீண்டும் கைது செய்தார்.

ஹென்றி தமது வாக்குறுதிகளைக் காப்பாற்றுவதே இல்லை என்பதால் அந்நியர்கள் மீது வெறுப்பு ஏற்பட்டது. அவர்கள் தங்களை வர்த்தகர்களாகக் காட்டிக் கொண்டாலும் உண்மையில் தங்களின் சொந்த ஆட்சியை அமைப்பதற்காகவே காய் நகர்த்தி வருவதாக உறுதியாக நம்பினார் சிவாஜி மகராஜ்.

இந்நிலையில் பிரிட்டீஷாருக்குப் பாதுகாப்பான துறைமுக மாக அப்போது விளங்கிவந்த ராஜாப்பூர் துறைமுகத்தைத் தாக்குவதற்குத் தீர்மானித்தார்.

ராஜாப்பூர் கோட்டையை நோக்கி சிவாஜி படையுடன் வந்தபோது பதறிப்போன ஹென்றி, மீண்டும் தனது பணிவான நாடகத்தை அரங்கேற்ற முயன்றார். 'இனிமேல் தவறாக நடந்து கொள்ள மாட்டேன்' என்று கெஞ்சினார்.

ஆனால் இம்முறை ஆங்கிலேயர்களின் பொய்யான நடிப்பைப் புரிந்து கொண்ட மகராஜ், அவர்களை மன்னிக்கத் தயாராக இருக்கவில்லை. ஹென்றி உட்பட ஆங்கிலேய அதிகாரி கள் அனைவரையும் கைது செய்து சிறையில் அடைத்தார்.

ஜோஹர்கானின் ஆணைக்கேற்ப விஷால்கட் முற்றுகையின் போது சிவாஜிக்கு எதிராகச் செயல்பட்டவர்கள் இருவர். ஒன்று பால்வன் மன்னராக இருந்த ஜஸ்வந்த்ராவ் தால்வி. மற்றொன்று சிங்கர்பூர் மன்னர் சூர்யராவ். அவர்கள் இருவருக்கும் சரியான பாடம் கற்பித்துக் கொடுக்க வேண்டும் என்று நினைத்தார்.

இதனையடுத்து பால்வனை நோக்கித் தமது படையுடன் சென்றார் சிவாஜி. இதனை அறிந்த ஜஸ்வந்த்ராவ் அதிர்ச்சி அடைந்தார். அப்புறம் பயந்துபோன அவர், பால்வனில் இருந்து தப்பியோடி சிங்கர்பூர் மன்னரிடம் தஞ்சம் அடைந்தார்.

பின்னர் சிங்கர்பூர் மன்னர் சூர்யராவ் சிவாஜியோடு நட்புக்கரம் நீட்டவே, அந்நிய சக்திகளுக்கு எதிராக ஒன்றுதிரண்டு போராட வேண்டிய அவசியத்தை அவருக்கு உணர்த்தினார். சிவாஜியின் கருத்தை ஏற்றுக்கொண்ட சூர்யராவ், சிங்கர்பூரில் நிறுத்தப்பட்டிருந்த மராட்டியப் படையைத் தாம் முழுமையாகக் கவனித்துக் கொள்வதாக வாக்களித்தார்.

ஆனால் பின்னர் தனது வாக்கை மீறினார். நம்பிக்கை காரணமாக எந்தவிதமான ஆயுதமும் இல்லாமல் இருந்த மராட்டியப் படை மீது தாக்குதல் நடத்தினார் சூர்யராவ்.

சூர்யராவின் துரோகத்தை அறிந்த சிவாஜி மகராஜ் ஆத்திரம் அடைந்தார். சிங்கர்பூர் மீது கடுமையான தாக்குதலை நடத்தினார். மராட்டிய வீரர்களின் வீரத்திற்கு முன்னால் தாக்குப் பிடிக்க முடியாமல் சிங்கர்பூர் வீரர்கள் பின்வாங்கி ஓடினார்கள். பயந்துபோன சூர்யராவ் அங்கிருந்து தப்பியோடினார். சிங்கர்பூர் சிவாஜி வசமானது.

ராஜாப்பூர் கோட்டை

இவ்வாறு சிவாஜியின் அதிரடி தொடர்ந்து கொண்டிருந் ததைப் பார்த்து எரிச்சலடைந்தார் ஔரங்கசீப்பின் மாமா ஷயிஸ்டகான். சிவாஜியின் கட்டுப்பாட்டில் இருந்த கோட்டை களின் எண்ணிக்கையைக் குறைக்க வேண்டும் என்று நினைத்தார். அதற்காக மிகப் பெரிய தாக்குதலைத் தொடுக்கத் திட்டமிட்டார்.

அதற்காக அவர் தேர்ந்தெடுத்தது உஸ்பெக் தளபதி கர்தாலாப் கான் என்பவரை.

இதனையடுத்து 1661ஆம் ஆண்டு பிப்ரவரி 3ஆம் நாளன்று 3 ஆயிரம் வீரர்களோடு பூனாவிற்கு அருகில் இருந்த முகாமை விட்டுப் போருக்குப் புறப்பட்டார் கர்தாலாப் கான்.

முகலாயர்கள் நேரடியாக இந்தப் போரில் ஈடுபடவில்லை என்றாலும் தங்கள் வீரர்களை அனுப்பி வைத்திருந்தார்கள்.

வழக்கமான பாதையைத் தேர்ந்தெடுத்துச் செல்லாமல் சுற்று வழிப்பாதையைத் தேர்ந்தெடுத்து தாக்குதலுக்குச் சென்றார்கள்.

கர்தாலாப் எதிர்பார்த்த மாதிரி இது சிவாஜிக்கு அதிர்ச்சி யாகத்தான் இருந்தது. ஆனாலும் சுதாரித்துக் கொண்ட சிவாஜி

மகராஜ், தற்போது பென் என்று அழைக்கப்படும் இடமான அம்பர் கிண்ட் என்னும் அடர்ந்த காட்டு வழியில் தமது படையை அனுப்பினார்.

முகலாயப் படை இதைச் சற்றும் எதிர்பாராத காரணத்தால் பெரும் அதிர்ச்சிக்குள்ளானது.

அந்த அதிர்ச்சியில் என்ன செய்வது என்று திணறிய நொடிப் பொழுதைப் பயன்படுத்திக் கொண்டு காட்டின் நாலா புறமும் மறைந்திருந்த மராட்டிய வீரர்கள் பெரும் தாக்குதலை நிகழ்த்தினார்கள். ஒரு மேல்தட்டுக் குதிரைப்படைப் பிரிவுடன் சிவாஜியே அந்தப் போரில் முன்னணியில் இருந்தது குறிப்பிடத் தக்கது.

இப்படிப்பட்ட ஒரு அதிரடித் தாக்குதலை சற்றும் எதிர் பார்க்காத முகலாயப் படை குழப்பமடைந்தது. ஒருங்கிணைந்து தாக்குதல் நடத்த முடியாமல் தோல்வியைத் தழுவியது.

அந்தப் போரில் முகலாயப்படைக்குத் தலைமை வகித்தது மராட்டியத்தைச் சேர்ந்த பெண்மணி தளபதி ராய்பகான். களத் தின் சூழ்நிலையை அவர் மிக நன்றாகப் புரிந்து கொண்டார். தோல்வி அடையப் போவது உறுதி என்பது அவருக்குத் தெளி வாகவே தெரிந்துவிட்டது.

எனவே தோல்வியை ஒப்புக்கொண்டு சிவாஜி மகராஜுடன் சமாதானம் செய்து கொள்வதே தற்போதைக்கு ஏற்புடையது என்னும் உண்மையை கர்தாலாப்பிடம் தெரிவித்தார்.

அதை ஏற்றுக்கொண்ட கர்தாலாப் கான், தங்களின் தோல்வியை ஒப்புக்கொண்டார். இதயைடுத்து நான்கு மணி நேரமாக நடந்த சண்டை முடிவுக்கு வந்தது. மராட்டிய வீரர்கள் வெற்றியைப் பெற்றனர்.

தோல்வியுற்ற முகலாயப் படையினர் தங்கள் ஆயுதங்கள் உட்பட அனைத்து உடைமைகளையும் மராட்டியர்களிடம் ஒப்படைத்தனர்.

தோல்வி அடைந்ததை ஒப்புக்கொண்டுவிட்டதால் அவர்களுக்கு மன்னிப்பு வழங்கினார் சிவாஜி மகராஜ். அவர்கள் பாதுகாப்பாகத் திரும்பிச் செல்வதற்கு அனுமதி வழங்கினார். கர்தாலாப் பான், ராய்பகான் ஆகிய இருவரும் விடுவிக்கப்பட்டு, மரியாதையுடன் அனுப்பி வைத்தது மராட்டியப் படை

இதனிடையே ஷயிஸ்டகான் சும்மா இருக்கவில்லை. அவர் வசம் மீதமிருந்த ஒரு லட்சம் வீரர்களுடன் பூனா மற்றும் அதன் அருகே இருந்த சகான் கோட்டை ஆகியவற்றை முற்றுகையிட்டார்.

அச்சமயம் சகான் கோட்டையின் பாதுகாப்பிற்கு சுமார் 350 மராட்டிய வீரர்கள் மட்டுமே இருந்தனர். அக்கோட்டை பிரான்கோஜி நர்சாலா என்பவரின் தலைமையில் அந்தப் படை இருந்தது.

பெரும் படைபலத்தோடு முகலாயர்கள் தாக்குதல் நிகழ்த்திய போது, சுமார் ஒன்றரை மாத காலம் மராட்டிய வீரர்கள் ஈடு கொடுத்து அவர்களை எதிர்த்துப் போரிட்டனர். அதன் பின்னர் கோட்டையின் வெளிப்புறச் சுவரை வெடிகுண்டுகளால் தகர்த்தனர் முகலாயர்கள்.

கோட்டைக்குள் செல்வதற்கு இப்போது அவர்களுக்கு வழி கிடைத்தது. திபுதிபுவென்று உள்ளே நுழைந்த முகலாய சிப்பாய்களின் எண்ணிக்கை மிக அதிகமாக இருந்ததால் மராட்டிய வீரர்களால் தாக்குப்பிடிக்க முடியவில்லை.

இறுதியில் கோட்டை முகலாயர்கள் வசமானது. பிரான்கோஜி நர்சாலாவும், மராட்டிய வீரர்களும் கைது செய்யப்பட்டனர்.

எனினும் பிரான்கோஜியின் துணிச்சலான வீரத்தை மெச்சிய ஷயிஸ்டகான், அவர் முகலாயப் படையில் இணைந்தால் பெருந்தொகை வழங்கப்படும் என்று ஆசை வார்த்தை காட்டினார்.

ஆனால் அதனை ஏற்க மறுத்தார் பிரான்கோஜி. ஒருநாளும் தமது மராட்டியத் தலைவர் சிவாஜிக்கும், தமது மண்ணுக்கும் துரோகம் இழைக்கப் போவதில்லை என்றார் பிடிவாதமாக.

பிரான்கோஜியின் நிராகரிப்பு ஷயிஸ்டகானுக்கு வியப்பை அளித்தது. அவரது ராஜவிசுவாசம் ஆச்சரியம் அடையச் செய்தது.

அவரது உண்மையான வீரத்தையும், நாட்டுப் பற்றையும் பாராட்டிய ஷயிஸ்டகான், பிரான்கோஜியை மன்னித்து விடுதலை செய்தார்.

மீண்டும் சிவாஜி மகராஜிடம் திரும்பி வந்தார் பிரான்கோஜி. அவரது திறமையையும், விசுவாசத்தையும் புகழ்ந்து பாராட்டிய சிவாஜி, புபல்கட் என்னும் கோட்டையை அவருக்குப் பரிசாக வழங்கினார்.

28 சிவாஜியின் தோல்வி

பூனா நகரில் சிவாஜி மகராஜின் மிகப் பெரிய அரண்மனை லால் மஹால். ஆனால் கடந்த ஓராண்டுக் காலமாக அந்த அரண்மனை ஷயிஸ்ட கானின் கட்டுப்பாட்டில் இருந்தது. அங்கிருந்து கொண்டே சுற்றுப்பகுதி களை ஆக்ரமித்துக் கொண்டிருந்தார்.

சிவாஜி கைப்பற்றிய சில பகுதிகளை சிறிது சிறிதாக முகலாயப் படை விழுங்கிக் கொண்டிருந்தது. இதை மேலும் வளர விடுவது பெரும் ஆபத்தாகிவிடும் என்ற எச்சரிக்கை உணர்வு ஏற்பட்டது சிவாஜிக்கு.

அத்துடன் அவரது லால் மஹால் கோட்டையை மீண்டும் கைப்பற்றி அங்கு சென்று தங்க வேண்டும் என்ற ஆவல் உந்தித் தள்ளியது.

எனவே அங்கு ஒரு அதிரடித் தாக்குதலை நிகழ்த்துவதற்குத் தயாரானார் சிவாஜி மகராஜ்.

இதனிடையே ஷயிஸ்டகானின் மீது வெறுப்போடு இருந்தார் ஔரங்கசீப். சிவாஜியை அடக்கி ஒடுக்கி எளிதாக வெற்றி பெற முடியாமல் இன்னும் தொடர்ந்து போராடிக் கொண்டே இருந்தது எரிச்சலை ஏற்படுத்தி இருந்தது. மெலிதாகக் கோபமும் அவருக்கு வந்தது.

ஔரங்கசீப்பின் வெறுப்பை எப்படியாவது போக்க வேண்டும் என்று நினைத்து அலி ஆதில்ஷாவிற்குச் சொந்தமான பரிந்தா என்ற கோட்டை மீது தாக்குதல் நடத்தி அதைக் கைப்பற்றினார் ஷயிஸ்டகான். தொடர்ந்து சில வெற்றிகளையும் குவிக்கத்தான் செய்தார்.

ஆனாலும் அதனால் ஔரங்கசீப்பை திருப்தி அடையச் செய்ய முடியவில்லை என்பதே உண்மை.

சிவாஜியைப் பணிய வைப்பதற்காக ஷயிஸ்டகானுக்கு உதவியாக ஜஸ்வந்த் சிங் என்னும் ராஜபுத்திரர் ஒருவரை பூனாவிற்கு அனுப்பி வைத்தார் ஔரங்கசீப்.

இச்சமயத்தில் பூனாவின் நிலைமையைத் தீவிரமாகக் கண் காணித்தார் சிவாஜி. அங்கு பலத்த பாதுகாப்பு காணப்பட்டது. ஒரு சிறு துரும்புகூட உள்ளே நுழைய முடியாத அளவிற்குக் காவல் கடுமையாக இருந்தது.

அப்படியானால் எப்படி உள்ளே நுழைந்து லால் மஹாலைக் கைப்பற்றுவது?

சிவாஜியின் புத்திசாலித்தனமான மூளை அற்புதமான ஓர் யோசனையைப் பிறப்பித்தது.

1663ஆம் ஆண்டு ஏப்ரல் மாதம் பூனாவில் ஓர் திருமண ஊர்வலத்திற்கு சிறப்பு அனுமதி பெறப்பட்டது. அந்த விழாவைப் பயன்படுத்தி அதிரடித் தாக்குதல் நிகழ்த்தத் திட்டமிட்டார் மகராஜ்.

அந்த ஊர்வலத்தில் சாதாரண விருந்தினர்களைப் போல மராட்டிய வீரர்கள் மாறுவேடத்தில் கலந்து கொண்டு பூனா நகருக்குள் பிரவேசித்தார்கள்.

பூனாவின் அத்தனை மூலை முடுக்குகளும் சிவாஜிக்கு அத்துப்படி. ஏனென்றால் இளமைக் காலத்தின் பெரும்பகுதியை அவர் அங்குதான் கழித்திருந்தார்.

லால் மஹால்

சிவாஜியின் இளம் வயது நண்பர்களில் ஒருவரான சிம்மனாஜி தேஷ்பாண்டே, இந்தத் தாக்குதலுக்குப் பெருமளவில் உதவி செய்தார். பிரத்யேகக் காவல் உதவிகளை அவர் செய்து கொடுத்தார்.

மேலும் முகலாயப் படையில் மராட்டிய வீரர்களும் இருக்கத் தான் செய்தார்கள். இதனால் சிவாஜியின் படை வீரர்களுக்கும், முகலாயப் படையின் மராட்டிய வீரர்களுக்கும் இடையே வித்தியாசத்தைக் கண்டறிவது என்பது மிகவும் சிரமமாகவே இருந்தது.

இந்த வகையான குழப்பத்தைத் தனக்குச் சாதகமாக்கிக் கொண்டார் சிவாஜி. அவரின் மிகுந்த நம்பிக்கைக்குப் பாத்திர மான வீரர்கள் முகலாயப் படை முகாமுக்குள் ஊடுறுவினார்கள்.

ஆக, அரண்மனைக்குள் இப்போது மராட்டியப் படையினர் கலந்து தங்கள் வேலையைக் காண்பிக்கத் தொடங்கினார்கள். சுவர் ஒன்றை இடித்து அரண்மனைக்குள் நுழைவதற்கான வழியும் அமைக்கப்பட்டது. அதன் வழியே நேதாஜி பால்கர் மற்றும் சிம்னாஜி ஆகியோர் சிவாஜி மகராஜின் பாதுகாப்புக்காக முதலில் உள்ளே நுழைந்தார்கள்.

சிவாஜியின் மற்றொரு நீண்டகால விசுவாசி பாபாஜி தேஷ் பாண்டே என்பவரும் சிறப்பான முறையில் இந்தத் தாக்குதலில் சிவாஜிக்குத் தோள் கொடுத்தார்.

இப்படியொரு தாக்குதலை எதிர்பாராத ஷயிஸ்டகான் அதிர்ந்து போனார். அவரது படையினரும் சரியான வழிகாட்டல் இல்லாமல் நிலைகுலைந்து காணப்பட்டதால் வெகு விரைவில் தோல்வியைச் சந்திக்க வேண்டிய சூழல் ஏற்பட்டது.

ஆபத்து சூழ்ந்துவிட்டதைப் புரிந்து கொண்ட ஷயிஸ்டகான் தனது உயிரைக் காப்பாற்றிக் கொள்வதற்காக லால் மஹாலில் நிறைந்திருந்த பெண்கள் கூட்டத்திற்குள் சென்று ஒளிந்து கொண்டார்.

ஆனாலும் மராட்டியப் படை அவரை மோப்பம் பிடித்து விட்டது. கடைசியில் சிவாஜிக்கும், ஷயிஸ்டகானுக்கும் இடையே நேருக்கு நேர் மோதல் ஏற்பட்டது. ஆபத்து ஏற்பட்டுவிட்டதை அறிந்த ஷயிஸ்டகானின் மனைவியர்களில் ஒருவர் உடனடியாக அங்கிருந்த விளக்குகளை அணைத்து இருள் சூழச் செய்தார்.

ஷயிஸ்டகான் அந்த இருட்டைப் பயன்படுத்தித் தப்பிவிடக் கூடாது என்று நினைத்த சிவாஜி தனது வாளால் ஓங்கி அவர் மீது தாக்கினார். ஆனால் அதற்குள் அங்கிருந்த ஜன்னல் வழியாக வெளியே தப்பிச் செல்ல முனைந்ததால் ஷயிஸ்டகானின் மூன்று

விரல்கள் மட்டும் வெட்டப்பட்டது. உயிருக்கு ஆபத்தில்லாமல் தப்பியோடிவிட்டார்.

ஆக, மரணத்தின் அருகில் இருந்து அதிர்ஷ்டவசமாகத் தப்பினார் ஷாயிஸ்டகான். எனினும் இந்தச் சண்டையில் அவரது மகனை இழந்தார். மட்டுமல்லாமல் அவரது பாதுகாவலர்கள் மற்றும் வீரர்களையும் இழக்க வேண்டிய துர்ப்பாக்கிய நிலைக்கு ஆளானார்.

இந்தத் தாக்குதல் 24 மணி நேரம் நடந்தது. வெட்டுப்பட்ட விரல்களோடு பூனாவை விட்டே ஓடிவிட்டார். வடக்கே ஆக்ராவிற்குப் போய் உயிர் தப்பினார் ஷாயிஸ்டகான்.

அவர் தப்பியோடிய செய்தி உடனடியாக மராட்டிய வீரர் களுக்குத் தெரிவிக்கப்படுகிறது. ஏனென்றால் முகலாயப் படை கோபத்தில் கடுமையான தாக்குதலில் ஈடுபட வாய்ப்பு உள்ளது என்பதால் மராட்டிய வீரர்கள் முன்னெச்சரிக்கையாக இருக்க வேண்டியது அவசியம் அல்லவா?

மேலும் முகலாயப் படையினரின் ஆத்திரம் கலந்த மூர்க்கத் தனமான தாக்குதலில் இருந்து தப்பிப்பதற்காக சிவாஜியின் மூளை அருமையான தந்திரம் ஒன்றை பிரசவித்தது.

மாடுகளின் கொம்புகளில் தீப்பந்தங்களைக் கட்டி வைத்தார் கள் மராட்டிய வீரர்கள். பின்னர் அவைகளை அங்கிருந்த மலைச் சரிவுகளை நோக்கி விரட்டியடித்தார்கள்.

இதைப் பார்த்த முகலாயப் படை, தனது வீரர்களுடன் சிவாஜி கூட்டமாகத் தப்பிச் செல்வதாக நினைத்து மாடுகளைத் துரத்திக் கொண்டு வேகமாகச் சென்றார்கள்.

இந்தச் சந்தர்ப்பத்தைப் பயன்படுத்திக் கொண்டு சிவாஜி, தமது வீரர்களோடு வேறொரு பாதை வழியாக அங்கிருந்து தப்பிச் சென்றுவிட்டார்.

இந்த விஷயங்களை அறிந்த ஔரங்கசீப் அவமானத்தால் துடித்துப்போனார். முகலாயப் படைக்கு நேர்ந்த துடைக்கவே முடியாத அவமானம் என்று நினைத்து வேதனை அடைந்தார்.

பெரிதும் நம்பிக்கைக்குப் பாத்திரமாக இருந்த ஷாயிஸ்ட கான் இவ்வாறு கேவலமாகத் தோற்றுப் போனது அவருக்கு ஆத்திரத்தை வரவழைத்தது. அந்தப் பொறுப்பில் இருந்தும் அவரை நீக்கியதோடு தண்டனையாக ஷாயிஸ்டகானை வெகு

தொலைவில் உள்ள வங்காளத்திற்கு மாற்றல் செய்து உத்தர விட்டார்.

சிவாஜியைப் பழிக்குப்பழி வாங்க வேண்டும் என்று ஷாயிஸ் டகான் எவ்வளவோ கெஞ்சியும் அதற்கு ஔரங்கசீப் இணங்கவே இல்லை

முகலாய சாம்ராஜ்யத்திற்கு எதிரான தனது போரை மேலும் முடுக்கிவிட்டார் சிவாஜி மகராஜ். முகலாயப் பகுதிகளில் பெருந் தாக்குல்களை நடத்தினார்.

1664ஆம் ஆண்டு முகலாயர்களின் முக்கிய வர்த்தக நகரான சூரத் மீது மிகப் பெரிய தாக்குதலைத் தொடுத்தார். அது செல்வ வளம் மிகுந்த நகரம். முகலாய சாம்ராஜ்யத்திற்கு ஏராளமான வருமானத்தை அள்ளித் தந்து கொண்டிருந்த நகரம் அது. அங்கிருக்கும் செல்வத்தை சூறையாடித் தமது கருவூலத்தில் சேர்ப்பதில் அதிக ஆர்வமாக இருந்தார்.

அதற்கு முக்கியக் காரணம் என்னவென்றால் தொடர்ந்து நிகழ்ந்த போரினால் அவரது கருவூலம் சுத்தமாக பூஜ்யம் என்ற நிலையைத் தொட்டிருந்தது. எனவே நிர்வாகம் செய்வதற்கு நிச்சயமாக செல்வம் தேவை என்ற சூழல் அப்போது நிலவியது.

அடுத்து, ஷாய்ஸ்டகானால் மராட்டிய மாகாணம் கைப் பற்றப்பட்டு முழுமையாக சூறையாடப்பட்டிருந்தது. அதற்குப் பழிதீர்க்கும் நடவடிக்கையாகவும் சூரத் மீதான தாக்குதல் நடத்த வேண்டியது சிவாஜி மகராஜுக்கு அவசியமாக இருந்தது.

எனவேதான் பெருந் தாக்குதலைத் தொடுத்து சூரத் நகரைச் சூறையாடியது மராட்டியப் படை.

அடுத்து அகமத்நகர் சூறையாடப்பட்டது. ஔரங்காபாத் நகரைச் சுற்றியிருந்த பகுதிகளும் தாக்குதலுக்கு உள்ளாயின. திடீரென்று கொங்கண் பகுதிக்கு வந்த சிவாஜியின் வீரர்கள், அங்கிருந்த பீஜாப்பூர் படைகளைத் துவம்சம் செய்தனர்.

ஆத்திரம் இன்னும் அதிகமாயிற்று ஔரங்கசீப்புக்கு. தன் மகன் முவ்வாஸம் என்பவரை மராட்டியப் படைக்கு எதிராகப் போரிட்டு வெற்றியை ஈட்டி வருமாறு பெரும் படையுடன் அனுப்பி வைத்தார்.

ஆனால் முவ்வாஸத்திற்கு போர் அனுபவம் கொஞ்சமும் கிடையாது. எனவே அவரது படையை மராட்டிய வீரர்கள் சின்னாபின்னமாக்கினர்.

பசி பட்டினி யாலும், குடிப்பதற்குத் தண்ணீர் கூட இல்லாமலும் முகலாய வீரர்கள் மடிய ஆரம்பித்தார்கள்.

அதே நிலைமைதான் முவ்வாஸத்துக்கும். கிட்டதட்ட இறக்கும் தருவாயில் இருந்த முவ்வாஸம் எப்படியோ மீட்கப்பட்டார்.

எனவே ஜெய்ப்பூர் மகாராஜா ஜெய்சிங் தலைமையில் மற்றொரு படையை சிவாஜிக்கு எதிராகப் போரிட தக்காணத்திற்கு அனுப்பி வைத்தார் ஔரங்கசீப். சுமார் ஒரு லட்சம் வீரர்கள் அந்தப் படையில் இருந்தனர்.

மகாராஜா ஜெய்சிங்

மன்னர் ஜெய்சிங்கும் ஷாயிஸ்டகானைப் போலவே மிகச் சிறந்த வீரர். சாணக்கியமும், போர்த் தந்திரங்களும் நிறைந்தவர். அவருடன் மற்றொரு போர்த்திறன் மிக்க தில்திர்கான் என்பவரையும் அனுப்பி வைத்தார் ஔரங்கசீப்.

ஜெயசிங்கை அனுப்பி வைத்ததில் இன்னொரு முக்கியக் காரணமும் இருந்தது. சிவாஜியைப் போலவே ஜெய்சிங்கும் ஒரு இந்து மன்னர். இந்து மதத்தின்மீது ஆழ்ந்த பற்று கொண்டவர். எனவே சிவாஜியின் மனோபாவங்களை நன்றாக அவர் அறிந்திருக்கக்கூடும் என்று நினைத்தார்.

ஔரங்கசீப்பின் இந்தத் திட்டம் மிகச் சரியாகவே இருந்தது. மராட்டிய வீரர்களை மெல்ல மெல்ல வெற்றி கொள்ள ஆரம்பித்தார் மன்னர் ஜெய்சிங். தனது மிரட்டலுக்குப் பணிய மறுத்த மராட்டிய வீரர்களை விலை கொடுத்து வாங்கினார்.

எனவே சிவாஜியின் அதிகாரத்தின் கீழிருந்த கோட்டைகள் ஒவ்வொன்றாக ஜெய்சிங் வசமாகத் தொடங்கின. மராட்டிய வீரர்களுக்கு இது அதிர்ச்சியையும் அச்சத்தையும் தந்தது.

மட்டுமல்லாமல் இந்தச் சண்டையில் மற்றொரு துயரச் சம்பவமும் நிகழ்ந்தது. சிவாஜியின் மனைவி மற்றும் குழந்தைகள் ஜெய்சிங்கின் பிடியில் சிக்கிக்கொள்ள நேர்ந்தது.

புரந்தர் கோட்டையைக் கைப்பற்றுவதற்காக நிகழ்ந்த அந்த முக்கியச் சண்டையில் தான் தோற்பது உறுதி என்பதைத் தெளிவாக உணர்ந்துகொண்டார் சிவாஜி மகராஜ். தனது படையினர் மடிந்து கொண்டே இருந்தது அவருக்குக் கவலையை அளித்தது.

எனவே போரை நிறுத்திக் கொள்வதற்கு முன்வந்தார். மன்னர் ஜெய்சிங்குடன் சமாதானப் பேச்சு நடத்த மடல் ஒன்றை அனுப்பி வைத்தார்.

பீஜாப்பூரின் மீது ஜெய்சிங் படையெடுத்தால் அதற்கு உதவி செய்யத் தயாராக இருப்பதாக அந்த மடலில் தெரிவித்திருந்தார். ஒருவேளை இதற்கு ஜெய்சிங் சம்மதிக்க மறுத்தால் சுல்தான் அலி ஆதில்ஷாவுடன் கைகோர்த்துக் கொண்டு முகலாயப் படைக்கு எதிராகப் போராடப் போவதாகவும் எழுதியிருந்தார்.

மேலும் சமாதானத்தின் ஒரு பகுதியாக, சிவாஜி வென்றெடுத்த அத்தனை பகுதிகளையும் தன்னிடமே விட்டுக் கொடுக்க வேண்டும், தக்காணத்தின் முழுப் பொறுப்பையும் தன்னிடம் அளித்துவிட வேண்டும் என்றும் குறிப்பிட்டிருந்தார்.

சிவாஜியைப் பற்றி நன்றாகவே அறிந்திருந்த காரணத்தால் சமாதானப் பேச்சு நடத்த ஒப்புக்கொண்டார் ஜெய்சிங். அவரது இந்தச் சமாதானத்திற்கு தில்திர்கான் கடுமையாக எதிர்ப்பு தெரிவித்தார். ஆனாலும் அந்த எதிர்ப்பை ஜெய்சிங் பொருட்படுத்தவில்லை. அத்துடன் தனது நிலைப்பாட்டை விளக்கி ஔரங்கசீப்புக்கு தகவல் கொடுத்தார்.

அத்துடன் இதுகுறித்து ஔரங்கசீப்பிற்குத் தகவல் கொடுத்து விட்டதாகவும், சிவாஜியை ஆக்ராவுக்கு அழைத்துச் சென்று

ஔரங்கசீப்பிடம் நேரடியாக அறிமுகம் செய்து வைப்பதாகவும் சிவாஜிக்குத் தகவல் அனுப்பினார் ஜெய்சிங்.

தனது குடும்பம், மற்றும் படைவீரர்களது மரியாதையைக் காப்பாற்றியே தீரவேண்டிய கட்டாயத்திலிருந்த சிவாஜி, சிறிது தயக்கத்திற்குப் பிறகு அதற்கு ஒப்புக்கொண்டார்.

இதனையடுத்து சிவாஜி மகாராஜ் மற்றும் ஜெய்சிங்கிற்கு இடையில் புரந்தர் உடன்படிக்கை கையெழுத்தானது. அதன்படி சிவாஜி மகாராஜ், அவருக்குச் சொந்தமான 23 கோட்டைகளையும்,. 4 லட்சம் ரூபாயையும் முகலாயர்களுக்கு அளிக்க ஒப்புக்கொள்ளப்பட்டது. மேலும் அவர் மகன் சம்பாஜியை ஒரு முகலாய சர்தாராக அனுப்பவும், ஔரங்கசீப்பின் முகலாய சபையில் சேவை செய்யவும் சிவாஜி ஒப்புகொண்டார்.

அதே வேளையில் பாரசீக இரண்டாம் ஷா அப்பாஸ் இந்தியாவை நோக்கிப் பெரும் படையுடன் வந்துகொண்டிருந்தார். அதனால் பாரசீகப் படையை எதிர்கொள்ள வேண்டிய கட்டாய நெருக்கடியில் இருந்தார் ஔரங்கசீப்.

தக்காணத்திலும் காபூலிலுமாக இரண்டு போர்களை ஒரே நேரத்தில் எதிர்கொள்ள அவர் தயாராக இல்லை. மேலும் சிவாஜியைவிட பாரசீகப் படையெடுப்புதான் மிக ஆபத்தானது என்று நினைத்தார். எனவே சிவாஜியைச் சந்திப்பதற்கு அவர் ஒப்புக்கொண்டார்.

அத்துடன் சிவாஜி மகராஜுக்கு விலை உயர்ந்த பட்டாடை ஒன்றைப் பரிசாக அனுப்பி வைத்தார். சிவாஜியின் மகன் சாம்பாஜிக்கு 5 ஆயிரம் குதிரைகளைக் கொண்ட மன்ஸபத் என்னும் பதவியும் வழங்கப்படுவதாகக் குறிப்பிட்டிருந்தார்.

மன்னர் ஜெய்சிங் இதை மிகப் பெரிய வெற்றியாகவே நினைத்தார்.

29 சிறையில் சிவாஜி

ஆக்ராவிற்குப் புறப்படுவதற்கு முன்னர் சிவாஜி முக்கியமானவர்களுடன் ராய்காட்டில் தீவிர ஆலோசனை நடத்தி, பொறுப்புகளைப் பிரித்து ஒப்படைத்தார். தான் திரும்பி வருவதற்கான உறுதி எதுவும் இல்லாத காரணத்தால், நடப்பதை விதியின் கையில் விட்டுவிட்டு, தன்னுடைய தாயார் ஜீஜாபாயிடம் உத்தரவுபெற்று, ஆக்ராவுக்குப் பயணமானார்.

அதன்படி, மார்ச் 5, 1666 அன்று ராய்காட்டில் இருந்து ஆக்ராவுக்குப் பயணத்தைத் தனது மகன் சாம்பாஜியுடன் துவங்கினார் சிவாஜி. அவர்களுடன் நான்காயிரம் படை வீரர்களும் அணிவகுத்துச் சென்றனர்.

அப்படியே ராய்காட்டிலிருந்து புறப்பட்டு ஔரங்காபாத்தை வந்தடைந்தார் சிவாஜி. அங்கே ஐந்நூறு முகலாய குதிரைப் படையினரும், அதே அளவிலான காலாட் படையினரும் அணிவகுத்து மரியாதை செய்தார்கள்.

சிவாஜி மகராஜின் படைப் பிரிவில் அவரது மிகச் சிறந்த அமைச்சர்களும், படைத்தலைவர்களும் இருந்தார்கள்.

ஔரங்காபாத் நகரம் முழுவதும் திரண்டுவந்து ஊர்வலத்தை வேடிக்கை பார்த்தது. சிவாஜியை மிகச் சிறிய ஜமீந்தாராக எண்ணிக்கொண்ட ஔரங்காபாத் ஆளுநர் சஃபி ஷிகான் கான் என்பவர், சிவாஜியை நேரடியாக வரவேற்க வரவில்லை. அதேநேரத்தில் தன்னைவந்து சிவாஜி பார்க்கவேண்டும் என்றும் அவர் எண்ணிக் கொண்டிருந்தார்.

ஆனால் சஃபி ஷிகானை உதாசீனப்படுத்துகிற மாதிரி சிவாஜி நேராக ராஜா ஜெய்சிங்கின் அரண்மனைக்குப் போய் அங்கே தங்கினார்.

ஆளுநர் சஃபி ஷிகான் கானும் அவரது பிரதானிகளும் சிவாஜியை எதிர்பார்த்துக் காத்துக் கொண்டிருப்பதாக சிவாஜிக்குத் தகவல் சொல்லப்பட்டது.

உடனே கோபமடைந்த சிவாஜி, 'யாரிந்த சஃபி ஷிகான் கான்? என்ன மாதிரியான பதவியில் இருக்கிறார், அந்த ஆளை நான் ஏன் சென்று பார்த்து மரியாதை செய்ய வேண்டும்? அவரல்லவா என்னைச் சந்தித்து மரியாதை செலுத்த வேண்டும். ஏன் அவர் அப்படிச் செய்யவில்லை?' என்று சீறினார் சிவாஜி மகராஜ்.

சிவாஜியின் சீற்றத்தைக் கேள்விப்பட்ட சஃபி ஷிகானும், அவரது பிரதானிகளும் வேகமாக விரைந்து வந்து சிவாஜிக்கு மரியாதை செய்தனர். மறுநாள் ஆளுனரின் இருப்பிடத்திற்குச் சென்று அந்த மரியாதையைத் திரும்பச் செலுத்தினார் சிவாஜி.

சிவாஜியின் ஆக்ரா பயணத்திற்காக முகலாய அரசு கொடுக்கவேண்டிய நான்கு லட்சம் ரூபாய் வந்து சேரும்வரை ஔரங்காபாத்தில் தங்கியிருக்கத் தீர்மானித்தார் சிவாஜி.

அந்தப் பணம் கைக்கு வந்து சேர்ந்ததும், ஆக்ரா நோக்கித் தமது பயணத்தைத் தொடர்ந்தார். ஔரங்காபாத்தில் இருந்து ஆக்ரா வரைக்கும் சிவாஜியும் அவரது படை வீரர்களும் மிகுந்த மரியாதையுடன் நடத்தப்பட்டனர். அவ்வாறு நடத்தப்பட

வேண்டும் என்பது ஔரங்கசீப்பின் உத்தரவு. அரசகுலத்தில் பிறந்த ஒருவருக்குத் தரப்படவேண்டிய அத்தனை மரியாதைகளும் குறைவின்றி சிவாஜிக்கு அளிக்கப்பட்டன.

1666ஆம் ஆண்டு மே மாதம் 9ஆம் தேதி ஆக்ராவை வந்தடைந்தார் சிவாஜி.

அதே ஆண்டு ஜனவரி 22ஆம் தேதி அன்றுதான் ஷாஜஹான் ஆக்ராவில் காலமானார். அதைத் தொடர்ந்து முகலாயப் பேரரசின் முழு அதிகாரமும் ஔரங்கசீப்பின் கைக்கு வந்து சேர்ந்திருந்தது.

அரியணைக்குப் போட்டியிட யாரும் இல்லாத நிலைமையில் அதிகாரத்தைக் கைப்பற்றியதால் மிகுந்த மகிழ்ச்சியில் இருந்தார் ஔரங்கசீப்.

மேலும் அப்போது தனது ஐம்பதாவது பிறந்த தினத்தை மிகக் கோலாகலமாகக் கொண்டாடிக் கொண்டிருந்தார்.

இப்படிப்பட்ட ஒரு சூழலில்தான் சிவாஜி ஆக்ரா சென்றார். தமது முகலாய சாம்ராஜ்யத்தின் செல்வச் சிறப்பையும், வலிமையையும் காட்டுவதற்காக ஆக்ரா அரண்மனை முழுவதும் மிக அழகாக அலங்காரம் செய்யப்பட்டிருந்தது.

சிவாஜியை ராஜா ஜெய்சிங்கின் மகன் ராம்சிங் வரவேற்றார். முகலாய அரசின் சார்பாக யாரோ ஒரு சாதாரண அதிகாரி தன்னை வரவேற்க வந்திருப்பதை அறிந்த சிவாஜிக்கு கோபம் வந்துவிட்டது.

ராஜா ஜெய்சிங்கின் அரண்மனைக்கும் தாஜ்மஹாலுக்கும் இடைப்பட்ட பகுதியில் சிவாஜி தங்கவைக்கப்பட்டார். சிவாஜியை மகிழ்விப்பதற்காக அந்தப் பகுதிக்கு ‘ஷிவ்புரா‘ எனத் தற்காலிகமாகப் பெயரிடப்பட்டது.

மே மாதம் 12ஆம் நாள் வரலாற்றுச் சிறப்புப் பெற்ற தினம் என்றே சொல்ல வேண்டும். இந்திய தேசத்தில் இருபெரும் மாசக்திகளாகத் திகழ்ந்த சிவாஜியும், ஔரங்கசீப்பும் ஒருவரை ஒருவர் நேரில் சந்தித்த முக்கிய நாள்.

அவர்களின் சந்திப்பு அனைவராலும் நன்கு அறியப்பட்ட முகலாய ராஜ தர்பார் ‘திவான் இ ஆம்’ என்னும் இடத்தில் நிகழ்ந்தது. அந்த இடம் அழகுற அலங்கரிக்கப்பட்டிருந்தது.

முகலாய ராஜப் பிரதானிகள், படையினர் அவரவரின்

தகுதிக்கேற்ப தர்பாரின் உள்ளே அமைந்த தங்க வளையத் தடுப்புகளுக்கும், வெள்ளி வளையத் தடுப்புகளுக்கும் உள்ளேயோ அல்லது வெளியேயோ அமர்ந்திருந்தார்கள்.

முகலாய அரசு உச்சத்தில் இருந்த காலம் அது என்பதால். விலைமதிப்பற்ற மயிலாசனத்தில் ஔரங்கசீப் அமர்ந்திருந்தார். அவரைச் சுற்றிலும் அவரின் நம்பிக்கைக்குப் பாத்திரமானவர்கள் நின்றிருந்தார்கள்.

சிவாஜி ஒரு மந்திரவாதி என ஔரங்கசீப்பின் மாமா ஷாயிஸ்டாகான் எச்சரித்திருந்ததால், அதற்கு எதிராக எடுக்க வேண்டிய அத்தனை பாதுகாப்பு நடவடிக்கைகளையும் ஔரங்கசீப் எடுத்திருந்தார். ஆனால் ஷாயிஸ்டகான் அன்று அவைக்கு வரவில்லை. அவரது மனைவி, ஔரங்கசீப்பின் மனைவி, மகள்கள் ஆகியோர், அரண்மனைப் பெண்களுடன் திரைக்குப் பின்னால் அமர்ந்து, அரசவை நடவடிக்கைககளைக் கவனித்துக் கொண்டிருந்தார்கள்.

சிவாஜியால் கொல்லப்பட்ட அவளது மகனின் நினைவுடன், ஷாயிஸ்டாகானின் மனைவி சிவாஜியை எதிர்நோக்கிக் கடுங் கோபத்துடன் காத்திருந்தாள்.

சிவாஜியை வரவேற்ற ராஜா ஜெய்சிங்

ஔரங்கசீப்புடன் சிவாஜி

நிராயுதபாணியான சிவாஜியுடன் அவரது சொந்த அலுவலர்கள் பத்துப் பேர்கள் மட்டுமே அழைத்துவர அனுமதிக்கப் பட்டிருந்தனர். ராஜா ஜெய்சிங்கின் மகன் ராம்சிங் சிவாஜியையும், அவரது ஒன்பது வயது மகன் சாம்பாஜியையும் அரசவைக்கு அழைத்து வந்தார்.

சிவாஜியை ஔரங்கசீப்பிற்கு ராம்சிங் அறிமுகம் செய்து வைத்ததும், 'வாருங்கள் சிவாஜி' என்று வரவேற்றார் ஔரங்கசீப்.

ஔரங்கசீப்பின் முன்னர் நிறுத்தப்பட்ட சிவாஜி அவருக்கு மூன்றுமுறை பணிந்து சலாம் செய்தார். ஆனால் அவ்வாறு சலாம் செய்ய மறுத்திருந்தார் சிவாஜி. அதுதொடர்பாக ராம்சிங்குடன் அவர் வாதம் செய்தார். ஆனால் இறுதியில் அரசவை விதிகளை மீறாமல் இருக்க வேண்டும் என்றும், அதனால் அவ்வாறு சலாம் செய்ய வேண்டும் என்றும் ராம்சிங் கேட்டுக் கொள்ளவே, அதற்கு இணங்கினார்.

உண்மையில் மூன்று சலாம்களும் ஔரங்கசீப்புக்குக் கொடுக்கவில்லை என்பதைக் காரண காரியங்களுடன் சிவாஜி விளக்கியதும் உண்டு.

முதலாவது சலாம் சிவபெருமானுக்கு. இரண்டாவது சலாம் பவானி தேவிக்கு. மூன்றாவது சலாம் அவருடைய தந்தைக்கு. இதுதான் அந்த மூன்று சலாம்களுக்கான அர்த்தம்.

மூன்றாவது சலாமிற்குப் பிறகு ஔரங்கசீப்பை ஏறிட்டு நிமிர்ந்து பார்த்து பார்வையைப் பகிர்ந்து கொண்டார் சிவாஜி. அரசவை விதிகளின்படி யாரும் பாதுஷாவை ஏறிட்டுப் பார்க்கக் கூடாது. பாதுஷாவே அழைத்தாலன்றி வரக்கூடாது அல்லது பதிலளிக்கக்கூடாது.

ஆனால் அந்த விதிகளைப் பற்றி சிவாஜி கவலைப்படவே இல்லை.

பின்னர் சிவாஜி இரண்டாம் தர அரசவைப் பிரதானிகள் அமர்ந்திருக்கும் பகுதிக்கு அழைத்துச் செல்லும்படி ராம்சிங்கிடம் ஆணையிடுகிறார் ஔரங்கசீப்.

அப்போது பெண்கள் பகுதியில் இருந்த ஷாயிஸ்டகானின் மனைவி தன் மகனைக் கொன்ற சிவாஜியை உடனே கொல்ல வேண்டும் என்று கூச்சலிட்டாள்.

இது அவையில் பெரும் சலசலப்பை ஏற்படுத்தியது. ஔரங்க சீப்பாலும் உடனடியாக அவளை அடக்க இயலவில்லை. ஒரு வேளை அது சிவாஜியை அவமானப்படுத்த ஔரங்கசீப்பே நடத்திய நாடகமாக இருக்கலாம் என்றும் சந்தேகம் எழத்தான் செய்தது.

இதனால் சிறிது எரிச்சலடைந்தார் சிவாஜி. தனக்கு முன்னால் நின்றிருப்பது யார் என ராம்சிங்கிடம் கேட்டார். அவர் ராஜா ஜஸ்வந்த்சிங் என்று பதிலளித்தார்.

அவரை உடனடியாக சிவாஜிக்கு அடையாளம் தெரிய வில்லை. மேலும் அவரைத் தனக்கு இணையானவராகவும் நினைக்க வில்லை. தன்னை இப்படி இரண்டாம் நிலை அரசவையைச் சேர்ந்தவர்கள் இருக்கும் பகுதிக்கு அழைத்துவந்து ஔரங்கசீப் அவமானப்படுத்தி விட்டதாக நினைத்தார்.

கோபம் பொத்துக்கொண்டு வந்தது. பல்லைக் கடித்துக் கொண்டு அடக்கிக் கொண்டார்.

அப்போது சிவாஜிக்கு வழங்கப்பட இருக்கும் பதவி, பட்டம் குறித்து வாசிக்கப்பட்டது. அதன்படி சிவாஜிக்கு ஆண்டுக்கு 30 ஆயிரம் ரூபாய் அன்பளிப்பாக வழங்கப்படும் என்றும், 5 ஆயிரம் குதிரைகள் அடங்கிய படையின் தலைவராக நியமிக்கப்படுவார் என்றும் அறிவிக்கப்பட்டது.

அதே தலைமை பதவிதான் சிவாஜியின் 9 வயது மகன்

சாம்பாஜிக்கும் வழங்கப்படுவதாக அறிவிக்கப்பட்டதும் கோபத்தின் உச்சத்திற்கே சென்றுவிட்டார்.

ஆக்ராவிற்கு வருவதற்கு முன்னர் ராஜா ஜெய்சிங்குடன் செய்துகொண்ட உடன்படிக்கையின்படி சிவாஜி பிற அரசர் களுக்கு இணையாக நடத்தப்படுவதுடன், தக்காணப்பகுதி அவருடைய பொறுப்பில் விடப்படும் என்றும் முடிவு செய்யப்பட்டிருந்தது.

ஆனால் அந்த உடன்படிக்கை இங்கே மீறப்பட்டுள்ளது. வேண்டுமென்றே சிவாஜியை சிறுமைப்படுத்திவிட்டார் ஔரங்கசீப். இப்படிப்பட்ட அவமானத்தைப் பொறுத்துக் கொள்கிற ஆள் கிடையாது சிவாஜி மகராஜ்.

பொங்கி எழுந்தார்.

‘எனக்கும் என் மகனுக்கும் ஒரே பதவியா? வேண்டுமென்றே என்னை அவமானப்படுத்துகிறீர்களா?’ என்று கேட்டு ஔரங்கசீப்பை நோக்கிப் பாய்ந்தார். ஆனால் அவரை சிலர் சூழந்து கொண்டு கடுமையாகத் தாக்கவே மயங்கிச் சாய்ந்தார்.

சிவாஜியின் செயலைப் பார்த்து கோபம் அடைந்தார் ஔரங்கசீப்.

அப்போது பெண்கள் பகுதியில் இருந்த ஔரங்கசீப்பின் பாசத்திற்குரிய மகள் ஜெபுன்னிஸா பேகம் நடப்பவற்றை உற்றுக் கவனித்தார். சிவாஜிக்கு உரிய சிகிச்சை அளிக்க வேண்டும் என்று தந்தையைக் கேட்டுக் கொண்டார். அதன்படி அவருக்கு உரிய சிகிச்சை அளிக்க ஔரங்கசீப் உத்தரவிட்டார்.

தொடர்ந்து சிவாஜியைக் காவலில் வைக்குமாறும் அவர் உத்தரவிட்டார்.

இதனையடுத்து ஆக்ராவின் ஜெயபுரி மாளிகையில் சிவாஜி அடைக்கப்பட்டார். மாளிகையைச் சுற்றிலும் முகலாய வீரர்கள் காவல் காத்தனர். அவர்களுக்குக் கட்டுப்பட்டு சிவாஜி நடக்க வேண்டிய கட்டாயத்திற்கு ஆளானார்.

தன்னோடு அழைத்துவந்த மராட்டிய வீரர்களை தக்காணத் திற்குத் திருப்பி அனுப்ப நினைத்தார். அதற்காக ஔரங்கசீப்பிடம் பேசி அனுமதி பெற்றார். தனது மகன் சாம்பாஜியையும், ஓரிரு முக்கியமானவர்களையும் மட்டுமே தன்னுடன் வைத்துக் கொண்டார்.

30 சிறையில் இருந்து தப்பித்தல்

முகலாயப் படை வீரர்களுக்குக் கட்டுப்பட்டு எந்தவிதமான எதிர்ப்பும் இல்லாமல் சிவாஜி இருந்துவந்தார். முகலாய அமைச்சர்கள், முக்கியமானவர்களுடன் நன்றாகப் பழகவும் செய்தார்.

தன் மராட்டிய சமையல்காரர் சமைத்த உணவு வகைகளை முகலாய அதிகாரிகளின் மாளிகைக்கு அனுப்பி வைத்தார். பதிலுக்கு அவர்களும் அவ்வாறே அன்பு செய்தனர்.

தொடக்கத்தில் அவ்வாறு அனுப்பப்பட்ட கூடைகளும் பாத்திரங்களும் பாதுகாவலர்களால் கவனமாகப் பரிசோதிக்கப் பட்டன. ஆனால் நாளடைவில் கவனம் குறைந்து போனது. பரிசோதனைகளின் தீவிரமும் குறைந்தது.

அத்துடன் அங்கிருந்த பாதுகாப்புத் தீவிரமும் குறைந்து போய்விட்டது. காவல் இருந்த முகலாய வீரர்களின் எண்ணிக்கையும் கணிசமாகக் குறைக்கப்பட்டுவிட்டது.

இவற்றை எல்லாம் உன்னிப்பாகக் கவனித்து வந்தார் சிவாஜி. இதுபோன்ற சந்தர்ப்பத்தை அவர் வேண்டுமென்றே உருவாக்கியது முகலாயர்களுக்குத் தெரியவில்லை.

இதனிடையே சிவாஜிக்கு உடல்நலம் சரியில்லாமல் போனது. ஔரங்கசீப் தக்க மருத்துவ உதவிகளைச் செய்தார்.

இந்நிலையில் தன் உடல்நிலை சரியாகுவதற்காகச் சில தானங்களைச் செய்ய வேண்டி இருப்பதாகக் கூறி அதற்கான அனுமதியை வழங்குமாறு கேட்டுக் கொண்டார்.

உடனே அனுமதியும் கிடைத்தது. அதன்படி, தினமும் சிவாஜிக்கு கூடைகூடையாக இனிப்புகளும், பழங்களும் வந்தன. அவற்றை வைத்து பூஜைகள் செய்ய ஆரம்பித்தார். பின்னர் அந்த இனிப்புகள் மற்றும் பழங்களைத் துறவிகளுக்கும், ஏழைகளுக்கும் தானமாக அனுப்பினார்.

இந்தச் செயல் பல நாட்கள் தொடர்ந்தன.

இதனையடுத்து அங்கிருந்து தப்பிச் செல்வதற்காகத் திட்டமிட்டார் சிவாஜி. அப்படியே தனது திட்டத்தை நிறைவேற்றுவதற்கான சந்தர்ப்பத்திற்காகக் காத்திருந்தார்.

அப்படிப்பட்ட சந்தர்ப்பமும் ஒருநாள் கூடி வந்தது.

தன் கையில் அணிந்திருந்த மோதிரத்தை ஹிராப்பர் என்பவரிடம் கொடுத்து அவரது கையில் அணிந்து கொள்ளுமாறு கேட்டுக்கொண்டார். அவரும் அப்படியே மோதிரத்தை அணிந்து கொண்டார்.

பின்னர் அவரைத் தன் படுக்கையில் படுக்கச் சொல்லி, ஒரு போர்வையால் முழுவதும் மூடினார். ஆனால் மோதிரம் அணிந்த கை மட்டும் போர்வைக்கு வெளியே நீட்டிக் கொண்டிருப்பது போல அமைத்துக் கொண்டார்.

பின்னர் சிவாஜியும், சாம்பாஜியும் பூஜைக்காக வந்த இனிப்புக் கூடைக்குள் ஒளிந்து கொண்டார்கள்.

கூடைகளும் வழக்கம்போல வெளியே எடுத்துச் செல்லப்பட்டன. பாதுகாவலர்களும் அவற்றை வழக்கம்போலவே சோதனைச் செய்யவில்லை.

ஜெயபுரி மாளிகையை விட்டு எந்தவிதமான பிரச்சனையும் இல்லாமல் சிவாஜியும், சாம்பாஜியும் தப்பித்து வெளியே வந்தனர்.

பின்னர் தாடி மீசையை மழித்துவிட்டு ஆக்ராவிலிருந்து அவர்கள் தப்பித்துச் சென்றனர்.

அங்கிருந்து வழியெங்கும் முகலாயர்களின் கண்களில் சிக்கிவிடாமல் பத்திரமாக வெளியேறினர்.

இதனிடையே ஔரங்கசீப்பின் இரும்புப் பிடியில் இருந்து சிவாஜி மகராஜ் தப்பித்துவிட்ட செய்தி காட்டுத்தீயாய் தக்காணம்

ஔரங்கசீப்புடன் வாக்குவாதம்

பழக்கூடை வழியாகத் தப்பித்தல்

மட்டுமல்லாமல் இந்தியா முழுக்கவும் பரவியது. பவானி தேவியின் அருளால்தான் இவ்வாறு நடந்ததாக அனைவரும் பெருமையுடன் பேசிக் கொண்டார்கள். சிவாஜியின் எதிரிகள்கூட இந்த வீரதீரச் செயலை மெச்சினர்.

ஆக்ராவில் இருந்து பத்திரமாக வெளியேறிய சிவாஜியும், சாம்பாஜியும் ஆறு மணி நேர பயணத்திற்குப் பின்னர் பின்னிரவில் மதுராவை அடைந்தார்கள்.

அன்று ஆக்ராவில் கனமழை. யமுனை நதியில் வெள்ளம் பெருக்கெடுத்தோடியது. இருப்பினும் ஒரு படகோட்டியின் துணையோடு அக்கரையை அடைந்தார்கள். படகோட்டியோ அவர்கள் யார் என்பதைப் புரிந்து கொண்டார். அதையும் நொடிப் பொழுதில் உணர்ந்துகொண்ட சிவாஜி, இந்தப் படகோட்டி உண்மையைச் சொல்லிவிடக் கூடும் என்று நினைத்தார். எனவே கரையில் இறங்கி சற்றுத் தொலைவு சென்றதும், வேறொரு படகில் ஏறி மீண்டும் இக்கரைக்கு வந்தார்.

பின்னர் அங்கே குதிரையில் ஏறி வேகமாகச் சென்ற அவர்கள், மதுராவை அடைந்தனர்.

சிவாஜி நினைத்த மாதிரியே தான் நடந்தது. அங்குவந்த முகலாயப் படையினரிடம் சிவாஜி தென் திசையை நோக்கித் தப்பிச் சென்றதாகத் தெரிவித்தார் படகோட்டி. அவர்களும் அதை உண்மை என்று நம்பி அந்தத் திசை நோக்கி வேகமாகச் சென்றார்கள்.

மதுராவை அடைந்த சிவாஜி அங்கு தன்னை முற்றிலும் உருமாற்றிக் கொண்டார். ராஜ உடையைக் களைந்து ஒரு சாமியாரைப் போன்று உடைகளை அணிந்து கொண்டார். முகத்தை மழுங்கச் சவரம் செய்து கொண்ட அவர், உடல் முழுவதும் சாம்பலைத் தடவிக் கொண்டார்.

சிவாஜியின் முக்கிய அதிகாரிகளான நிராஜி ராவ்ஜி மற்றும் பாலாஜி ஆவோஜி ஆகிய இருவரும் மதுரா முழுவதும் சிவாஜியின் நம்பிக்கைக்குப் பாத்திரமான கிருஷ்ணாஜி, காஷிராவ் மற்றும் விசாஜி என்னும் மூன்று பிராமணச் சகோதரர்களைத் தேடினார். ஒருவழியாக அவர்களைக் கண்டுபிடித்து சிவாஜியின் முன் அழைத்து வந்தார்கள்.

அவர்களுக்குக் கை நிறையப் பணத்தை அள்ளிக் கொடுத்த சிவாஜி மகராஜ், தனது மகன் சாம்பாஜியை அவர்களிடம் கவனமாகப் பார்த்துக் கொள்ளும்படி ஒப்படைத்தார். சில காலத்திற்குப் பின்னர் ராய்காட்டில் இருந்து கடிதம் ஒன்றை அனுப்புவதாகவும், அது தனது கையெழுத்துத்தான் என்பதை உறுதிசெய்த பிறகு சாம்பாஜியை ரகசியமாக தக்காணத்திற்கு அழைத்துவர வேண்டும் என்றும் அவர்களிடம் கூறினார்.

ஒருவேளை தான் இறந்துவிட்டதாகத் தெரியவந்தால், பாது காப்பான முறையில் எப்படியாவது ராய்காட்டில் சாம்பாஜியைக் கொண்டுவந்து சேர்ப்பிக்க வேண்டும் என்றும் ஆணையிட்டார்.

அந்தப் பிராமணர்களும் அப்படியே செய்வதாக வாக்குறுதி அளித்தனர்.

பின்னர் கோஸாயிகளைப் போல நீல நிறத்தாலான உடை தரித்தார். கோஸாயிகளுடனேயே பொழுதைக் கழித்தார்.

ஒருநாள் யமுனையில் குளிக்கச் சென்றார். படித்துறை மிக அசிங்கமாக இருந்தது. அதைப் பார்த்த சிவாஜி கோபமாக, 'ஏன் இப்படி அலங்கோலமாக வைத்திருக்கிறார்கள்? நானாக இருந்தால் அதனை சீராக்கி செப்பனிட்டிருப்பேன்' என்றார்.

அதைக் கேட்டதும் கோஸாயி இனத்தவர்களின் பூசாரிக்கு சந்தேகம் எழுகிறது.

அதைக் கவனித்த நிராஜி பூசாரியை எச்சரித்தார். உடனே பூசாரியும் மன்னிப்புக் கேட்டுக்கொண்டார். உண்மையை வெளியே சொல்லிவிடாமல் இருப்பதற்காக அவர் நன்றாகவே கவனிக்கப்பட்டார்.

கோஸாயிகள் அங்கிருந்து அலகாபாத்தை நோக்கிப் பயணிக்க ஆரம்பித்தனர். அவர்களோடு சிவாஜியும், கூடவே கிருஷ்ணாஜியும் பயணிக்கின்றனர். அத்துடன் இன்னும் சில முக்கியமானவர்களும் கோஸாயிகள் மாதிரியே உடையணிந்து பயணிக்கின்றனர்.

ஏராளமான நகைகளும், தங்கக் காசுகளும் சிவாஜியின் ஆட்களிடம் இருந்தன. மட்டுமல்லாமல் மூங்கில்களில் நிறைய வைரக் கற்களையும் ஒளித்து வைத்துக் கொண்டு பயணித்தனர்.

காசியை வந்தடைந்தனர். அங்கு காசுபட்டர் என்பவரைச் சந்தித்தார் சிவாஜி. அங்கிருந்து பாதுகாப்பாக தக்காணத்தை வந்து சேருவதற்கு அனைத்து உதவிகளையும் செய்தார் காசுபட்டர். பிற்காலத்தில் சத்ரபதியாக ராய்காட்டில் சிவாஜி மகராஜ் பதவியேற்றபோது மறக்காமல் காசுபட்டரைத் தலைமைக் குருவாக அமர்த்திக் கொண்டது குறிப்பிடத்தக்கது.

இதனிடையே சிவாஜி காசியில் இருப்பதாக முகலாயப் படைக்கு எப்படியோ தகவல் கிடைக்கிறது. இதையடுத்து அவர்கள் காசிக்கு விரைந்தனர்.

சிவாஜியும் காசியில் கங்கை நதியில் மூழ்கி நீராடிக் கொண்டிருந்தார். அந்த அதிகாலை நேரத்தில் முகலாயப் படையினர் ஆயுதங்களுடன் அங்கே வந்து சேர்ந்தனர்.

இந்த விவரம் சிவாஜிக்குக் கிடைத்ததும், உடனடியாகத் தமது ஆட்களுடன் அங்கிருந்து தப்பிவிட்டார்.

காசியில் இருந்து அவர்கள் பாட்னா வழியாகக் கயாவை அடைந்தனர். முன்பே செய்த ஏற்பாட்டின்படி முக்கியமானவர்கள் பலர் சிவாஜிக்காக கயாவில் காத்துக் கொண்டிருந்தனர். அவர்களையும் அழைத்துக் கொண்டு ஒடிசாவின் கரையோர நகரமான ஜகன்னாத்தை அடைந்தார் சிவாஜி. அப்போது 39 வயதே நிரம்பிய நிலையில் இருந்ததாலும், வேகமாகச் செல்லும் பழக்கம் உடையவர் என்பதாலும் சிவாஜி இந்த நீண்ட பயணத்தால் சற்றும் களைப்படையவே இல்லை. இன்னும் எவ்வளவு தூரம் வேண்டுமானாலும் செல்ல அவரது உடல் தயாராகவே இருந்தது.

கட்டாக்கை அடைந்த சிவாஜி, ஒரு சிறிய குதிரையை விலைக்கு வாங்கினார். குதிரைக்காரர் கேட்டதை விடவும் அதிகப் பணத்தை அவருக்குக் கொடுத்தார். ஆச்சரியமடைந்த குதிரைக்

காரர், 'இப்படி அதிகப் பணத்தைக் கொடுக்க முகலாயர்களிடம் இருந்து தப்பித்த சிவாஜியால் மட்டுமே முடியும்' என்றார்.

இதைக்கேட்டதும் உஷாரான சிவாஜி, குதிரைக்காரருக்கு இன்னும் அதிகப் பணத்தைக் கொடுத்துவிட்டு அங்கிருந்து வேகமாகக் கிளம்பினர்.

இதனிடையே ஒடிசா பகுதியில் சிவாஜி நடமாடுவதாக முகலாயப் படையினர் மோப்பம் பிடித்தனர். முகலாயப் படைத் தலைவர் அலி குலிகான் என்பவர் சிவாஜியை வழிமறித்துக் கைது செய்யத் தயாரானார்.

ஆனால் அவரிடம் நேரடியாகப் பேரம் பேசிய சிவாஜி, பல லட்சம் ரூபாய் மதிப்புள்ள வைரக்கற்களை அவருக்கு லஞ்சமாகக் கொடுத்து தனது குழுவினருடன் தப்பிச் சென்றார். தங்களின் பாதுகாப்பிற்காகப் பிடித்து வைத்திருந்த கோஸாயிகள் விடுவிக்கப்பட்டனர்.

காட்டுவழியாகப் பயணித்த அவர்கள் கோண்டாவன், சந்தா, தியோகட் ஆகிய பகுதிகளைக் கடந்து கோதாவரி மாவட்டம் வழியாக ஐதராபாத் நகரை அடைந்தனர்.

ஆக்ரா கோட்டை

பின்னர் அங்கிருந்து இந்தூர் வழியாகக் கோடோல் என்னும் இடத்தை அடைந்தார்கள்.

இந்தப் பகுதிகளில் எல்லாம் முகலாயப் படையினரின் பின் தொடரல் அதிகமாக இருந்தபோதிலும், எவரிடமும் சிக்கிக் கொள்ளாமல் தப்பித்த சிவாஜி, பீஜாப்பூர் பகுதியில் கோர்கான், மகாபலேஷ்வர் ஆகிய பகுதிகளைப் பத்திரமாகக் கடந்து சென்றார்.

1666ஆம் ஆண்டு நவம்பர் மாதம் 20ஆம் தேதி அன்று சுமார் ஆயிரத்து 500 மைல்களைக் கடந்து ராய்காட் வந்தடைந் தார் சிவாஜி மகராஜ்.

கோஸாயி வேடத்தில் இருந்த சிவாஜியை அவரது தாயார் ஜீஜாபாய் உட்பட யாருக்குமே முதலில் அடையாளம் தெரிய வில்லை.

பின்னர் மகராஷ்டிராவை சிவாஜி வந்தடைந்த செய்த எங்கும் வேகமாகப் பரவியது. தக்காணம் அனைத்தும் விழாக் கோலம் பூண்டது.

31 சத்ரபதி சிவாஜி

சிவாஜியின் செயல்பாடுகள் 1667 முதல் 1669ஆம் ஆண்டு வரை மிகச் சுறுசுறுப்பாக அமைந்தது. ராணுவத்தைக் கட்டமைப்பதில் அதி தீவிரம் காண்பித்தார். தமது ராணுவத்தில் 40 ஆயிரம் குதிரைப்படை, 60 ஆயிரம் காலாட்படை என்கிற அளவில் வலுப்படுத்தினார். மட்டுமல்லாமல் கடற்படையையும் வலுவாகக் கட்டமைத்தார். சக்திமிக்க ஆயுதங்களையும் சேகரித்தார்.

சிவாஜியின் படைபலம் மிகச் சிறியதே என்றும், எனவே அவர்களால் இனிமேல் தொந்தரவு ஏதும் இருக்காது என்றும் முகலாயர்கள் நினைத்தார்கள்.

ஆனால் சிவாஜியோ அடுத்த பெரும் யுத்தத்திற்குத் தயார் செய்து கொண்டிருந்தார் என்பதே உண்மை.

அதாவது ஒருங்கிணைந்த முகலாய சாம்ராஜ்யம் முழுவதையும் அதிரடியாகக் கைப்பற்றும் திட்டத்தை வகுத்துக் கொண்டிருந் தார்.

ஏற்கெனவே தன் வசமிருந்த பிரதேசங்கள் பலவும் முகலாயப் படை வசம் இருந்தது. அதனை முதலில் மீட்டெடுப்பதில் அதிகக் கவனம் செலுத்தினார்.

முகலாயப் படைகளின் மீது ஒரு பன்முகத் தாக்குதலைத் தொடுத்தார். ஆறே மாதங்களில் அவரது அதிரடி தாக்குதலால் பல பகுதிகளை மீண்டும் முகலாயர்கள் வசமிருந்து மீட்டார். அத்துடன் நின்றுவிடாமல் முகலாயர்களின் பல பகுதிகளையும் கைப்பற்றினார்.

1670 முதல் 1674ஆம் ஆண்டு வரை மகாராஷ்டிராவின் முக்கிய பகுதிகள் பலவற்றையும் கைப்பற்றிய சிவாஜியின் படை, பின்னர் தெற்கே கர்நாடகாவையும், தமிழகத்தில் செஞ்சி உள்ளிட்ட பகுதிகளையும் கைப்பற்றித் தமது அரசைப் பேரரசாக மாற்றினார் சிவாஜி மகராஜ்.

அந்தப் போரைப் பற்றிச் சற்று விரிவாகவே பார்க்கலாம்.

பூனாவின் வெளிப்புறத்தில் அமைந்துள்ள கொண்டனா கோட்டை. ரொம்ப காலமாக முகலாயர்களின் கட்டுப்பாட்டில் இருந்து வந்த அந்தக் கோட்டை, உதய் பான் ரதோட் என்பவர் தலைமையில் சுமார் ஆயிரத்து 500 வீரர்கள் காவல் காத்து வந்தனர்.

இந்நிலையில் அந்தக் கோட்டையைக் கைப்பற்றும் திட்டம் முன்வைக்கப்பட்டது. சிவாஜியின் நம்பிக்கைக்குரிய மூத்த தளபதி தானாஜி மலூரசாவின் தலைமையில் கொண்டனா கோட்டை மீது தாக்குதல் நடத்தத் தீர்மானிக்கப்பட்டது

1670ஆம் ஆண்டு பிப்ரவரி மாதம் 4ஆம் தேதி அன்று கோட்டை மீது தாக்குதல் நடத்தத் திட்டமிடப்பட்டது.

அதற்கு முன்பாகக் கோட்டையைக் கண்காணிக்க விரும்பிய தானாஜி, ரகசியமாக அங்கு சென்று பார்வையிட்டார். கோட்டையின் பாதுகாப்பைத் தெரிந்து கொண்டார். அவர் கண்களில் அங்கிருந்த கூர்மையான பாறை ஒன்று தென்பட்டது. அந்தப் பக்கத்தில் பாதுகாப்பிற்காக முகலாயப் படை மிகக் குறைவாகவே இருந்தது. தாக்குதலுக்கு அந்த இடமே ஏற்றது என்று முடிவெடுத்தார் தானாஜி.

தானாஜி

குறிப்பிட்ட நாளில் அந்தச் செங்குத்தான பாறையில் உடும்பு மூலமாகக் கயிறு கட்டி வீரர்கள் மேலே ஏறினார்கள். உடும்புப் பிடி என்பார்களே அது உண்மைதான் என்பது இந்த நிகழ்வு மூலம் நிருபணமாகியது.

இதனிடையே தானாஜியின் சகோதரர் சூர்யாஜி என்பவர் சுமார் 300 வீரர்களுடன் கோட்டையின் மற்றொரு பகுதியான கல்யாண் தார்வாஜா என்ற இடத்தில் உள்ள கோட்டைக் கதவை உடைத்து உள்ளே புகுந்தார்.

இந்தப் பக்கமாக தானாஜி வீரர்களும் கோட்டைக்குள் புகுந்து விடவே மிகப் பெரிய சண்டை நடந்தது. ஒரு கட்டத்தில் தானாஜியும் உதய் பானுவும் நேருக்கு நேராகவே மோதிக் கொண்டனர். அந்த மோதலில் தானாஜி படுகாயமடைந்து உயிர் நீத்தார்.

தானாஜி மடிந்து போனதை அறிந்ததும் இன்னும் வேகமாக செயல்பட்ட சூர்யாஜி தாக்குதலின் வேகத்தை மேலும் அதிகப் படுத்தினார்.

மராட்டிய வீரர்களின் உணர்ச்சிமிகு தாக்குதலை முகலாய வீரர்களால் தாக்குப்பிடிக்க முடியவில்லை.

முகலாயர்களின் வசமிருந்த கொண்டனா கோட்டையை மராட்டிய வீரர்கள் வெற்றிகரமாகக் கைப்பற்றினார்கள்.

கோட்டை கைப்பற்றப்பட்டாலும் தனது பாசத்திற்குரிய அருமை நண்பர் தானாஜியின் இழப்பிற்காகப் பெரிதும் வருத்தப் பட்டார் சிவாஜி மகராஜ். தானாஜியை அவர் 'சின்ஹா' என்றே குறிப்பிடுவார். 'சின்ஹா' என்றால் 'சிங்கம்' என்று பொருள்.

எனவே தமது உயிர்ச் சிநேகிதர் தானாஜியின் நினைவாக

சத்ரபதியாக முடிசூட்டுதல்

கொண்டனா கோட்டையின் பெயரை 'சின்ஹா கட்' என்று மாற்றினார் சிவாஜி.

இவ்வாறாக பல கோட்டைகளைக் கைப்பற்றித் தமது அரசை சாம்ராஜ்யமாக மாற்றிக் கொண்டிருந்தார் சிவாஜி.

1674ஆம் ஆண்டு ஜூன் மாதம் 6ஆம் நாளன்று ராய்காட் கோட்டையில் அதிகாரப்பூர்வமாக 'சத்ரபதி'யாக முடிசூட்டிக் கொண்டார் சிவாஜி மகராஜ். 'சத்ரபதி' என்றால் 'சத்ரியர்களின் தலைவர்' என்று பொருள்.

அத்துடன் சத்ரிய குலவன்தாஸ் சின்ஹசனாதீஷ்வர் சத்ரபதி சிவாஜி மகாராஜ் என்ற பட்டமும் அவருக்கு வழங்கப்பட்டது.

அந்த மாபெரும் விழாவிற்கு காசியைச் சேர்ந்த புகழ்பெற்ற பிராமணர், பண்டிட் காகபட்டர் தலைமை வகித்தார். அப்போது அவர், 'சிவாஜியின் மரபு உண்மையான மற்றும் அங்கீகரிக்கப் பட்ட சத்ரிய மரபு' என்று அறிவித்தார்.

ஆனால் உள்ளூரைச் சேர்ந்த பண்டிட்கள் ராம்தாஸர் என்பவரின் தலைமையில் இதற்குக் கடும் எதிர்ப்பு தெரிவித்தனர். சிவாஜி உண்மையில் தங்கார் என்னும் சமயபோதகர் மரபைச் சேர்ந்தவர் என்பது அவர்களின் வாதமாக இருந்தது.

சிவாஜியின் மீது வஞ்சக எண்ணத்தை வளர்த்துக் கொண்ட அந்த பண்டிட்கள் அவரது மூன்றாவது மனைவி சோயிரா பாய் மூலம் மெல்லக் கொல்லும் விஷத்தை சிவாஜிக்குக் கொடுத்து வந்ததாகக் கூறப்படுகிறது.

ஒரு கட்டத்தில் சிவாஜி மகராஜின் உடல்நிலை மிக மோசமாகிக் கொண்டே வந்தது. 'சூத்திரனாகிய நீங்கள் சத்திரியனாக முடிசூட்டிக் கொண்டதால் தெய்வக் குற்றமாகி விட்டதாகவும், அதனால்தான் உங்கள் உடல்நிலை இவ்வளவு மோசமானதாகவும்' பொய் சொன்னார்கள். அதற்காகப் பரிகார பூஜைகளையும் செய்ய வைத்தனர் என்றும் சொல்லப்படுகிறது.

ஒன்பதாம் நூற்றாண்டில் இருந்து வழக்கொழிந்துபோன இந்திராபிஷேக் என்னும் சடங்கிற்கு சிவாஜி முக்கியத்துவம் அளிக்கத் தொடங்கினார். அதனையடுத்து அவருக்கு 'சக்கார்தா' என்னும் பட்டம் வழங்கப்பட்டது.

வழக்கில் இருந்த நாட்காட்டியை நிராகரித்த சிவாஜி, தனக் கென்று தனியாக ஒரு நாட்காட்டியைத் தொடங்கினார்.

1676ஆம் ஆண்டின் இறுதியில் 30 ஆயிரம் குதிரைப்படை மற்றும் 20 ஆயிரம் காலாட்படையை அமைத்தார் சிவாஜி மகராஜ்.

இந்தப் பெரும்படையுடன் தென்இந்தியாவில் நுழைந்து வெற்றியைக் குவிக்கத் தொடங்கினார்.

கர்நாடகாவின் பீஜாப்பூருக்கு அருகில் உள்ள வேலூர், ஆற்காடு மற்றும் செஞ்சிக் கோட்டையை சிவாஜி கைப்பற்றினார். 27 ஆண்டுகள் நடந்த யுத்தத்தின்போது செஞ்சி ஒன்பது ஆண்டுகள் மராட்டியர்களின் தலைநகரமாகவே விளங்கியது.

வலிமையான கோட்டையாக விளங்கும் செஞ்சிக் கோட்டையைப் பற்றி சத்ரபதி சிவாஜி, 'இந்தியாவில் உள்ள எவரும் உட்புகமுடியாத கோட்டைகளுள் சிறந்தது இந்தக் கோட்டை' என்றார்.

'கிழக்கின் ட்ரோய்' என்றனர் பிரிட்டீஷார்.

முகலாயர்கள் இக்கோட்டையை 'பாதுஷாபாத்' என்றே அழைத்தனர்.

சோழர்கள் 'சிங்கபுர நாடு' என்றனர்.

இயற்கையோடு ஒன்றிய மூன்று பெரிய மலைகள், இரண்டு சிறிய குன்றுகள் உடைய செஞ்சிக் கோட்டை, 12 கி.மீ., நீளமுள்ள மதில் சுவர்களால் இணைக்கப்பட்டுள்ளது.

பல போர்களைச் சந்தித்த பிறகும் கம்பீரமாகக் காட்சி தருகிறது இக்கோட்டை.

கி.பி. 1677ஆம் ஆண்டு இக்கோட்டையைக் கைப்பற்றிய சத்ரபதி சிவாஜி, அதனை மேலும் பலப்படுத்தினார்.

இதனையடுத்து சிவாஜியின் மராட்டியப் பேரரசு தமிழகம் மட்டுமல்லாமல் கொங்கண், மைசூர் வரை பரவியது.

இங்கே ஏகோஜி என்னும் வெங்கோஜியைப் பற்றி நாம் தெரிந்து கொள்ள வேண்டும். அவர் சிவாஜியின் தந்தை ஷாஹாஜியின் மற்றொரு மனைவியின் மகன். சிவாஜியின் சகோதரர். தந்தை கூடவே பெங்களூருவில் இருந்துவந்தார் ஏகோஜி.

தஞ்சாவூரில் நாயக்க மன்னர்களுக்கு இடையே குழப்பமும், சச்சரவும் ஏற்பட்டது. பஞ்சாயத்து செய்து வைக்குமாறு பிரச்சனை

செஞ்சிக் கோட்டை

பீஜாப்பூர் சுல்தான் அலி ஆதில்ஷாவிடம் வந்து சேர்ந்தது. சுல்தானும் அந்தப் பிரச்சனைத் தீர்த்துவைத்துவிட்டு வருமாறு ஏகோஜிக்கு ஆணையிட்டார். அவருக்கு உதவியாக ரகுநாத் நாராயணன் என்பவரையும் அனுப்பினார்.

இதனையடுத்து ஏகோஜி பெங்களூருவில் இருந்து தஞ்சைக்குப் புறப்பட்டுச் சென்றார். வழியில் ஆரணியைத் தாக்கி அதை வசப்படுத்திக் கொண்டார் என்பது மற்றொரு கதை.

இதனிடையே தனக்குத் துணையாக வந்த ரகுநாத் நாராயணனோடு ஏகோஜிக்குப் பிணக்கு ஏற்பட்டது. ஒரு கட்டத்தில் அது அதிகமாகி விடவே, கோபித்துக் கொண்டு அங்கிருந்து போய்விட்டார் ரகுநாத் நாராயணன். பின்னர் ஏகோஜிக்கு வெறுப்பாளராக இருந்த சத்ரபதி சிவாஜியோடு போய்ச் சேர்ந்து கொண்டார்.

இந்நிலையில் தஞ்சையில் நாயக்க மன்னர்களுக்கிடையேயான பூசலைத் தீர்த்து வைத்தார். பின்னர் தஞ்சை மன்னராகவே முடிசூட்டிக் கொண்டார்.

ஏகோஜி தஞ்சையைக் கைப்பற்றியதை அறிந்த அவரது மூத்த சகோதரர் சிவாஜி, அந்த ராஜ்யத்தில் பாதியைத் தனக்குக் கொடுக்க வேண்டும் என்று கேட்டதாகவும், ஆனால் அதற்கு

ஏகோஜி மறுத்துவிட்டதாகவும் ஒரு கூற்று உண்டு. அதனால் சத்ரபதி சிவாஜி மனவருத்தம் அடைந்ததாகவும் சொல்லப் படுகிறது.

இதன்பிறகுதான் தென்பகுதியின் மீது சிவாஜி மகராஜின்

ஏகோஜி

கண் பார்வை விழுந்ததாகவும், படையெடுப்பு நிகழ்த்தி வேலூர், செஞ்சியைக் கைப்பற்றியதாகவும் கூறப்படுகிறது.

செஞ்சிக் கோட்டையைக் கைப்பற்றிய சத்ரபதி சிவாஜி அங்கிருந்து ஏகோஜிக்குக் கடிதம் ஒன்றை அனுப்பித் தன்னை வந்து சந்திக்கும்படிக் கேட்டிருந்தார்.

ஆனால் சிவாஜியைச் சென்று சந்திக்காமல் இருந்துவிட்டார் ஏகோஜி. அதற்குக் காரணம் தெரியவில்லை.

சிவாஜியின் கோபம் இன்னும் அதிகரித்தது.

கொள்ளிடத்திற்கு வடக்கே உள்ள பகுதிகளைக் கைப்பற்றி னார். பின்னர் தன்னுடன் வந்து சேர்ந்து கொண்ட ரகுநாத் நாராயணனிடம் அந்தப் பகுதிகளின் அதிகார உரிமையைக் கொடுத்ததாகவும் தெரிகிறது.

ஏற்கெனவே ரகுநாத் நாராயணனுக்கும் ஏகோஜிக்கும் மனத் தாங்கல்கள் இருந்த காரணத்தால் அதை மனதில் வைத்துக் கொண்டு ஏகோஜி அந்தப் பகுதியில் வாலாட்டத் தொடங்கினார். இதனால் சிவாஜிக்கும் ஏகோஜிக்கும் இடையே சில மோதல்கள் நிகழ்ந்தன. கடைசியில் இருவருக்கு இடையேயும் ஒரு அமைதி உடன்படிக்கைக் கையெழுத்தாகி சமாதானம் ஆகியதாகவும் சொல்லப்படுகிறது.

அதன்பிறகு சத்ரபதி சிவாஜி அங்கிருந்து ராமேஸ்வரம் சென்று சுவாமி தரிசனம் செய்தார் என்றும், திரும்பும் வழியில் ஏகோஜியை திருமழபாடி என்னும் இடத்தில் சந்தித்ததாகவும் செய்திகள் தெரிவிக்கின்றன. அப்புறம் திருவாடி என்று அழைக்கப்பட்ட திருவையாற்றில் அவர்கள் இருவரும் சந்தித்த தாகவும் சொல்லப்படுகிறது.

நாடு சுதந்திரம் அடைந்த பிறகு மராட்டிய மாநில அரசு சத்ரபதி சிவாஜி ஆட்சி செய்த பிரதேசங்கள், அவர் பயணித்த இடங்கள் ஆகியவற்றைக் கண்டறிவதற்காக வரலாற்று ஆய்வாளர் குழு ஒன்றை நியமித்தது.

அக்குழுவின் ஆய்வில் கொள்ளிடக் கரையில் அமைந்திருந்த பவானி அம்மன் கோயில் ஒன்றில் அம்மன் சிலைக்குப் பின்புறம் ஒரு கேடயம் மற்றும் இரு வாட்கள் இருந்ததாகவும், அது சத்ரபதி சிவாஜியால் வழங்கப்பட்டதாகத் தெரிய வந்ததாகவும் தெரிவிக்கப்பட்டுள்ளது.

கொள்ளிடம் ஆற்றைத் தன் வெண் குதிரையில் சிவாஜி கடக்க முயன்றபோது வெள்ளம் அடித்துச் சென்றது. அங்குள்ள கிராம மக்கள் சிவாஜியை யாரென்று தெரியாமலேயே காப்பாற்றி உள்ளார்கள். சிவாஜிக்கு அப்போது காய்ச்சல் வந்துவிடவே அதற்கு வைத்தியம் பார்த்து குணமான பிறகு பத்திரமாக அனுப்பி வைத்தார்கள். அந்தக் கிராம மக்களின் உதவிக்காக சத்ரபதி கொடுத்த அன்புப் பரிசுதான் வாட்களும், கேடயமும் என்கிறது அந்த ஆய்வுக் குழு.

இரண்டாம் சரபோஜி மன்னர் 'பான்ஸ்லே வம்சத்து வரலாறு' என்று பெரிய கோயில் கல்வெட்டில் எழுதி வைத்துள்ளதை இங்கே பார்ப்பது அவசியம்.

சத்ரபதி சிவாஜி ராமேஸ்வரம் வந்துவிட்டு ஏகோஜிக்குத் தெரியாமலேயே தஞ்சைக் கோட்டையின் பாதுகாப்பு அம்சம் குறித்துப் பார்வையிட்டார். பின்னர் ஊர் திரும்பியதும் கடிதம் ஒன்றின் மூலம் இதனைத் தெரிவித்துள்ளார்.

மேலும் அக்கடிதத்தில் தஞ்சையில் இருந்தபோது ஒரு கடையில் தனது வாளையும், தலைப்பாகையையும் அடகு வைத்திருப்பதாகவும், அதை மீட்டுத் தனக்கு அனுப்பி வைக்கும் படியும் எழுதியுள்ளார்.

தஞ்சை கோட்டை மிகவும் பலமுள்ளதாகக் கழுகு வடிவில் இருப்பதாகவும், அதிலொரு பகுதியை இன்னும் நன்கு பலப்படுத்தினால் மட்டும் போதும் என்றும் சிவாஜி அந்தக் கடிதத்தில் குறிப்பிட்டுள்ளார்.

32 நிர்வாக அமைப்பு

சத்ரபதி சிவாஜி மகாராஜ் என்று அறியப்படும் சிவாஜி ராஜே போஸ்லே, ஒடுக்குமுறை ஆட்சியாளர்களால் தாக்குதல்களுக்கு உட்படாத ஓர் ஐக்கிய இந்தியா தான் சிவாஜியின் ஒரே நோக்கமாக இருந்தது.

ஒரு மன்னராக வெறும் ஆடம்பர அதிகாரத்தோடு ஆட்சி செலுத்துவதில் உடன்பாடு இல்லாதவராக விளங்கினார் சிவாஜி மகாராஜ். சிறந்த தலைவராகவும், அதே நேரத்தில் நல்ல மன்னராகவும் விளங்கவே விரும்பினார். தனது சகாக் களுடன் அதிக நேரத்தைச் செலவிட் டார். அவர்களோடு தங்குதடையற்ற சுதந்திரமாகக் கலந்திருந்தார்.

நன்கு நெறிப்படுத்தப்பட்ட மற்றும் ஒழுங்கமைக்கப்பட்ட இராணுவம் மற்றும் நன்கு வடிவமைக்கப்பட்ட நிர்வாக அமைப்புகளின் உதவியுடன் பேரரசர் சிவாஜி, ஒரு பொதுவான ஆட்சியை உருவாக்கினார்.

யுத்தத்தில் பெண்களைப் பயன்படுத்துதல், மத அடையாளச் சின்னங்களை அழித்தல், அடிமைப்படுத்துல் மற்றும் கட்டாய மத மாற்றம் போன்றவை அப்போதிருந்த பொதுவான பழக்கங்கள்.

அவற்றை முற்றிலுமாக எதிர்த்தார் சிவாஜி.

அவர் நிர்வாகத்தில் முற்றிலுமாக எதிர்க்கப்பட்டன. அவர் தம்முடைய காலத்தில் பக்தியும், பரந்த மனப்பான்மையும் கொண்ட சிறந்த பேரரசராக விளங்கினார்.

தனக்கென இராணுவத்தைப் பயன்படுத்துவதற்கான முறைகளையும் சத்ரபதி வகுத்திருந்தார். மராத்தியில் ‘கானிமி காவா’ என்றழைக்கப்படும், கொரில்லா உத்திகளைப் பயன்படுத்துவதில் அவர் நிபுணராக விளங்கினார்.

இறப்பு எண்ணிக்கை, வேகத் தாக்குதல், திடீர்த் தாக்குதல், ஒருமுகப்பட்ட தாக்குதல் போன்ற பல்வேறு காரணிகளை மையப்படுத்தி இருந்தது அவரது இராணுவம்.

அவரின் எதிரிகளை ஒப்பிடும்போது, பேரரசர் சிவாஜியிடம் மிகச்சிறிய இராணுவமே இருந்தது. ஆகவே இந்த சமமின்மையைச் சமாளிக்க உதவும் வகையில் தான், அவர் கொரில்லா யுத்தத்தைச் செய்ய வேண்டி இருந்தது.

மராட்டியப் பேரரசின் பெரும்பாலான பகுதிகள் கடற்கரை யாகவே இருந்தன. அவரது தளபதி கான்ஹோஜி ஆங்ரேயின் கீழ் ஒரு வலிமையான கடற்படையைக் கொண்டு கடலோரப் பகுதிகளைப் பாதுகாத்தார். வெளிநாட்டு கடற்படை கப்பல்களை, குறிப்பாக போர்த்துக்கீசியர்கள் மற்றும் பிரிட்டிஷாரின் கப்பல்களை மடக்கி வைப்பதில் அபார வெற்றி அடைந்தார் சத்ரபதி சிவாஜி.

மிகப்பெரிய முதல் கடற்படைத் தளத்தை உருவாக்கும் அவரது தொலைநோக்குப் பார்வையைப் பாராட்டி ‘இந்தியக் கடற்படையின் தந்தை’ என்று சிறப்போடு அழைக்கப்படுகிறார் சிவாஜி மகராஜ்.

சிவாஜி படைத்துறை நிர்வாகத்தில் அதிசிறந்த மேதாவியாகத் திகழ்ந்தார். அவரது படைகள் நன்கு சீரமைக்கப்பட்டிருந்தன.

குதிரைப் படை ஹவில்தார்களின் மேற்பார்வையில் இருந்தது. வீரர்களுக்கு நிலையான ஊதியம் வழங்கப்பட்டது. மராட்டியக் குதிரைப் படையில் இரண்டு பிரிவுகள் இருந்தன. ஒன்று, அரசின் மேற்பார்வையில் நேரடியாக பராமரிக்கப்பட்டது. பர்கிர்கள் என்று இந்தப் பிரிவு அழைக்கப் பட்டது. இரண்டு, உயர்குடியினரின் பராமரிப்பில் இருந்தது. .அது சிலாதார்கள் என்று அழைக்கப்பட்டது.

காலாட் படையில் மாவ்லா காலாட் படைவீரர்கள் முக்கிய பங்கு வகித்தனர்.

'ஹர ஹர மகாதேவ்' என்பது சத்ரபதியின் மாவ்லா இராணுவத்தின் யுத்த முழக்கமாக இருந்தது.

விவசாயிகளில் இருந்து பகுதி நேரப் படை வீரர்களை அவர் உருவாக்கினார். அவர்கள் எட்டு மாதங்கள் வயல்களில் உழைத்தனர். மீதம் நான்கு மாதங்கள் யுத்தக்களத்தில் பணியாற்றி னார்கள்.

கோட்டைகளுக்கு அருகே உள்ள கிராமங்களில் உள்ள விவசாயிகளும் தங்களின் பாதுகாப்பிற்காக இராணுவத்தில் துடிப்புடன் ஈடுபடுத்தப்பட்டார்கள்.

எளிதாக இடம்பெயரக்கூடிய காலட் படை மற்றும் குதிரைப் படை ஆகியவை அவரின் கண்டுபிடிப்புகள். அவை கமாண்டோ யுக்தியில் பயன்படுத்தப்பட்டன.

அரசுக்குச் சொந்தமான நிலைநிறுத்தப்பட்ட இராணுவம் 'பாகா' என்று அழைக்கப்பட்டது.

ஒற்று அறியும் துறை அவரது நிர்வாகத்தில் முக்கியப் பங்கு வகித்தது. அனைத்துத் தாக்குதல்களிலும் எதிரிகளைப் பற்றிய தகவல்களைத் துல்லியமாக அறிந்து தெரிவிக்கும் ஆற்றல் கொண்ட ஒற்றர் தலைவராக விளங்கியவர் பாஹிர் ஜி. நாயக் என்பவர்.

ஆயுதங்கள் மற்றும் நெருப்பு சக்தி மூலமான போர்த் தளவாடங்கள் சிவாஜியின் ஆட்சியில் கண்டுபிடிக்கப்பட்டது. மேலும் புலி நகம் அல்லது பாக்நாக் போன்ற பாரம்பரிய ஆயுதங்களைப் பயன்படுத்தி 'விதா' என்னும் ஆயுதம் அறிமுகப் படுத்தப்பட்டது சத்ரபதியின் ஆட்சி நிர்வாகத்தில்.

புதிய கோட்டைகளை உருவாக்குவதும், அவற்றைப் பாதுகாப்பதும் அவரது ஆட்சியில் சிறப்புக்குரியவை. சிவாஜி ஆட்சிக் காலத்தின் இறுதியில் சுமார் 360 கோட்டைகளை அவர் பெற்றிருந்தார். ஒவ்வொரு கோட்டையும் சம தகுதி வாய்ந்த மூன்று அதிகாரிகளின் கட்டுப்பாட்டில் விடப்பட்டன. துரோகச் செயலை தவிர்ப்பதற்காகவே சம அதிகாரம் வழங்கப்பட்டது.

மராட்டியரின் ராணுவ நடவடிக்கைகளில் கோட்டைகள் முக்கிய பங்காற்றின.

கரடுமுரடான மேற்கு மலைத் தொடருக்கு குறுக்காக ஓராயிரம் கிலோ மீட்டருக்கும் அதிகமான தூரத்தில் முன்னூறுக்கும் மேற்பட்ட கோட்டைகளைத் தொடர்ச்சியாகக் கட்டினார்.

எந்தவொரு துரோகியாலும் அந்தக் கோட்டைகள் எதிரிகளுக்கு அளிக்கப்பட்டு விடக்கூடாது என்பதற்காக ஒவ்வொன்றும் சமமான பதவியில் இருந்த மூன்று அதிகாரிகளின் பொறுப்பில் இருந்தன. சப்னிஸ், ஹவில்தார், சார்ஜ்நவ்பாத் என்ற அந்த மூன்று அதிகாரிகளும் கூட்டாகச் செயல்பட்டார்கள்.

சத்ரபதி சிவாஜியின் கடலோரக் கடுமையான பாதுகாப்பு காரணமாக தமது ஆட்சியை விரிவாக்கம் செய்ய முடியாமல் பிரிட்டீஷாரைக் கட்டுப்படுத்தி வைத்தது.

சிவாஜியின் பாதுகாப்பு நடவடிக்கைகள் மராட்டிய அரசின் உறுதித்தன்மைக்கும் எழுச்சிக்கும் உதவியது. இயற்கையாகக் காணப்பட்ட மலைக் கோட்டைகள், காடுகள் சூழ்ந்த குன்றுகள் போன்றவை இயற்கை அரண்களாக அமைந்து எதிரிகளிடம் இருந்து நாட்டைப் பாதுகாத்தன. இந்தக் கடினமான காட்டுப் பகுதியில் ஆங்காங்கு காணப்பட்ட கணவாய்கள் ஊடுருவிச் செல்ல எளிதாக இருந்தன.

இதுபோன்ற இயற்கை அரண்களை சிறப்பாகப் பயன் படுத்தியும் கொரில்லா போர்முறையைக் கையாண்டும் நாட்டின் பாதுகாப்பு உறுதிசெய்யப்பட்டது.

மேலும் இராணுவப் படையும் சிறப்பான கட்டமைப்பினைக் கொண்டிருந்தது. தரைப்படைக்கு வீரர்களை அவரே நேரில் பார்த்து சேர்த்துக் கொண்டார். குதிரைப்படையைப் பொருத்த மட்டில் குறைந்த சுமையுடன் ஒரு வீரனை மட்டும் சுமந்து வேகமாகச் செல்லும் வகையில் தயார் செய்யப்பட்டது. உதாரணமாக சிலதார் குதிரைப்படையைக் கூறலாம். குதிரைப்படையில் அரசால் நிறுவப்பட்டு பராமரித்து வந்த படை ஒன்றும், அரசின் செலவில் தாங்களே குதிரைகளை வைத்து பராமரித்து வந்த தனிப்படை ஒன்றும் காணப்பட்டது.

போர் வீரர்களுக்கு கட்டுப்பாடுகள் இருந்தன. குறிப்பாக பெண்களை போருக்கு உடன் அழைத்து செல்லத் தடை விதிக்கப்

பட்டிருந்தது, பகைவரிடம் இருந்து கைப்பற்றப்பட்டப் பொருட்களைக் கண்டிப்பாக அரசிடம் ஒப்படைக்க வேண்டும்.

இவ்வாறான சிறப்பு பாதுகாப்பு நடவடிக்கைகள் மராட்டிய அரசை எழுச்சியடையச் செய்தது.

மாமன்னர் சிவாஜியின் அரசாங்கத்தில் மையமாக மன்னர் செயல்பட்டார். மன்னருக்கு உதவியாக எட்டு அமைச்சர்களைக் கொண்ட 'அஷ்டபிரதான்' என்னும் அமைச்சரவை ஒன்று உருவாக்கப்பட்டது. ஆயினும் அமைச்சர்கள் ஒவ்வொருவரும் சிவாஜியின் நேரடிக் கண்காணிப்பில் செயலாற்றி வந்தனர்.

பிரதம அமைச்சராக விளங்கியவர் 'பேஷ்வா' என்று அழைக்கப்பட்டார். நிதி மற்றும் பொது நிர்வாகம் இவரது பொறுப்பில் இருந்தது.

கௌரவப் பதவியாக விளங்கிய படைத்தளபதி பதவி சேனாதிபதி என்று அழைக்கப்பட்டது.

கணக்கு வழக்குகளைப் பார்க்கும் மேலாளர் 'அமத்தியர்' என்று அழைக்கப்பட்டார்.

உளவுத்துறை மற்றும் அரண்மனை நிர்வாகத்தைப் பார்ப்பவர் 'வாக்நவ்' என்று அழைக்கப்பட்டார்.

தகவல் தொடர்பு, மதச் சடங்குகள், நீதித்துறை, அறக்கொடை மற்றும் சமய நிர்வாகம் போன்ற துறைகளும் சிவாஜியின் நிர்வாகத்தில் இருந்தன.

சத்ரபதி சிவாஜி நிர்வாகத்தில் ஏராளமான சீர்திருத்தங்கள் கொண்டுவரப்பட்டன. அவை அனைத்துமே தக்காண சுல்தானியத்தில் பின்பற்றப்பட்டு வந்த நடைமுறைகளை அடிப்படையாகக் கொண்டே இருந்தன. நில வருவாய் முறையைப் பொறுத்தமட்டில் அகமதுநகரில் மாலிக் ஆம்பர் புகுத்திய நடைமுறையை ஒட்டியே இருந்தது. 'காதி என்னும் அளவுகோலைப் பயன்படுத்தி நில அளவை மேற் கொள்ளப்பட்டன.

தோட்டங்கள், மலைப்பாங்கான பகுதிகள், விளை நிலங்கள் என்று நிலங்கள் மூன்று வகையாகப் பிரிக்கப்பட்டன. ஏற்கெனவே நிர்வாக அமைப்பில் இருந்த தேஷ்முக்குகள், குல்கர்னிகள் ஆகிய அதிகாரிகளின் அதிகாரங்கள் குறைக்கப் பட்டன. பதிலாக 'கர்கூன்கள்' என்று அழைக்கப்பட்ட வருவாய்த் துறை அதிகாரிகள் புதிதாக நியமிக்கப்பட்டனர்.

தனது படை வீரர்களோடு சேர்ந்து சாதாரண உணவை உண்பதையே பெரிதும் விரும்பினார் சத்ரபதி சிவாஜி. நசுக்கிய வெங்காயம் மற்றும் ஒரு வகையான வட இந்திய விவசாயிகளின் உணவான பக்ரீஸ் தான் அவரின் விருப்பமான உணவு.

தமது நிர்வாகத்தை விவசாயம், நீதி, ராணுவம் என்று மூன்று பிரிவாகப் பிரித்தார். ஆட்சியின் அடித்தளமாகக் கிராமங்கள் தான் காணப்பட்டன.

தமது நிர்வாகத்திற்கு உட்பட்ட பகுதிகள் மற்றும் அயல் பகுதிகள் போன்றவற்றில் இருந்து வரிவசூல் நடைபெற்றது. வரிவசூலை எளிமைப்படுத்துவதற்காக பிரதேசத்தைப் பல பகுதிகளாகப் பிரித்தார். வரிகள் பணமாக மட்டுமல்லாமல் பொருளாகவும் பெறப்பட்டது. வரிகள் மட்டுமல்லாமல் போர்களின் போது கொள்ளை அடிக்கப்பட்ட செல்வங்களும் நாட்டின் அபிவிருத்திக்குப் பயன்படுத்தப்பட்டது.

இவ்வாறு வருவாய்க்கு வழி அமைத்த காரணத்தால்தான் நிர்வாகத்தை வெற்றிகரமாக நடத்தி, நாட்டை வளமாக்கவும் முடிந்தது.

அவரது திட்டங்களும், நோக்கங்களும் மக்கள் நலன் சார்ந்த தாக மட்டுமே இருந்தன. தனது நலனைப் பற்றி எப்போதும் அவர் யோசித்ததே கிடையாது. திட்டத்தை நிறைவேற்றும்போது அதிதீவிரமாக இருப்பது அவரது இயல்பு.

இப்படிப்பட்ட அவரது நற்குணம் காரணமாகக் குடிமக்களின் பேராதரவு கிடைக்கப்பெற்றது. அனைத்துப் பிரிவு சமூகத்தினரிடமும் நற்பெயரை அள்ளிக்கொண்டார்.

அவரது புகழ் இன்றும்கூட நாடு முழுவதும் பரவிக்கிடக்கத் தான் செய்கிறது. குறிப்பாக மராட்டியத்தில் பயபக்தியோடுதான் இன்றும் சத்ரபதி சிவாஜி இருந்து வருகிறார்.

சமஸ்கிருத மொழியின் மீது அபார பற்று கொண்டிருந்தார். அம்மொழியை வளர்த்தெடுப்பதில் முக்கியப் பங்காற்றினார். சிவாஜி மகராஜின் தந்தையார் ஷாஹாஜியும் சமஸ்கிருதத்தின் பால் அதிக ஆர்வம் உடையவராகவே இருந்தார். அதுவேதான் அவரது மகன் சத்ரபதியிடமும் பிணைந்துவிட்டது என்றே சொல்ல வேண்டும்.

அவரது கோட்டைகளுக்கு சிந்து துர்க், பிராசாண்ட்கர், ஸ்வர்ண்துர்க் போன்ற சமஸ்கிருதப் பெயர்களையே சூட்டினார். அமைச்சரவையைக்கூட ஆஸ்தானப் பிரதான் என்ற பெயரில் தான் அழைத்தார்.

சமஸ்கிருதப் புவலரும், மேதையுமான கேசவ் பண்டிட் என்பவரையே தமது அரச புரோகிதராகவும் நியமித்தார். அதே போன்று சிவாஜியின் மகன் சாம்பாஜியும் அவரது ஆட்சியில் சமஸ்கிருத மொழிக்கு அதிக முக்கியத்துவம் கொடுத்து அதனை வளர்த்து வந்தார். அவர் சமஸ்கிருத புத்பூஷணம் என்ற பெயர் பெற்று விளங்கினார். புத்பூஷணம் என்றால் மேதை என்று பொருள். சமஸ்கிருத மொழியில் எழுதப்பட்ட நன்கொடை பத்திரம் ஒன்றை சாம்பாஜி வழங்கினார்.

எனினும் சிவாஜியின் பேரன் ஷா ஹூ காலத்தில் முகலாய ஆளுகையை எதிர்த்தே நேரத்தைச் செலவிட வேண்டி இருந்த காரணத்தால் சமஸ்கிருத மொழியின் மீது அதிக அக்கறை செலுத்த முடியாமல் போயிற்று. எனினும் சமஸ்கிருத பண்டிதர் களுக்கு ஏராளமான பரிசுகளை வாரிவழங்கி வந்தார்.

இந்து மதத்தின் மீது அழுத்தமான பற்றினைக் கொண்டிருந் தவர் சிவாஜி மகராஜ். எனினும் அவரது ஆளுகைக்கு உட்பட்ட பகுதியில் வசித்த அனைத்து மதத்தைச் சேர்ந்தவர்களுக்கும் உரிய மரியாதையை அளித்துவந்தார்.

1674ஆம் ஆண்டு ராம்தாஸரை சத்ரபதி சிவாஜி சந்தித்தாகக் கூறப்படுகிறது. வயதான நிலையில் நோய்வாய்ப்பட்டிருந்தார்

அவர். தாம் தங்குவதற்கு இடம் வேண்டும் என்று சிவாஜியிடம் அவர் கேட்டுக் கொண்டதற்கிணங்க பராலி கோட்டையில் தங்குவதற்கு அனுமதி வழங்கப்பட்டது.

சிவாஜி மரணத்திற்குப் பிறகு அந்த இடத்தில் நிரந்தரமான மடம் ஒன்றை ராம்தாஸர் அமைத்தார். அதைத் தொடர்ந்து அந்தக் கோட்டை 'சஜ்ஜன்கட்' என்று பெயர் மாற்றப்பட்டது. சஜ்ஜன்கட் என்றால் புனிதர்களுக்கான கோட்டை என்று பொருள்.

துக்காராம் போன்ற வார்காரி சாதுக்களுக்கும், கொங்கண் பிரதேசத்தில் இருந்த சூஃபி முஸ்லீம் பிர் ஷேக் யாகூப் பாபா அவாலியா ஆகியோருக்கும் சத்ரபதி சிவாஜி மிகுந்த மரியாதை அளித்தார்.

கோல்ஹாபூர் மாவட்டம் கார்கோட்டிக்கு அருகே உள்ள பட்காவ் என்னும் இடத்தில் உள்ள மௌனி மகராஜ் கோயிலுக்குச் சென்று தரிசித்தார்.

அகமதாபாத்தில் உள்ள ஷாஹ் ஷரீப்ஜி தர்காவிற்கு மிகப் பெரிய நிலத்தை அன்பளிப்பாக வழங்கினார் சிவாஜி. சத்ரபதியின் தந்தையார் பெயரான ஷாஹாஜி மற்றும் அவரது மாமா சரபோஜி ஆகியோரின் பெயர்களில் இருந்து ஷாஹ் ஷரீப்ஜி என்ற பெயர் பிரித்து எடுக்கப்பட்டது குறிப்பிடத்தக்கது.

கட்டாய மதமாற்றத்தைக் கடுமையாக எதிர்த்தார். ஆயினும் தமது சகாக்களின் மதச் சுதந்திரத்தை அவர் முழுமையாக அனுமதித்தார். மசூதிகள், பள்ளிவாசல்களைப் பாதுகாப்பதில் தீவிரம் காட்டினார்.

மராட்டியப் படைப்பிரிவில் குறிப்பிடத்தக்க அளவில் முஸ்லீம்கள் இடம் பெற்றிருந்தார்கள். அவரின் படையெடுப்பு கள் அனைத்திலும் நம்பிக்கைக்கு உரிய ஜெனரல்களில் ஒருவரான ஹைதர் அலி கோஹரி இடம்பெற்றிருந்தார். நூர்கான் பெக் என்பவர் ஒருமுறை காலாட் படைத் தலைவராக இருந்தார். கப்பற்படையில் இப்ராஹிம் கான் மற்றும் தௌலத் கான் ஆகியோர் முக்கியமானவர்களாக இருந்தார்கள். பீரங்கிப் படைக்கு சிட்டி இப்ராஹிம் என்பவர் ஒருமுறை தலைவராக இருந்தார்.

அதேபோல இஸ்லாமியர்களின் சூஃபி பாரம்பரியத்தின் மீது சிவாஜிக்கு நிறைய மரியாதை இருந்தது. சூஃபிக்களின் சாது

பாபா சர்ப்புதீனின் கல்லறையில் சென்று அடிக்கடி வணங்கி வந்தார்.

மற்றொரு சூஃபி சாதுவான கொங்கண் ஷேக் யாகூப்பின் ஆசியை வேண்டி அவரின் இருப்பிடத்திற்கே நேரில் சென்றார்.

ரத்னகிரியில் உள்ள ஹஜ்ரத் பாபாவை 'பாஹூத் தோர்வாலே பாவ்' என்றே அழைத்தார், அதாவது 'மூத்த சகோதரர்' என்பது அதன் பொருள்.

தமக்குக் கீழிருந்த இஸ்லாமியர்களை மிகுந்த மரியாதையுடனும் அன்போடும் நடத்தினார்.

நேதாஜி மற்றும் பஜாஜி போன்று மதம் மாறியவர்களை மீண்டும் இந்து மதம் திரும்பச் செய்தார்.

காஃபி கான் மற்றும் பிரெஞ்சு சுற்றுலாப் பயணி பெர்னர் ஆகியோர் சிவாஜி மகராஜின் மதக் கொள்கைகளைப் பற்றி மிக உயர்வாகக் குறிப்பிட்டுள்ளனர்.

மதம், சமயக் கோட்பாடு ஆகியவற்றின் அடிப்படையில் பெண்களை மதித்தது பற்றி நாட்டுப்புறப் பாடல்கள் விளக்குகின்றன.

அதேபோலப் பெண்களுக்கு மனிதாபிமானம் மற்றும் தாராளவாத கொள்கைகளை வழங்கிச் சிறப்பித்தார் சத்ரபதி சிவாஜி.

இவ்வாறு சமய அடிப்படையில் மக்களிடையே ஒற்றுமை உணர்வை ஏற்படுத்துவதற்கான செயல்களைக் கவனமாக முன்னெடுத்தார் சத்ரபதி சிவாஜி.

அவரது பேரரசில் அடிமைத்தனம் என்ற பேச்சுக்கே இடம் அளிக்கவில்லை.

ஜமீன்தாரி முறையை முற்றிலுமாக ஒழித்தார். உழவர்களோடு நேரடியான நெருங்கிய தொடர்பை ஏற்படுத்திக் கொண்டார். நிலங்கள் அனைத்தும் கவனமாக அளவிடப்பட்டு நிலத்தீர்வை வசூலிக்கப்பட்டது.

எப்படியென்றால் விளைச்சலில் ஐந்தில் இரண்டு பங்கு அரசுக்கு வழங்க வேண்டும். தானியமாகவோ, பணமாகவோ வழங்கலாம். அதேபோல வறட்சிக் காலங்களில் விவசாயிகளுக்கு கடன் வழங்கப்பட்டது.

நீதித்துறை இந்து மதச் சட்டங்களின் அடிப்படையில்தான் செயல்பட்டது. கிராமங்களில் உள்ள வழக்குகளை கிராம சபை தீர்த்து வைத்தது. குற்றவியல் வழக்குகளைப் பட்டேல் என்ற அதிகாரி விசாரித்தார். அதன் மேல் முறையீட்டு விசாரணையை நியாயதீஷ் என்ற அதிகாரி விசாரித்தார்.

சத்ரபதி சிவாஜி ஆட்சியில் இராணுவத்தைப் பொருத்த மட்டில் கோட்டைகள் மிகமுக்கிய அங்கம் வகித்தன. மராட்டியர் கள் கோட்டைகளைத் தாயாகவே கருதினர்.

போர்க்காலத்தில் தந்திரங்களைப் பயன்படுத்துவதில் வல்லவராகத் திகழ்ந்தார். சில நேரங்களில் எதிரிகளோடு சமாதான வழிமுறைகளைக் கையாண்டார். சில சந்தர்ப்பங்களில் திடீர்த் தாக்குதல்களையும் கொரில்லாத் தாக்குதல்களையும் மேற்கொண்டார். இப்படிப்பட்ட ராஜதந்திர நடவடிக்கைகளின் மூலமாக மராட்டியப் பேரரசைத் திறம்படக் கட்டியமைத்தார்.

தமது 30 ஆண்டுக் காலத்தில் இரண்டு தடவை மட்டுமே நம் நாட்டு எதிரிகளுடன் சண்டை புரிந்துள்ளார் சிவாஜி மகராஜ். பிற யுத்தங்கள் அனைத்துமே அயல் நாட்டுப் படைகளுக்கு எதிராகத் தான் நிகழ்ந்தது..

சிவாஜி எந்த நாட்டுப் படைகளோடு சண்டையிட்டார் தெரியுமா? கொடூரத் தாக்குதலுக்குப் பெயர் பெற்ற பதான், துருக்கி, ஆப்கானிஸ்தான், மங்கோலியா ஆகிய படைகளுக்கு எதிராகத் தான். இவற்றில் ஒன்றில் கூட சிவாஜி தோல்வியே கண்டதில்லை.

சிவாஜியைத் தோற்கடிக்க கடற்படையை அனுப்ப ஈரான் முடிவு செய்த போது இந்தியாவின் முதல் கப்பற் படையை ஏற்படுத்தினார் சிவாஜி. ஆனால் அது முழு அளவில் உருவாக்கப் படுவதற்கு முன்பாக அவரது மரணம் நிகழ்ந்துவிட்டது.

33 இறுதி அத்தியாயம்

சிவாஜி ஒரு ஆக்கப்பூர்வமான மேதை, மராட்டியருக்கான ஒரு நாட்டை உருவாக்கியவர். ஜாகீர்தாராக இருந்து சத்ரபதியாக அவர் ஏற்றம் பெற்றது பிரமிக்கத்தக்கது.

மராட்டியரை ஒன்றிணைத்து முகலாயப் பேரரசுக்கு ஒரு பெரும் எதிரியாக விளங்கினார். அவர் ஒரு துணிச்சலான வீரர், ஆற்றல்மிகு ஆட்சியாளர்.

1680ஆம் ஆண்டு தமது 52வது வயதில் இரத்தப் பெருக்கு என்னும் 'இன்டெஸ்டினல் ஆந்த்ரக்ஸ்' நோயால் பாதிக்கப்பட்டு இறந்ததாகக் கூறப் படுகிறது. இது ஒருவிதமான மர்மக் காய்ச்சல் மற்றும் வயிற்று வலியால் வந்த நோய்.

சத்ரபதி சிவாஜியின் இறுதிச் சடங்குகள் அவரது மகன் ராஜாராம் மற்றும் மனைவி சோயரா பாய் முன்னிலையில் ராய்காட்டில் நடைபெற்றது.

அவரது மரணத்திற்குப் பிறகு அவரது மூத்த மகன் சாம்பாஜி மற்றும் மனைவி சோயரா பாய் ஆகியோர் பேரரசைக் கட்டுப் பாட்டோடு தொடர்ந்து காப்பாற்றுவதற்காகப் போராடினார்கள்.

இந்நிலையில் சிவாஜியின் புதல்வர்களான சாம்பாஜிக்கும் ராஜாராமுக்கும் இடையே வாரிசு உரிமைப் போர் நடைபெற்றது. அதில் சாம்பாஜி வெற்றி பெற்றார். இதனையடுத்து அவர் சக்ரவர்த்தியாக முடிசூட்டப்பட்டார்.

பின்னர் சில மாதங்கள் கழிந்தன.

ஔரங்கசீப்பின் மகன் இளவரசர் அக்பர், தமது தந்தைக்கு எதிராகப் போராடத் துவங்கினார். அவரது போராட்டத்திற்கு சாம்பாஜி ஆதரவளித்தார். அக்பருக்குப் பாதுகாப்பும் அளித்தார்.

அதனால் கோபமுற்ற ஔரங்கசீப், 1681ஆம் ஆண்டு ஒட்டு மொத்த மராட்டிய சாம்ராஜ்யத்தை அழிக்கும் நோக்கில் ராய் காட்டை முற்றிலுமாகச் சுற்றிவளைத்து தாக்குதல் நடத்தினார்.

இந்தப் போர்தான் 27 ஆண்டுகள் நடந்த பெரும் யுத்தத்தின் தொடக்கமாக அமைந்தது. போரில் எதிர்பார்த்த அளவிற்கு பெரும் வெற்றியை ஔரங்கசீப்பால் அடைய முடியவில்லை. பின்னர் சாம்பாஜி வஞ்சகமாகப் பிடிக்கப்பட்டார்.

சிறையில் அடைக்கப்பட்ட அவர் பின்னர் தூக்கிலிடப் பட்டார்.

இது மராட்டியப் பேரரசைப் பெரும் குழப்பத்தில் ஆழ்த்தியது. அதனைத் தொடர்ந்து சிவாஜியின் மற்றொரு மகன் ராஜாராம் ஆட்சியைக் கைப்பற்றினார்.

முகலாயர்களின் தீவிரத் தாக்குதலால் ஆபத்துக்குள்ளான காரணத்தால் மராட்டியர்களின் தலைநகரை ராய்காட்டில் இருந்து தெற்கே செஞ்சிக்கு மாற்ற வேண்டிய கட்டாய நெருக்கடி ராஜாராமுக்கு ஏற்பட்டது.

சதாரா என்னும் இடத்தில் ராஜாராம் மரணமடைந்தார். பின்னர் அவரது மனைவி தாராபாயை ராஜப் பிரதிநிதியாகக் கொண்டு மகன் இரண்டாம் சிவாஜி ஆட்சிக்கு வந்தார்.

அவரது ஆட்சியை அடுத்து ஷாகு ஆட்சிக்கு வந்தார். அவரது ஆட்சிக் காலத்தில் பேஷ்வாக்கள் அதிகாரத்தைக் கைப்பற்றினார்கள்.

தொடக்கத்தில் ஔரங்கசீப் வெற்றிகளைக் குவித்துவந்த நிலையில் பின்னர் அதன் போக்கு மாற்றமடைந்தது. மராட்டியர் களின் தாக்குதலை பொறுமையாகவும் நிதானமாகவும் கையாண்டு சமாளித்தனர். ஔரங்கசீப்பை நெருக்கடிக்குள் தள்ளிவிடுவதற்காகக் கடுமையாகப் போராடினார்கள்.

கடைசியில் யுத்தத்தின் போக்கு மாறத்தொடங்கியது. சந்தாஜி கோர்பேட் மற்றும் தானாஜி ஜாதவ் போன்ற திறமையான மராட்டிய தளபதிகளால் முகலாயப் படை மிகப் பெரிய அளவில் பாதிக்கப்பட்டது.

ஆரம்பகாலத்தில் சத்ரபதி சிவாஜியால் துல்லியமாகப் பயன்படுத்தப்பட்ட, அபிவிருத்தி செய்யப்பட்ட உத்திகளான மின்னல் வேகக் கொரில்லாத் தாக்குதல்களையும், வேகமாக நகரும் தாக்குதல்களையும் துல்லியமாக நடத்தினார்கள்.

மராட்டியர்களால் தோல்வியைச் சந்தித்துவந்த ஔரங்கசீப், நோய்வாய்ப்பட்ட நிலையில் டெக்கானில் இருந்து விரட்டி அடிக்கப்பட்டார்.

அதற்கடுத்த இரண்டாண்டுகளில் முகலாயர்கள் முழுமை யாக வெளியேற்றப்பட்டனர். முகலாய சாம்ராஜ்யம் கிட்டத்தட்ட சிதைந்துபோன நிலைக்கு வந்தது.

ஔரங்கசீப்பை அடுத்து அவரது வழிவந்தவர்கள் பின்னர் மராட்டியர்களை எதிர்த்துப் போராடவே இல்லை.

ஆக, சத்ரபதி சிவாஜி மறைந்து 70 ஆண்டுகளுக்குப் பிறகு முகலாயர்கள் மராட்டியர்களால் வெற்றி கொள்ளப்பட்டார்கள்.

1751 மற்றும் 1752ஆம் ஆண்டில் மராட்டியர்களுக்கும், முகலாயர்களுக்கும் இடையே அஹம்தியா உடன்படிக்கை கையெழுத்தானது, இதன்படி இந்தியா முழுவதும் மராட்டியர் களின் ஆதிக்கத்தின் கீழ் கொண்டுவரப்பட்டது. அப்போது விரிந்து பரந்த மராட்டிய சாம்ராஜ்யத்தின் ஆட்சியாளராக இருந்தவர் பாலாஜி பாஜிராவ்.

அவருக்குப் பிறகு மாதவ்ராவ் பேஷ்வா ஆட்சி செய்தார். இரண்டு மராட்டிய சர்தார்களான சிந்தியா மற்றும் ஹோல்கர் ஆகியோரால் மராட்டியம் மேலும் பலப்படுத்தப்பட்டது.

இந்திய ஆக்ரமிப்பின்போது நடந்த மிக நீண்ட போராட்டங்களில் 5 லட்சம் முகலாயர்களும், 2 லட்சம் மராட்டியர்களும் இறந்ததாகக் கூறப்படுகிறது.

இந்திய வரலாற்றின் ஆறு பொற்காலங்களில் ஒன்றாக சிவாஜி மகராஜின் ஆட்சிக் காலம் போற்றிப் புகழப்படுகிறது.

சிவாஜியின் அம்பர்கண்ட் யுத்தம் பிரம்மாண்டமானது. 30 ஆயிரம் வீரர்கள் அடங்கிய உஸ்பெக் படையை வெறும் ஆயிரம் பேரை மட்டுமே கொண்ட சத்ரபதி சிவாஜியின் படை நிர்மூலமாக்கியது. மட்டுமல்லாமல் எதிரிகளில் ஒருவர்கூட அவர்களின் நாட்டுக்குத் திரும்ப முடியாமல் முற்றிலும் அழித்து சிதைக்கப்பட்டனர். உலக சாதனை படைத்த இந்த யுத்தம் கின்னஸ் சாதனைப் புத்தகத்திலும் இடம்பெற்றுள்ளது.

ஓர் ஏகாதிபத்தியத்திற்கு எதிரான அவரின் போராட்டம், இரண்டு நூற்றாண்டுகளுக்குப் பின்னரும் தொடர்ந்த இந்திய சுதந்திரப் போராட்டத்திற்கு முன்னுதாரணமாகத் திகழ்ந்தது.

ஒரு நீண்டகால மராட்டிய அடையாளத்தை உருவாக்குவதிலும், அதைப் பலமான இராணுவ மற்றும் நியாய பாரம்பரியங்களுடன் ஒன்றிக் கலப்பதற்கும் சத்ரபதி சிவாஜியின் கொள்கைகள் முக்கியக் கருவியாக இருந்துள்ளன.

சத்ரபதி சிவாஜி, வாள், வில் மற்றும் குதிரையேற்றம், யானை ஏற்றம் போன்ற பயிற்சிகளைப் பெற்றிருந்தார். மேலும் மராத்தி, சமஸ்கிருதம், பாரசீகம் ஆகிய மொழிகளையும் கற்றிருந்தார்.

சம்பாஜி

சிவாஜி மகராஜுக்கு எட்டு மனைவியர் இருந்தனர். அவர்கள் சயி பாயி, காசி பாயி, சக்வரா பாயி, புதுளா பாயி, சகுனா பாயி, சோயரி பாயி, மாளவோ, விசாரே குலத்துப் பெண்கள் ஆகியோர்.

மூத்த மனைவி சயி பாயிக்கு மூன்று பெண்களும் ஒரு ஆணும் பிறந்தனர். ஆண் மகன் சம்பாஜி. சிவாஜி முதற்பெண் சக்வார் பாயியை நிம்பால்கர் வீட்டிலும், இரண்டாவது பெண் ராணு பாயியை ஜாதவ் வீட்டிலும், மூன்றாமவள் அம்பிகா பாயியை மாடி வீட்டிலும் மணம் செய்து கொடுத்தார்.

ஷாஜி மாடிக்குக்குச் செஞ்சிப் பகுதியில் சிறிது ஜாகீரும் கொடுத்தார்.

சக்வரா பாயிக்குக் கமலாபாயி என்றொரு பெண். அவளைச் சிவாஜி நேதோஜிக்கு மணம் செய்து கொடுத்தார்.

சகுனா பாயிக்கு ராஜகுமாராபாயி என்றொரு மகள். அவள் கேனோஜி சிற்கே என்பவருக்கு மணம் செய்விக்கப்பட்டாள்.

சோயரி பாயிக்கு ராமராஜா என்ற மகனும், தாதுபாயி என்ற பெண்ணும் பிறந்தனர்.

எஞ்சிய மனைவியர்க்கு குழந்தைகள் கிடையாது.

மூத்த மகன் சம்பாஜிக்கு 1602ஆம் ஆண்டு பட்டம் சூட்டப் பட்டது. அவருக்கு புனா பகுதியை வழங்கினார் சத்ரபதி சிவாஜி.

இளைய மகன் ராஜாராமுக்கு செஞ்சி நிர்வாகம் வழங்கப் பட்டது. ராஜாராமும் செஞ்சியை விட்டுத் தஞ்சைக்குச் சென்று பின்னர் தமது தந்தை சிவாஜியிடமே போய்ச் சேர்ந்தார். இதனையடுத்து ராஜாராமுக்குப் பனாலகெடி நிர்வாகம் கொடுக்கப்பட்டது.

பூனா முகமதியர்களுக்குச் சொந்தமாயிற்று.

புகழ்மாலை

எதிரிகளாலும் மனமுவந்து பாராட்டப்பெற்றவர் சத்ரபதி சிவாஜி. அந்த அளவிற்கு மேன்மையான குணங்களையும், தீவிர கலாச்சாரப் பற்றும் உடையவராக விளங்கினார்.

நமாஸ் பிரார்த்தனையின்போது ஔரங்கசீப் மனம் திறந்து கூறிய வார்த்தைகள் நம்மை வியக்கச் செய்கின்றன.

'காபூலில் இருந்து கந்தஹார் வரை என தைமூர் குடும்பம்

முகலாய சுல்தான்களின் ஆட்சியை நிறுவியது. ஈராக், ஈரான், துருக்கி போன்ற பல நாடுகளை என் படைகள் வென்று வந்துள்ளன. ஆனால், இந்தியாவில் தான் சிவாஜி எனக்குப் பெரும் தடையாக இருந்து விட்டார். என் சக்தி முழுவதையும் செலவிட்டும், அவரை வெற்றி கொள்ள என்னால் முடியவில்லை. அல்லாவே! எனக்கு, பயமில்லாத, துணிச்சலான ஓர் எதிரியைக் கொடுத்து விட்டாய். இவ்வுலகின் அஞ்சா நெஞ்சன் உன்னிடம் வருகிறான். அவனுக்கு உன் சொர்க்கத்தின் வாசலைத் திறந்து வைத்திரு' என்று சிவாஜியைப் புகழ்ந்து பாராட்டியுள்ளார்.

இது உண்மையிலேயே நம்மை ஆச்சரியப்படுத்தத்தான் செய்யும்.

அபு தாலிபான் மன்னர் ஷயிஸ்டகான், 'அன்று சிவாஜி என் விரல்களை மட்டும் வெட்டி எறியவில்லை. என் கர்வம் முழுவதையும் கூடவே வெட்டித் தள்ளிவிட்டார். என் கனவில் கூட சிவாஜியைக் காண நான் அஞ்சுகிறேன்' என்று கூறினார் ஷயிஸ்டகான்.

'என் ராஜ்யத்தில் சிவாஜியைத் தோற்கடிக்க ஓர் ஆள்கூட இல்லையே' என்று உள்ளக் குமுறலுடன் புலம்பினார் பீஜாப்பூர் சுல்தான் அலி ஆதில்ஷா.

நேதாஜி சுபாஷ் சந்திரபோஸைச் சந்தித்து உரையாடிய ஹிட்லர் ஒருமுறை, 'உங்கள் நாட்டிலிருந்து ஆங்கிலேயர்களை விரட்டியடிக்க ஹிட்லர் தேவை இல்லை. சிவாஜியின் வரலாற்றைப் போதித்தாலேயே போதும்' என்றாராம்.

'சிவாஜி மாதிரி போர் தொடுத்தால் நாம் எளிதாகச் சுதந்திரம் பெற்றுவிடலாம்' என்றார் நேதாஜி.

'சிவாஜி மட்டும் இங்கிலாந்தில் பிறந்திருந்தால் நாங்கள் இந்தப் பூமியை மட்டுமல்ல, அண்ட சராசரத்தையும் ஆண்டிருப்போம்' என்றார் மவுண்ட் பேட்டன் பிரபு.

'சிவாஜி என்பது ஒரு பெயர் மட்டுமல்ல, இளைஞர்களை ஊக்குவிக்கும் மகாசக்தி. அதைப் பயன்படுத்தி நாடு விடுதலையை அடைந்துவிட முடியும்' என்றார் சுவாமி விவேகானந்தர்.

அமெரிக்காவின் பாஸ்டன் பல்கலைக் கழகத்தில், 'மேலாண்மைக்கு குரு சிவாஜி' என்றொரு பாடம் இன்றும் பயிற்றுவிக்கப்பட்டு வருகிறது.

ராய்காட் கோட்டை

ராய்காட் கோட்டை

மராட்டிய மன்னர் சிவாஜியின் தலைநகராக விளங்கியது ராய்காட். அங்குள்ள கோட்டை 350 ஆண்டுகள் பழமையானது. சீனப் பெருஞ்சுவரின் மினியேச்சர் என்று சொல்வார்கள்.

மகாராஷ்டிர மாநிலத் தலைநகர் மும்பையில் இருந்து தென்புறத்தில் 210 கி.மீ. தொலைவில் உள்ளது சகாயத்ரி மலைப் பகுதி. அங்கு ஈட்டி போன்ற வடிவப் பாறைகளின் மீது 5.12 சதுர கிலோ மீட்டர் பரப்பளவில் கட்டப்பட்டுள்ளது ராய்காட் கோட்டை.

தொடக்கத்தில் ரெய்ரி என்றே அழைக்கப்பட்டது. 1656ஆம் ஆண்டு அதை சத்ரபதி சிவாஜி கைப்பற்றிய பிறகு ராய்காட் என்னும் பெயரைச் சூட்டினார்.

எதிரிகள் நுழையவே முடியாத வகையில் கோட்டை கட்டப் பட வேண்டும் என்ற சிவாஜியின் உத்தரவுக்கு இணங்க அபாஜி சோன்தேவ் மற்றும் ஹிரோஜி இந்துல்கர் ஆகிய இருவரும் குறுகிய வழித்தடத்தைக் கொண்ட இந்தக் கோட்டையை உருவாக்கினார்கள்.

வரலாற்று சிறப்புமிக்க சத்ரபதி சிவாஜியின் பட்டாபிஷேகம் கி.பி.1674ஆம் ஆண்டு இங்குதான் நடந்தது.

இதே கோட்டையில்தான் 1680ஆம் ஆண்டு சிவாஜி மரணமடைந்தார்.

சிவாஜியின் மகன் சாம்பாஜியிடம் இருந்து இந்தக் கோட்டையை 1689ஆம் ஆண்டு முகலாயர்கள் கைப்பற்றினர். பின்னர், 1818ஆம் ஆண்டு ராய்காட் கோட்டையைப் பிரிட்டிஷார் கைப்பற்றினர்.

கோட்டைப் பகுதியில் பிரமாண்டமான சுற்றுச்சுவர்கள், அரண்மனைகள், சிவாஜி வழிபட்ட ஜகதீஸ்வரர் கோயில், தர்பார் மண்டபம், அரியணை, பெண்களுக்கான அரண்மனைகள், எதிரிகளைக் கண்காணிக்க வசதியாக 12 மாடிகள் கொண்ட கோபுரங்கள், பாதாளச் சிறைகள், சந்தைக்கான கட்டடங்கள், நீர்த்தேக்கங்கள் ஆகியவற்றின் சிதிலங்கள் தற்போது காணப் படுகின்றன. இந்திய வரலாற்றின் மகத்தான காலக்கட்டத்தை இது நினைவுபடுத்திக் கொண்டிருக்கிறது.

அரசவைப் பெண்கள் வருவதற்காகவும், அரசக் குடும்பத்து பெண்கள் வருவதற்காகவும் இந்தக் கோட்டையில் சிறப்பு வழி அமைக்கப்பட்டிருக்கிறது. மீனா தர்வாஜா என்ற பெயரில் அமைக்கப்பட்டிருக்கும் இந்த நுழைவாயிலை ஒட்டி ஆறு முக்கிய அறைகள் இருக்கின்றன. ஒன்று சிவாஜியின் தாயான ஜீஜாபாய்க்கும் மற்ற ஐந்து அறைகள் அரசக் குடும்பத்துப் பெண்கள் தங்குவதற்கும் பிரத்யேகமாக அமைக்கப்பட்டிருக்கிறது.

சிவாஜி சமாதி

ராணி தர்வாஜாவின் முன் பகுதியில் பால்கி தர்வாஜா அமைந்திருக்கிறது. இது மகாராஜா சிவாஜி வந்து செல்வதற்கான நுழைவாயில்.

அந்த நுழைவாயிலை ஒட்டி எட்டு அறைகள் இருக்கின்றன. இந்த எட்டு அறைகளும் அரண்மனையின் தானியக் கிடங்குகளாக இருந்திருக்கலாம் என்கிறார்கள் வரலாற்று ஆய்வாளர்கள்.

தானியக் கிடங்குகளுக்கு வலது புறத்தில்தான் சிவாஜி மகாராஜாவின் கோட்டை ஆரம்பிக்கிறது. ராஜ் பவன் என்று அழைக்கப்படும் இந்தப் பகுதிதான் அன்றைய சிவாஜியின் அனைத்துமாய் விளங்கிற்று.

ராஜ்பவன் கோட்டையின் உட்புறத்தில் மிகப்பெரிய தண்ணீர்த் தொட்டிகள் இருக்கின்றன. சத்ரபதி சிவாஜி குளிப்பதற்காக அமைக்கப்பட்டிருந்த அந்தத் தொட்டிகளின் அருகே அன்றைய காலத்தில் அமைக்கப்பட்டிருந்த மிக நவீன கழிவறைகளும் இருக்கின்றன.

ராஜ்பவனின் கிழக்குப் பகுதியில் பாதாள அறைகள் இருக்கின்றன. இதில்தான் சிவாஜி தன் போர்த் திட்டங்களை முக்கிய தளபதிகளுடன் விவாதித்ததாகவும், தன் இஷ்ட தெய்வமான பவானி தேவியை வழிபட்டதாகவும், சூரத்தில் கொள்ளையடிக்கப்பட்ட பொருட்களை இங்குதான் சிவாஜி மறைத்து வைத்ததாகவும் ஆய்வாளர்கள் கூறுகிறார்கள்.

இந்த மலைக்கோட்டையின் சிறிது தொலைவில் உள்ள சித் தர்வாஜா கிராமத்தில் சிவாஜியின் தாய் ஜீஜாபாயின் சமாதி உள்ளது.

கோட்டைக்குள் சத்ரபதி சிவாஜியின் சமாதி உள்ளது.

சத்ரபதி சிவாஜி ‘வாக்யா’ என்ற நாய் ஒன்றை வளர்த்தார். இந்த நாய் மீது சிவாஜிக்கு கொள்ளைப் பிரியம். திடீரென்று ஒருநாள் இந்த நாய் இறந்துவிடவே ரொம்ப சோர்ந்து போனார். நாயின் பிரிவைத் தாங்க முடியாமல் தவித்தார். தினமும் காலையில் தனது ‘வாக்யா’வின் முகத்தில்தான் விழிக்க வேண்டும் என்பதற்காக அதன் நினைவாக தத்ரூப சிலை ஒன்றை அரண்மனைச் சிற்பியின் மூலம் வடித்தார். அந்த மலைக் கோட்டையில் இப்போதும் அந்த நாயின் சிலை கம்பீரமாக நிற்கிறது.

சிந்துதுர்க் கோட்டை

சிந்து என்ற சொல்லுக்கு 'கடல்' என்று பொருள், அதே போல் 'துர்க்' என்றால் 'கோட்டை கொத்தள'த்தைக் குறிப்பதாகும். 'கடலில் உள்ள கோட்டை' என்ற பொருளைத் தரும் சிந்துதுர்க் என்ற பெயர் சூட்டப்பட்டது.

இது மகாராஷ்டிர மாநிலத்தின் கொங்கண் பிரதேசத்தில் அமைந்துள்ளது. இரத்னகிரி மாவட்டம் மால்வண் கடற்கரையை ஒட்டிய சிறு தீவில் இக்கோட்டை அமைந்துள்ளது.

மராட்டிய மாமன்னர் சத்ரபதி சிவாஜியால் இந்தக் கோட்டை கட்டப்பட்டது. அரபிக் கடல் வழியாக வரும் அன்னிய எதிரிகள் எளிதில் பார்க்கவே முடியாதவாறு இக்கோட்டை கட்டப்பட்டது.

மேலும், முருட்ஜஞ்சிரா பகுதியில் இருந்தவர்களைக் கட்டுப்பாட்டுக்குள் வைத்திருக்கவும் பாறைகளால் ஆன இந்தத் தீவில் சிந்துதுர்க் கோட்டையை யுத்த தந்திரத்துடன் எழுப்பினார் சிவாஜி மகராஜ்.

தற்போது பிரதான சுற்றுலாத் தலமாக விளங்கும் இந்தக் கடற்கரையில் எண்ணற்ற கோட்டைகள் உள்ளன. ஆகவே கோட்டை என்ற பெயரில்தான் இந்த இடமே அழைக்கப் படுகிறது.

சிந்துதுர்க் கோட்டையானது வளைந்து நெளிந்து செல்லும் வெளிச் சுற்றுச்சுவரால் சூழப்பட்டுள்ளது. இந்தச் சுற்றுச்சுவரில் 42 தாக்குதல் கோபுரங்கள் எதிரிகளைச் சமாளிக்க அமைக்கப் பட்டுள்ளன. இக்கோட்டையின் கட்டுமானத்திற்காகவே 73 ஆயிரம் கிலோ இரும்பு பயன்படுத்தப்பட்டுள்ளது.

இந்து தர்மத்தின்படி கடல் வழிப் பயணம் தடை செய்யப் பட்டிருந்த காலக்கட்டம் அது. இந்து சமயத்தின்மீது அதீத பற்றுக் கொண்டிருந்தாலும் கடலுக்குள் கோட்டையை எழுப்பிய துணிச்சல் சிவாஜி மகராஜின் புரட்சிகர எண்ணத்தை வெளிப் படுத்துகிறது.

சிந்துதுர்க் கோட்டையை ஒட்டி அமைந்துள்ளது பத்மாகர் கோட்டை. மராட்டியர்களின் பெருமையைப் பறைசாற்றி வருகிறது இக்கோட்டை. தேவ்பாக் என்னும் இடத்தில் உள்ளது விஜய்துர்க் கோட்டை.

சிந்துதுர்க் கோட்டை

பாட்டியின் அறிவுரை

ஒரு போரின்போது குறைந்த எண்ணிக்கையிலான வீரர்கள் மற்றும் ஆயுத பலம் போன்றவற்றால் எதிரியைச் சமாளிக்க முடியாமல் போயிற்று.

வேறுவழியின்றி போர்க் களத்தில் இருந்து தப்பி ஒரு காட்டை அடைந்தார் சிவாஜி. சில நாட்கள் மறைந்து வாழ வேண்டிய நிர்ப்பந்தம். பசி வயிற்றைக் கிள்ளியது.

அப்போது ஒரு பாட்டி தனது குடிசையில் சமைத்துக் கொண்டிருந்தாள். சிவாஜி என்று தெரியாமலேயே அவள் அவருக்கு உணவளித்தாள்.

அகோரப் பசி காரணமாக வேகமாகச் சாப்பிடத் தொடங்கினார் சிவாஜி மகராஜ். ஆனால் அதிகச் சூடு காரணமாக அதைச் சாப்பிட முடியாமல் தடுமாறினார்.

அதைப் பார்த்து நக்கலாகச் சிரித்தாள் பாட்டி.

சிரிப்பதன் காரணம் புரியாமல் பாட்டியைக் குழப்பமாகப் பார்த்தார் சிவாஜி. 'ஏன் சிரிக்கிறீர்கள்?' என்று கேட்டார்.

‘எங்கள் மாமன்னர் சிவாஜியைப் போலவே நீயும் முட்டாளாக இருக்கிறாய். அதை நினைத்துத்தான் சிரித்தேன்’ என்றாள் பாட்டி.

சிவாஜிக்குத் தூக்கிவாரிப் போட்டது.

தொடர்ந்தாள் பாட்டி.

‘சூடான சோற்றைத் தட்டின் நடுவில் இருந்து சாப்பிடக் கூடாது. ஓரத்தில் இருந்துதான் சாப்பிட வேண்டும். அப்போது தான் தட்டின் நடுவில் உள்ள சோறும் ஆறும். எங்கள் மன்னர்

சிவாஜியும் எதிரிகளின் கோட்டையின் மையப் பகுதியைக் குறி வைத்துத் தாக்கி, எதிரிகளிடம் சிக்கிக் கொள்கிறார். சிறிய கோட்டைகளைத் தாக்கிய பிறகு கடைசியில் மையத்தில் இருக்கும் பெரிய கோட்டையைத் தாக்கினால் எளிதில் வெற்றி பெறலாம். இந்த உண்மை சிவாஜிக்குத் தெரியவில்லை' என்றாள் பாட்டி.

இதைக்கேட்டு சிலிர்த்துப் போனார் சிவாஜி. பாமர மூதாட்டிக்கு இருக்கும் இந்தச் சிறிய நுணுக்கம் தனக்கு இல்லாது போயிற்றே என்று நினைத்தார்.

அப்புறம் பாட்டியின் அறிவுரைப்படி தனது தாக்குதல் களைத் திட்டமிட்டார்.

மாபெரும் வெற்றிகளைக் குவித்தார். வரலாற்றிலும் இடம்பிடித்தார் சத்ரபதி சிவாஜி.

பாடம் கற்பித்தல்

சத்ரபதி சிவாஜியும் அவரது அமைச்சரும் ஒருநாள் மாலை வேளையில் உலா சென்று கொண்டிருந்தனர். எதிரில் புத்த துறவி ஒருவர் வந்து கொண்டிருந்தார். அவரைப் பார்த்ததும் தனது கிரீடத்தைக் கழற்றி வைத்துவிட்டு துறவியின் பாதங்களில் சாஷ்டாங்கமாக விழுந்து வணங்கினார்.

ஒரு சாதாரண துறவியின் காலில் விழுந்து வணங்குவதைப் பார்த்து வெறுப்புடன் முகம் சுளித்தார் அமைச்சர்.

இதை ஓரக்கண்ணால் பார்த்த சிவாஜி, அமைச்சருக்குப் பாடம் கற்பிக்க வேண்டும் என்று நினைத்தார்.

ஒருநாள் அமைச்சரை அழைத்தார். உடனடியாக ஒரு வெள்ளாட்டின் தலை, ஒரு செம்மறி ஆட்டின் தலை, ஒரு மனிதனின் தலை ஆகிய மூன்றையும் கொண்டு வருமாறு உத்தரவு பிறப்பித்தார்.

அமைச்சரும் அப்படியே கிளம்பினார்.

வெள்ளாட்டின் தலையையும், செம்மறி ஆட்டின் தலையை யும் கொண்டு வருவதில் அவருக்கு எந்தச் சிக்கலும் இல்லை. ஆனால் மனிதனின் தலையைக் கொண்டு செல்ல என்ன செய்வது என்று யோசித்தார்.

சுடுகாட்டிற்குச் சென்று அங்கிருந்த பிணம் ஒன்றின் தலையை வெட்டி எடுத்துக் கொண்டு சிவாஜியிடம் வந்தார்.

மூன்று தலைகளையும் பார்த்த சிவாஜி அவற்றைச் சந்தைக்குக் கொண்டுபோய் விற்றுவிட்டு வருமாறு கூறினார்.

வெள்ளாட்டின் தலையும், செம்மறி ஆட்டின் தலையும் உடனடியாக விற்றுப்போனது. ஆனால் மனிதனின் தலையை யாருமே வாங்கவில்லை. இரண்டு மூன்று தினங்கள் முயற்சி செய்தும் பலனில்லை. எனவே விலைபோகாத மனிதத் தலையுடன் திரும்பி வந்தார்.

அதைப்பார்த்த சத்ரபதி சிவாஜி, 'பார்த்தீர்களா? ஒரு துறவியின் பாதங்களில் குனிந்து என் தலையை வைத்து வணங்கிய போது வருத்தம் அடைந்தீர்கள். உடலை விட்டு உயிர் பிரிந்த பின் இறந்த மனிதனின் தலைக்கு என்ன நேர்கிறது என்பதைப் பார்த்தீர்களா? அந்த நிலை தான் ஒவ்வொருவனுக்கும் நேரும். அதற்கு மதிப்பே இருக்காது. ஆகவே உயிருடன் இருக்கும் போது மிகப் பெரும் ஆத்மாக்களின் முன்னர் பணிந்து வணங்கி நம்மை நாம் புனிதப்படுத்திக் கொள்ள வேண்டும்' என்று விளக்கம் அளித்தார் சிவாஜி.

காப்பாற்றிய ஆஞ்சநேயர்

ஒரு சமயம் காட்டில் இருந்து ராமதாசரின் ஆஸ்ரமத்திற்கு வீரர்கள் துணை இல்லாமல் தனியாகச் சென்றார் சத்ரபதி சிவாஜி. ராமதாசர் ஆஞ்சநேயருக்குப் பூஜைகள் செய்து கொண்டிருந்தார்.

அங்கு வந்த சிவாஜியைப் பார்த்த ராமதாசர் அந்தப் பூஜையில் கலந்து கொள்ளுமாறு கூறினார். பணிவாகவும், பக்தி மயமாகவும் உள்ளே சென்ற சிவாஜி, ஆழ்ந்த தியானத்தில் ஈடுபட்டார்.

பூஜை முடிவதற்கு முன்பாக ஏதோ ஓர் உந்துதல். ராமதாசர் ஆஸ்ரமத்தில் இருந்து வெளியே வந்தார். சிவாஜி தனியாக அங்கு வந்திருந்ததை அறிந்த முகலாய வீரர்கள் ஆஸ்ரமத்தைச் சுற்றி வளைத்துக் கொண்டிருந்ததைப் பார்த்தார். எதிரிகளால் தமது சீடர் சிவாஜிக்கு எந்தவிதமான ஆபத்தும் ஏற்பட்டுவிடக்கூடாது என்று தாம் வணங்கும் ஆஞ்சநேயரை மனமுருகி வேண்டினார் ராமதாசர்.

அப்போது அந்த அதிசயம் அங்கு நிகழ்ந்தது. எங்கிருந்தோ திடீரென்று அந்த காட்டுக்குள் வந்த குரங்குகள் அங்கிருந்த முகலாய வீரர்கள் மீது முரட்டுத்தனமான தாக்குதலைத் தொடுக்க

சென்னை காளிகாம்பாள் கோயிலில் சிவாஜி

ஆரம்பித்தன. குரங்குப் படையின் பயங்கரமான தாக்குதலைத் தாங்க முடியாமல் முகலாயர்கள் அங்கிருந்து தலைதெறிக்கத் திரும்பி ஓடினார்கள்.

நீண்ட நேரத் தியானத்திற்குப் பிறகு தியானம் கலைந்து வெளியே வந்தபோதுதான் அங்கு நடந்த நிகழ்வு சிவாஜிக்குத் தெரியவந்தது. தனது குரு ராமதாசருக்கு நன்றி கூறினார்.

அப்போது ராமதாசரோ, அவரைக் காப்பாற்றியது தான் இல்லை என்றும், தான் வழிபடும் ஆஞ்சநேயர்தான் சிவாஜியைக் காப்பாற்றியதாகவும் கூறினார்.

அதைக்கேட்டு மெய்சிலிர்த்தார் சத்ரபதி சிவாஜி.

காளிகாம்பாள்

சென்னை பாரிமுனையில் தம்புச்செட்டித் தெருவில் உள்ளது காளிகாம்பாள் கோயில். கல்வி, செல்வம், வீரம் என அனைத்தையும் வழங்கும் சக்திமிக்கவள் காளிகாம்பாள்.

அந்நிய ஆதிக்கத்திற்கு எதிராகக் கிளர்ந்தெழுந்து வெற்றி வாகை சூடிய மராட்டிய மன்னர் சத்ரபதி வீர சிவாஜி

காளிகாம்பாள் ஆலயத்துக்கு வந்து அம்பாளை வழிபட்டார் என்பது வரலாறு.

அரச சபையில் ஒருநாள், 'வீரர்களே! நம் நாட்டின் சுதந்திரத்திற்காகப் பல அக்கிரமங்களையும், அநியாயங்களையும்,

குருநாதர் ராமதாசருடன்

தியாகங்களையும் அம்பாள் பவானி ஆணையால் நான் செய்திருப்பேன். நான் தெரிந்தும் தெரியாமலும் செய்யும் பிழையும் பாவமே. அதனை ஒழிக்க தமிழகத்திற்குப் புறப்படுகிறேன். அங்குள்ள திருப்பாச்சூர், திருவாசூர், இராம்கூர் (இராமேஸ்வரம்) முதலிய புண்ணியத் தலங்களுக்குச் சென்று சிவபெருமானை வழிபடப் போகிறேன். நான் சுமக்கும் பாவ மூட்டை அன்றே தொலையும்' என்று உரையாற்றிவிட்டுத் தென்திசை நோக்கிப் பயணத்தைத் தொடங்கினார் சிவாஜி மகராஜ்.

1677ஆம் ஆண்டு அக்டோபர் மாதம் 3ஆம் தேதி அன்று சென்னை காளிகாம்பாள் திருக்கோயிலுக்கு வந்து அன்னையை வழிபட்டார்.

அம்பாள் பக்தரான சிவாஜியை பவானி தேவிதான் ஆட்கொண்டு வழிநடத்தினாள். அவர் சிவசக்தியை நம்பியே எதையும் செய்தார்.

சிவாஜி ஒரு யோகி. அவர் இந்து சாம்ராஜ்யத்தை தேவியின் அருளாலும் பக்தியாலும் நிறுவினார் என்பதே உண்மை.

சென்னை அரண்மனைக்காரத் தெருவில் முகாமிட்டு காளிகாம்பாளைத் தரிசனம் செய்து பிறகுதான் வெற்றிவாகை சூடி சத்ரபதி சிவாஜியாக முடிசூட்டிக் கொண்டார் என்பது குறிப்பிடத்தக்கது.

காளிகாம்பாள் முதலில் தோன்றி அருள்பாலித்துக் கொண்டிருந்த இடம் சென்னை புனித ஜார்ஜ் கோட்டையாகும். விஸ்வகர்மா சமூகத்தவர் வழிபட்டு வந்தனர்.

கிழக்கிந்தியக் கம்பெனியார் கோட்டைப் பகுதியில் குடி யேறிய பின்னர் அது இராணுவப் பாதுகாப்பு வளையத்திற்குள் வந்தது. எனவே மக்கள் காளிகாம்பாளை வழிபடுவதற்குச் சிரமமாக இருந்தது. இதனையடுத்தே காளிகாம்பாள் கோயில் சென்னை தம்புச்செட்டித் தெருவில் கட்டியெழுப்பப்பட்டது.

வாஸ்து முறைப்படி நிர்மாணிக்கப்பட்ட இந்த ஆலயத்தின் முதல் பிரகாரத்தை வலம் வரும்போது அக்னி மூலையில் மடப் பள்ளி இருக்கிறது. அடுத்து உற்சவர் வீதி உலா புறப்படும் முன் கண்ணாடி சேவை.

தென் சுவரை அடுத்து சத்ரபதி சிவாஜி அம்பாளை வழிபடும் சுதை சிற்பக்காட்சி அமைந்துள்ளது.

பொறாமை

சத்ரபதி சிவாஜியின் மீது குருநாதர் ராமதாசர் அளவற்ற அன்பு கொண்டிருந்தார். சிவாஜியும் குருநாதர் மீது அளவிட முடியாத அளவிற்குப் பக்தி கொண்டிருந்தார். ஆனால் இது மற்ற சீடர்களுக்குப் பொறாமையை ஏற்படுத்தியது. சிவாஜி மன்னராக இருப்பதால்தான் அவர் மீது குருநாதர் அதிகமான அன்பைச் செலுத்துவதாக நினைத்தார்கள்.

பிற சீடர்களின் பொறாமை எண்ணத்தைப் போக்க நினைத்தார் குருநாதர். அதற்காக ஒருநாள் வயிற்றுவலி வந்தது போல நடித்தார்.

சிவாஜி உட்பட அனைவரும் பதற்றம் அடைந்தார்கள். குருநாதர் தமது சீடர்களிடம் சிங்கத்தின் பாலைக் கொண்டு வந்தால்தான் தனது வலி குணமாகும் என்று கூறினார்.

இதைக்கேட்டதும் சீடர்கள் நடுங்கிப் போய்விட்டனர். 'தூரத்தில் இருந்து பார்ப்பதற்கே பயமாக இருக்கும். இந்த லட்சணத்தில் அருகில்போய் எப்படிப் பால் கொண்டுவர முடியும்' என்று அஞ்சி மெல்ல நழுவினார்கள்.

ஆனால் சிவாஜியோ தங்கப் பாத்திரம் ஒன்றை எடுத்துக் கொண்டு துணிச்சலாகக் காட்டிற்குள் சென்றார். அங்கிருந்த குகை ஒன்றில் பெண் சிங்கம் ஒன்று தனது குட்டிகளுக்குப் பால் கொடுத்துக் கொண்டிருந்ததைப் பார்த்தார். மெல்ல அதன் அருகில் சென்றார்.

தாய்ச் சிங்கமோ அவரைப் பார்த்ததும் கோபத்தில் உறுமியது.

தான் இருந்த இடத்தில் இருந்தபடியே இரு கைகளையும் தூக்கிக் கும்பிட்டபடி, 'என் குரு நாதரின் நோய்க்காக உன்னிடம் பால் வேண்டி வந்திருக்கிறேன். கருணை புரிவாய்' என்றார்.

தன் உதவியை எதிர்பார்த்தே வந்திருக்கிறார் என்பதை உணர்ந்துகொண்ட சிங்கம், கோபப் பார்வையை மாற்றிக் கனிவு பார்வையை வீசியது.

உடனே தைரியம் வந்தவராக மெல்ல அதனருகில் சென்றார் சிவாஜி. பாலையும் கறந்தார். சிங்கமும் தனது குட்டிகளைப் பாசத்தோடு நக்கிக் கொடுப்பதைப்போல சிவாஜியையும் நாவால் நக்கிக் கொடுத்தது.

பாலை எடுத்துக்கொண்டு குகையை விட்டு வெளியே வந்தார் வீர சிவாஜி.

அதைக் குருநாதரிடம் கொடுத்தபோது, ‘உன் குருபக்தியை இவர்களுக்கு உணர்த்தவே வயிற்று வலி வந்தது போல நடித்தேன்’ என்றார் அவர்.

சிவாஜி குருவை வணங்கினார். மற்ற சீடர்களும் தங்கள் பொறாமையில் இருந்து நீங்கினார்கள்.

சிவாஜியின் குருநாதர்

சமர்த்த ராமதாசர் சிவாஜியின் குருநாதர். இவர் காசியில் அனுமான்காட் என்னும் இடத்தில் அனுமானுக்குக் கோயில் ஒன்றைக் கட்டியுள்ளார். இன்றும் அக்கோயில் பிரசித்தி பெற்று விளங்குகிறது.

மராத்தி, சமஸ்கிருதம் ஆகிய மொழிகளில் பல நூல்களை எழுதியுள்ளார்.

காசி, அயோத்தி, பிரயாகை, பிருந்தாவனம் போன்ற பல புண்ணியத் தலங்களுக்கும் புனித யாத்திரை சென்றுவிட்டு நாசிக் திரும்பினார் ராமதாசர்.

தமது தாயின் வயோதிக நிலையை அறிந்து ஜம்ப் என்னும் அவரது சொந்தக் கிராமத்திற்குச் சென்றார். ராம நாமத்தை ஜெபித்து அவரது அன்னைக்குக் கண் பார்வை கிடைக்கச் செய்தார்.

சஜ்ஜன்காட்டில் ராமதாசர் சமாதி

தமது அன்னையின் அந்திமக் காலத்திற்குப் பின்னர் மீண்டும் புனித யாத்திரையைத் தொடங்கினார்.

தஞ்சாவூருக்கு வருகை தந்தபோது கண் பார்வை இழந்த ஸ்தபதிக்குப் பார்வை கிடைக்கச் செய்துள்ளார் ராமதாசர். அந்த ஸ்தபதி மூலம் சிறிய கல்லில் அழகிய இராமர் பட்டாபிஷேகச் சிலையைச் செய்ய வைத்து அதைத் தமது பூஜையில் வைத்தார்.

திருப்பதி திருமலைக்கும் அப்போது வருகை தந்தார் ராம தாசர்.

அப்போது அவரைப் பற்றித் திருமலையில் உள்ளவர்கள் என்ன பேசிக்கொண்டார்கள் தெரியுமா?

'வடக்கே பண்டரிபுரத்தில் இருந்து ஒரு பெரியவர் வந்திருக்கிறார். அவரை 'சமர்த்த ராமதாஸ்' என்கின்றனர். அவர் ஆஞ்சநேயருடைய அவதாரம் என்றும், பகவானை நேருக்கு நேர் தரிசித்தவர் என்றும் பலரும் சொல்கிறார்கள். ஆறு மாத காலம் அவர் மரக்கிளைகளிலேயே "ராம், ராம்" என்று ஜெபித்துக் கொண்டே காலம் கழித்தாராம்' என்றே அதிசயமாக அவரைப் பற்றிப் பேசிக்கொண்டார்கள்.

அந்த மகானிடம் உபதேசம் பெறுவதற்காகத் தமிழகத்தின் பல பாகங்களில் இருந்தும் மக்கள் வந்தார்கள்.

இவ்வாறு பல தலங்களுக்கும் யாத்திரை சென்ற ராமதாசர் கடைசியில் 1642ஆம் ஆண்டு சதாரா என்னும் இடத்திற்கு அருகில் உள்ள ஒரு குன்றில் தங்கினார்.

அங்குதான் அவர் சமாதி ஆனார்.

ராமதாசர் இந்த உலகைவிட்டு உயிர்நீத்தபோது ஒரு பிரகாசமான ஒளி அவர் உடம்பில் இருந்து கிளம்பி மேலே சென்றது.

ராமதாசர் சமாதி அமைந்துள்ள சஜ்ஜன்காட் என்ற இடத்தில் அமைந்துள்ள கோயிலில் அந்தச் சிலை வைக்கப்பட்டு பூஜிக்கப்பட்டு வருகிறது.

ராமதாசர் இறுதிக் காலத்தில் தங்குவதற்காக இந்த இடம் சிவாஜி மகராஜால் வழங்கப்பட்டது. அந்த இடம்தான் சஜ்ஜன் காட் என்று அழைக்கப்படுகிறது. அங்குதான் ராமதாசரின் சமாதி திருக்கோயில் உள்ளது.

அவரது அந்திமக் காலத்தில் ராமபிரான் நேரில் வந்து தரிசனம் தந்து சன்யாச தீட்சையும், வஸ்திரமும் அளித்ததாக நம்பப்படுகிறது. அந்தத் துணி இப்போதும் அக்கோயிலில் வைக்கப்பட்டிருக்கிறது.

பிட்சை

ஒரு சமயம் குருநாதர் ராமதாசர் தெருவில் பிட்சை எடுத்துக் கொண்டு வருவதை அரண்மனையில் இருந்த வீர சிவாஜி பார்த்தார். உடனே தமது நண்பர் பாலாஜியை அழைத்து குருவிடம் போய்ச் சொல்லுமாறு ஒரு விஷயத்தைக் கூறினார்.

பாலாஜியும் விரைந்து வீதிக்குச் சென்று ராமதாசரிடம் அந்த விஷயத்தைச் சொன்னார்.

அது என்ன விஷயம் தெரியுமா?

தனது அகண்ட ராஜ்யம் முழுவதையும் குருவிற்குத் தானமாக வழங்குவதுதான்.

அதைக்கேட்ட ராமதாசர் மெலிதாகப் புன்னகைத்தார். உடனே, 'சரி' என்று பதிலளித்தார். அப்புறம், 'ராஜ்யத்தை எனக்குத் தானமாகக் கொடுத்துவிட்டதால் இப்போது சிவாஜி மன்னர் கிடையாது. எனவே அவரது ராஜ உடையைக் களைந்துவிட்டு என்னோடு வந்து கமண்டலத்தை ஏந்திக்கொண்டு பிட்சை எடுக்கச் சொல்' என்றார்.

பாலாஜியும் அப்படியே சிவாஜி மகராஜிடம் போய்ச் சொன்னார்.

அதைக்கேட்ட சத்ரபதி சிவாஜி, கொஞ்சம்கூடத் தயங்காமல் தனது ராஜ உடையைக் களைந்துவிட்டு குருநாதருடன் சேர்ந்து பிட்சை எடுக்க ஆரம்பித்தார். அனைவரும் பிட்சை இட்டனர்.

பிட்சையைக் கொண்டு வந்து சமைத்து உணவாக்கித் தமது குருநாதருக்கு அளித்தார். அவர் உண்டதுபோக மீதத்தை சிவாஜி உண்டார்.

மறுநாள் காலையில் குருவிடம், 'என்னைப் பிட்சை எடுக்க வைத்துவிட்டீர்கள். வேறு என்ன செய்வதாக உத்தேசம்?' என்று கேட்டார் சிவாஜி.

'இனி நான் சொல்லும் வேலையைத்தான் செய்ய வேண்டும்' என்றார் குருநாதர் ராமதாசர்.

சிவாஜியும், 'அப்படியே ஆகட்டும் குருவே' என்றார்.

உடனே ராமதாசர் சிவாஜியிடம், 'இந்த அகண்ட ராஜ்யத்தை மக்களின் பிரநிதியாக இருந்து ஆட்சிபுரிவாயாக' என்றார்.

இப்படிக் கூறிவிட்டுத் தான் அணிந்திருந்த காவி உடையில் இருந்து ஒரு பகுதியைக் கிழித்துக் கொடுத்து, 'இதை உனது கொடியாகக் கொண்டு ஆட்சி செய்' என்று ஆசி வழங்கினார்.

குருநாதரின் ஆசியைப் பெற்றுக் கொண்டு அதையே கொடியாகவும் பயன்படுத்தினார் மாமன்னர் சிவாஜி. அப்படியே அவர் ராஜ்யத்தை மிகப் பெரிய சாம்ராஜ்யமாகவே மாற்றினார்.

இருமுறை முடிசூடுதல்

சத்ரபதி சிவாஜிக்கு 1794ஆம் ஆண்டு ஜுன் மாதம் 6ஆம் தேதி முதன்முதலாக மகுடாபிஷேகம் நடந்தது. அடுத்த இரண்டாம் நாளில், அதாவது 8ஆம் தேதி அன்று அவரது முக்கியத் தளபதி மரணம் அடைந்துவிட்டார்.

அடுத்த மூன்று நாட்கள் கழித்து அவரது மனைவியரில் ஒருவரான கேஷா பாய் மரணமடைந்தார்.

அடுத்த எட்டு நாளில் சிவாஜியின் அன்னை ஜீஜாபாய் உயிர் துறந்தார்.

இவ்வாறு சிவாஜி மகராஜ் முடிசூட்டிக் கொண்ட சில நாட்களில் துர்சம்பவங்களாக நிகழ்ந்தன. நிஸ்சல்பூரி என்ற ஜோதிடர், சிவாஜி மகுடம் சூட்டிக் கொள்ளத் தேர்ந்தெடுத்த நாள் சரியில்லை என்று கருத்துத் தெரிவித்தார். மறுமுறை முடிசூட்டிக் கொள்வதே நல்லது என்றும் கூறினார்.

அவரது அபிப்பிராயத்தை ஏற்றுக்கொண்ட வீர சிவாஜி 80 நாட்களுக்குப் பிறகு இரண்டாவது முறையாக மீண்டும் முடிசூட்டிக் கொண்டார்.

கடிதம் கண்டுபிடிப்பு

சத்ரபதி சிவாஜி 344 ஆண்டுகளுக்கு முன்பு எழுதிய கடிதம் ஒன்று துலேயில் கண்டுபிடிக்கப்பட்டுள்ளது. சிவாஜி முடிசூடுவதற்கு ஐந்து மாதங்களுக்கு முன்பு இந்தக் கடிதம் எழுதப்பட்டதாகக் கூறப்படுகிறது. மகாராஷ்டிர மாநிலம் பூனாவைச் சேர்ந்த வரலாற்று ஆய்வாளர் ஞான்ஷியாம் என்பவர் இதைக் கண்டுபிடித்தார்.

துலேயில் உள்ள சங்கர் தேவ் என்பவர் பல அரிய வரலாற்று முக்கியத்துவம் மிக்க ஆவணங்களைச் சேகரித்து பாதுகாப்பாக

சிவாஜி எழுதிய கடிதம்

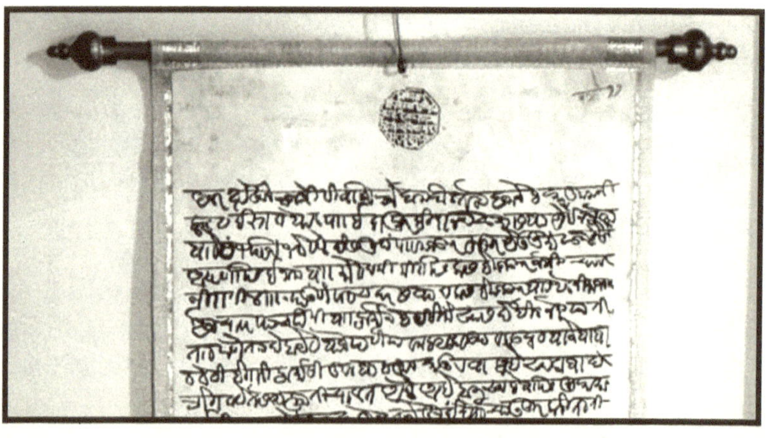

வைத்திருந்தார். அவற்றை ஞான்ஷியாம் ஆராய்ச்சி செய்தபோது இந்தக் கடிதத்தைக் கண்டுபிடித்தார்.

1673ஆம் ஆண்டு சதாராவைத் தனது கட்டுப்பாட்டுக்குள் கொண்டு வந்தார். அதன் பின்னர் சதாராவில் உள்ள பாலி என்னும் இடத்தில் கிராமத் தலைவர் பதவி தொடர்பாக நகோஜி பாட்டீல் கல்பார் என்பவருக்கும் கராடே குடும்பத்தினருக்கும் இடையே பிரச்னை ஏற்பட்டது.

இது தொடர்பாக சிவாஜி மகராஜ் வழங்கிய தீர்ப்பின் விவரம் இந்தக் கடிதத்தில் இருக்கிறது. கல்பார்தான் கிராமத் தலைவர் என்று சிவாஜி அந்தக் கடிதத்தில் தெரிவித்துள்ளார். கராடே குடும்பத்தைக் கண்டு பயப்பட வேண்டாம் என்றும் அந்தக் கடிதத்தில் அவர் கைப்படவே எழுதியிருப்பதாக ஞான்ஷியாம் தெரிவித்தார்.

தனது உள்ளூர் பொறுப்பாளர், சுபேதார் என்று அழைக்கப்பட்ட அபாஜி மோர்தேவ் என்பவருக்கு சிவாஜி இன்னொரு கடிதமும் எழுதியுள்ளார். அதில், கராடே மீது நடவடிக்கை எடுக்குமாறு தெரிவித்துள்ளார். அந்தக் கடிதம் 1674ஆம் ஆண்டு பிப்ரவரி மாதம் 2ஆம் தேதி எழுதப்பட்டது.

இத்தனை காலம் ஆகியும் கடிதத்தின் மை அழியாமலும், எழுத்துக்கள் சிதையாமல் தெளிவாகவும் இருக்கின்றன என்று ஞான்ஷியாம் கூறினார். கடிதத்தில் உள்ள கையெழுத்து சிவாஜி மகராஜின் கையெழுத்துக்களை ஒத்திருப்பதாகவும், கடிதத்தில் அவருடைய முத்திரை இடப்பட்டுள்ளதாகவும் அவர் கூறினார்.

கடிதம் 1.3 அடி நீளமும் 6.5 அங்குலம் அகலமும் கொண்டது. கடிதத்தின் பின்புறம் சத்ரபதி சிவாஜியின் அமைச்சர் மோராபந்த் பிங்காளேயின் முத்திரை இடப்பட்டுள்ளது.

www.ingramcontent.com/pod-product-compliance
Lightning Source LLC
LaVergne TN
LVHW060550051026
849519LV00002B/361